Í vagni tímans

Til

vinar míns

Róberts Kellogg

með þökkum fyrir allt
gamalt og gott.
Með kveðju til Jóhönnu

Agnar Þórðarson

Agnar Þórðarson

Í VAGNI TÍMANS

uglan
Íslenski kiljuklúbburinn
Reykjavík 1996

Kápa eftir Gunnhildi Björnsdóttur
Prentun: Nørhaven a/s, Danmörku

ISBN 9979-3-1472-9

FYRSTI KAFLI

Nýtt líf

Á síðustu vetrardögum það herrans ár 1939 fannst skaparanum kominn tími til að svipta dulum frá gluggum lífs míns og sýna mér dýrð daganna sem horfið höfðu sjónum mínum um sinn.

Úfið blýgrátt hafið blasti við þegar landið var sokkið í djúpið líkt og goðsögnin um Atlantis hermir, horfinn heimur með minningar fyrri tíðar á hafsbotni gleymskunnar.

Ég stóð við borðstokkinn á stálskipinu sem klauf breiða undirölduna og skildi í kjölfarinu ólgandi rönd eftir skrúfuna sem knúði farkostinn áfram yfir ómældar víddir hafsins.

Skyndilega barst mér að eyrum jarmur sjófugla sem fögnuðu manni með hvíta stromphúfu sem kom aftur á skutinn og dembdi matarleifum úr fötu í iðandi röstina. Þetta var veislugleði fastagesta skipsins yfir hafið.

Ég var kominn á leið til Danmerkur, ættlands móður minnar, þar sem ég átti að dveljast hjá skyldmennum mér til hressingar.

Ég var á öðru farrými og hafði lent í káetu með breskum skipbrotsmönnum sem vöknuðu um miðjar nætur til að fá sér smók. Ég kvartaði við þá að ég ætti bágt með að sofa fyrir reykjarsvælu í klefanum, en það fannst þeim einskær óhemjugangur og varð ég að þola reykinn þar til þeir fóru í land í Aberdeen.

Á öðru plássi voru líka nokkrar stelpur um tvítugt á leið til Kaupinhafnar að freista gæfunnar og héldu að kreppan væri eitthvað skárri í kóngsins borg en á Fróni.

Á þilfarinu hittust farþegar af báðum farrýmunum og eins á bar fyrsta farrýmis þann tíma sem hann var opinn.

Spjátrungslegur Englendingur gekk um þilfarið á hvítum selskinnsskóm keyptum í túristaverslun í Reykjavík og sagði í óspurðum fréttum að hann væri að flýta sér heim til að taka þátt í vörnum lands síns. Loftvarnabyrgi úr sandpokum hefðu verið reist í lystigörðum Lundúnaborgar og hann sagðist hlakka til að taka þátt í því að skjóta niður nokkrar þýskar flugvélar. Sjálfsagt yrði þetta stutt en spennandi stríð og kæmi nú Bretum vel að vera meiri sportmenn en Þjóðverjar.

Þessi glaðbeitti sjálboðaliði hreif stúlkurnar með yfirlætisfullri veraldarmennsku og kenndi þeim að segja I love you með réttum áherslum.

Ástir og stríð hafa löngum farið saman í rómantískum sögum og vorið var í nánd. Vorið 1939, síðasta vorið sem friður hélst enn í Evrópu áður en glumdi í þýskum járnhælum á brústeinum Kaupinhafnar.

En ég var að koma úr annars konar stríði, langvinnu stríði við skæðan vágest.

Á þeim árum var úrskurður um berklaveiki álíka dómur um einangrun og eyðni nú á tímum, því að hún var smitsjúkdómur og engin lyf þekktust þá sem dugðu gegn berklabakteríunni. Sjúklingarnir voru því einangraðir á hælum sem reist höfðu verið víðsvegar um Evrópu, einkum í fjalllendi eins og kastalar gegn innrásarher.

Slík eru og vettvangur margra þekktra bókmenntaverka, svo sem Töfrafjallsins eftir Nóbelsskáldið Thomas Mann og verk margra annarra höfunda.

Ég hafði sökkt mér í bókalestur á þeim árum þegar ég hafði ekki annað að fást við en að láta tímann líða við sem minnsta áreynslu. Kom sér þá vel að hafa kynnst sérlega næmum bókmenntamanni sem var Eyþór Dalberg, síðar læknir, nokkrum árum eldri en ég og bróðir Hallgríms Dalberg síðar ráðuneytisstjóra. Eyþór hafði fengið berkla í fjórða bekk Menntaskólans og misst ár úr námi, en þó ekki farið á Vífilsstaði. Kveikti hann áhuga minn fyrir fagurbókmenntum svo að mér upplaukst heimur þar sem Viktoría Hamsuns, Ásta Sóllilja, Edvarða úr Pan, Karamazovbræðurnir, Raskolnikoff og fleira ógleymanlegt fólk heimsbókmenntanna náði tökum á mér.

Þar á heimili þeirra Dalbergsbræðra voru Sögur herlæknisins eftir Topelíus í mörgum bindum læstar inni í heiðursskáp með gleri, engan okkar hefði þá órað fyrir því að Eyþór ætti sjálfur eftir að verða frægur herlæknir í Vietnamstríðinu, sem hann skrifaði þó ekkert um, frekar en svo margt annað sem á daga hans dreif í fjarlægum heimsálfum, þrátt fyrir mikla rithöfundarhæfileika og skarpskyggni.

Hann var fráneygur, otureygur sagði Edvarda í Pan um Glan liðsforingja, tvírætt bros lék oft um varir Eyþórs sem gat búið yfir óvæntri athugasemd.

Við Hallgrímur fylgdumst að í skóla þó að ég tæki ekki önnur próf í menntaskóla en stúdentspróf vegna þrálátra bólgubletta í lungum.

Faðir minn, Þórður Sveinsson á Kleppi, las með mér frönsku og latínu, en hann var alltaf við höndina í stól sínum eftir að mænan í honum skaddaðist svo hann gat ekki framar gengið. Samt var faðir minn alltaf glaðlegur í viðmóti og sat við skrifborð sitt, helst með latneskar bækur og blöð fyrir framan sig, eða bækur um spíritisma og sagðist bæta sér upp hömlun sína með draumferðum um aðra heima.

Hallgrímur færði mér tíðindi úr skólalífinu og hélt ég sambandi við ýmsa félaga okkar, þó utan skóla væri, en fór mánaðarlega í gegnumlýsingu hjá Helga Ingvarssyni lungnalækni sem ég setti allt mitt traust á.

Fannst mér þó hálft í hvoru, þegar mér varð litið til gamla menntaskólahússins við Lækjargötu að ég væri að svíkjast um, þarna sætu jafnaldrar mínir og hlustuðu af skyldurækni á kennara sína meðan ég gat sofið út á morgnana og verið sjálfs mín herra mestallan daginn. Það óbragð kom þó oft í munn mér að ég hefði framkallað lungnasjúkdóm minn til að sleppa undan ýmsum kvöðum unglingsáranna sem mér þóttu hvimleiðar og mikil frelsisskerðing.

Faðir minn hvatti mig til að skrifa niður drauma mína, hélt hann því fram að ég hefði sérlega sálræna hæfileika, og lét ég það gott heita, en hafði mjög takmarkaða trú á því tali. Stundum las ég fyrir hann drauma mína sem ég hafði fært í bók og hann sýndi því mikinn áhuga, sem ég naut á vissan hátt en kannski líka til að sleppa billega frá honum þegar hann var í latínuham og reyndi að troða beygingum latneskra sagna inn í hausinn á mér. Seinna var ég þó þakklátur fyrir þá undirstöðu í latínu við nám í öðrum tungumálum.

Þegar ég á stúdentsprófi kom upp í munnlegri náttúrufræði stóð í mér að svara spurningu sem kennarinn hélt mikið upp á: Hvað er líf? Svarið stóð ekki í kennslubókinni og var ég því á gati. Þögnin varð ógnþrungin, ég reyndi að rifja upp spakmæli um hverfulleika lífsins en það gerði aðeins illt verra. Svarið sem ég átti að kunna lét hann sjöttubekkinga skrifa hjá sér á hverjum vetri, svo þeir hefðu það á hreinu, en nú afhjúpaðist fákunnátta mín og hyskni. Ég heyrði gegnum rúðurnar umferðardyninn neðan af götunni og þrumandi rödd kennarans eins og úr skýjum ofar: Ég votera ekki um yður, þér fáið núll - og rak mig frá prófborðinu.

Ég hélt ég væri fallinn, en svo illa fór þó ekki.

En aldrei gleymi ég þessari veigamiklu spurningu sem ég gat ekki svarað á stúdentsprófi og gæti það ekki enn.

Á þessum árum voru eyðingaröflin í Evrópu að sækja í sig veðrið, spánska borgarastyrjöldin var þá komin í algleyming.

Vaknaði þá áhugi minn á alþjóðamálum, en hugur minn var lengi reikull í þeim efnum. Nóg var af áróðurspésum til hvatningar stéttabaráttu öreiganna eða til viðvörunar spillingaröflum óæðri kynstofna. Úr mörgu var að velja, en heldur fékk það allt lítinn hljómgrunn hjá mér. Fannst mér mestur ljómi vera yfir anarkistum en vissi þó sáralítið um þá stefnu. Af hendingu rak ég augun í bók á Alþýðubókasafninu um anarkisma eftir Krapotkin í danskri þýðingu. Ekki varð ég þó margs vísari af þeim lestri, var sennilega of seinþroska til að melta slík fræði.

Yfir þjóðlöndum Evrópu var loftið þá lævi blandið og lýsti sér á ýmsan hátt í sálarlífi manna. Mér er minnisstætt að í svefnrofum sá ég tvíhöfðað finngálkn draga skugga fyrir sólu og spúa úr nösum sér eldtungum á varnarlaust flóttafólk á tvístringi um eyðiland. Sennilega var það afskræmt minni frá liðnum sumardegi þegar flugfarið Graf Zeppelin birtist skyndilega á bláum himninum yfir Kleppsholtinu. Ég var í heyvinnu á Kleppsbúinu í brakandi þurrki og allir sjúklingar sem vettlingi gátu valdið voru drifnir út á töðuvöllinn til að snúa heyi og fá lit á sig af sólinni eftir langa innisetu, hrífurnar gengu ótt og títt þó að þær gætu stundum krækst saman á tindunum og valdið smá misklíð. Einn sjúklinganna sem kallaður var Abbi vildi vera út af fyrir sig með sinn flekk og gekk aftur á bak í varúðarskyni við að snúa heyinu.

Það var forkunnargott veður og þó að hópurinn væri sundurleitur kepptust allir við að þurrka heyið þó að ekki væru allir í takt. En þá í miðjum klíðum kom upp á heiðan vesturhimininn eitthvert ferlíki sem enginn hafði fyrr augum litið og var kannski fyrirboði válegra tíðinda. Öllum féll verk úr hendi og hópurinn beið í ofvæni hvað úr þessu myndi verða, kannski heimsendir? Þessi ókennilegi fyrirburður stefndi beint til okkar, það mátti búast við hinu versta. Einn sjúklinganna, gætinn og tærilátur maður, vísindalega sinnaður hafði verið að fræða mig um hættulega geisla frá símastaurum sem voru skammt frá okkur, en nú lagði hann í skyndi frá sér hrífuna og forðaði sér ofan í hálfþornaðan skurð, eins og hermaður í skotgrafahernaði, en Abbi gamli, fyrsti sjúklingur hælisins lét sér nægja að beygja sig í bakinu þegar skrímslið flaug yfir svo hann yrði ekki fyrir hnjaski, en kvenfólkið með hvíta klúta um höfuðið til varnar sólbruna og ullarsokkana í hlykkjum niður um sig þyrptist saman eins og hræddir hænsfuglar sem skynja hættu af aðvífandi fálka í vígahug, en allt fór betur en á horfðist, hættan leið hjá á fáum andartökum án nokkurs óskunda og geislafræðingurinn kom upp úr skurðinum, dustaði þurra mold af skónum sínum og benti mér á vasaúrið sem hann hélt í hendi sinni: það hafði aðeins tekið flugdrekann fjóra og hálfa mínútu að fljúga yfir túnið, maðurinn var með sigurbros á vör, sýnilega stoltur af því að hafa gert svo vísindalega athugun þrátt fyrir yfirvofandi hættu, en þá var silfurgljáandi loftfarið að hverfa í landsuðri yfir Bláfjöllum.

Á þessum árum var andrúmsloftið á fjöldafundum og torgum Evrópu blandið stéttahatri eða þjóðrembu sem margir blésu glæðum að og fantar spiluðu á, svo að fólk hélt að frelsið væri bölvun nútímans sem yrði að vísa frá sér eins og freistingum þess í neðra.

Þetta var galdraöld risin upp úr gröf sinni í nýju veldi pólitískrar ofsatrúar, þar sem skilgreiningin gilti að sá sem ekki er með mér er á móti mér.

Stúdentspróf var mikill áfangi í mínum huga. Ég hafði þá um tíma látið mig dreyma um að komast á blaðamannaskóla, helst að innritast í Columbíu-háskólann í New York. Ég hafði hrifist mikið af bók Hemingways, Vopnin kvödd og vissi að hann var stríðsfréttaritari í borgarastyrjöldinni á Spáni. Fyrir utan frægð fyrir bækur sínar lýsti af honum hetjuljómi svo að hann var dáður meira af ungum mönnum á þeim árum en nokkur annar rithöfundur samtímans.

En þetta voru þá allt tómar hillingar, ég var með lélegt stúdentspróf og kom því ekki til greina sem styrkþegi, auk þess myndi vera erfitt að komast í gegnum útlendingaeftirlitið í Bandaríkjunum með ófullkomið heilbrigðisvottorð. Í þriðja lagi var einskis styrks að vænta frá foreldrum mínum, Sveinn bróðir minn hafði þá um árabil verið við doktorsnám í eðlisfræði við háskólann í Jena og hafði notið til þess stuðnings föður okkar, sem nú var óvígur. Samt var ég sannfærður um að mér myndu einhvern veginn opnast leiðir þar sem ég trúði á jákvæð öfl mér til handa.

Ég var þá orðinn nokkuð handgenginn enskunni af skáldsagnalestri, auk þess sem ég hafði þá um nokkur ár verið í bréfaskiptum við hálf-japanska stúlku, tveim árum yngri en ég. Móðir hennar var frá Boston í Bandaríkjunum en faðir hennar tannlæknir í Osakaborg, einni af stórborgum Japans, þar sem fjölskyldan bjó. Stúlkan hét Amilda Kyoko Tachibana, eina dóttirin af fjórum systkinum, með mikla þörf fyrir sálufélaga, þar sem móðir hennar var óhamingjusöm í hjónabandinu og þráði átthagana í Nýja-Englandi. Skrifaði Amilda mér á bleikan næstum gagnsæjan skrautpappír sem undinn var upp í rúllur og fylgdi bréfunum sterkur ilmur úr austurlensku hári hennar sem ég fékk lokk úr í lakkaðri rauðviðaröskju. Hún sendi mér ævintýrasögur sem höfðu birst eftir hana í skólablaði og málaði vatnslitamynd af sér í ballettstellingum við fjallavatn í Japan með rauða trébrú í fjarska og þéttklippt dvergtré og sólblóm í bakgrunni.

Hún trúði á holla vætti í fögrum lundum, kletta vafða limgróðri sem eins og héldu steininum í örmum sér og landvætti í drekalíki sem reist höfðu verið hof til heilla, alls staðar í umhverfinu væru vættir sem ekki mætti styggja, virðing hennar fyrir náttúrunni, fuglum og skógardýrum snerti hjá mér strengi sem ég heillaðist af.

Þá sendi hún mér ljósmyndir af sér og fjölskyldu sinni, en ég reyndi að tjá mig á móti á minni frumstæðu ensku, oft með tilvitnunum úr sonnettum Shakespeares. Við vorum ástfangin hvort af annars draummyndum af því við vorum umlukt einsemd og lifðum í óskaheimi sem var aðeins í lausum tengslum við veruleikann. Ég trúði henni fyrir áhuga mínum að komast í blaðamannaskóla einhvers staðar í Ameríku og gerast síðan blaðamaður og rithöfundur á heimsmáli. Þetta voru veruleikafirrtar óskir ungmenna, sem hvísluðu vonum sínum og þrám út í vindinn og töldu sér trú um að örlög þeirra myndu fléttast saman fyrir einhvers konar töfra. Þessi rómantísku bréfaskipti gáfu mér lífsfyllingu á ýmsan hátt, auk þess sem ég liðkaðist við að tjá mig á enskunni.

Dagarnir liðu í eftirvæntingu næsta bréfs sem aldrei olli vonbrigðum og hreif mig til upphæða, og þegar kvíði leitaði á japönsku draumadís mína vegna misklíðar foreldranna fannst mér ég standa við hlið hennar.

Í einu bréfinu lýsti hún fyrir mér kveðjustund á járnbrautarstöðinni í Osaka, þegar hún með foreldrum sínum kvaddi elsta bróðurinn, sem hafði verið kvaddur í herinn til að berjast í Mansjúríu gegn Kínverjum, en kveðjusöngur hermannanna var um að fá að fórna lífi sínu fyrir keisarann og föðurlandið og koma aftur heim sem aska í krukku.

Við héldum í drauma okkar þó að stríðsblikan yrði æ dimmari og ógnþrungnari.

Á þeim misserum innlimaði Hitler Austurríki í Þriðja ríkið og var hugur minn fullur af ruglingslegum slitrum úr þeim hrunadansi sem var orðinn örlagadómur Evrópu.

Bréf frá Amildu héldu áfram að berast, en erfiðleikar sem ég átti í vegna veikinda og dvalar á Vífilsstöðum ollu því að allar skýjaborgir hrundu og smám saman urðu bréfin strjálli, þegar ekkert svar barst frá mér, uns þau hættu með öllu að berast og sonettutímabilinu lauk við brostnar vonir.

ANNAR KAFLI

Á danskri grund

Ég var kominn til Kaupinhafnar.

Á gráum aprílmorgni lagðist skipið að Íslandsbryggju á Amager. Umferðin var komin á fleygiferð fyrir löngu þó að enn væri klukkan tæplega átta. Gulir sporvagnarnir hlykkjuðust eftir teinunum með brauki og bramli fullir af farþegum, og urmull af hjólreiðafólki leið áfram eftir reiðhjólastígum eins og þungur árstraumur. Við mér blasti hávaðasamt stórborgarlífið með eim af bensíni og gasi. Á hafnarbakkanum stóð Úlfar bróðir minn með reiðhjól, en hann starfaði þá við augndeild Ríkisspítalans í miðborginni.

Kom hann mér fyrir í sporvagni með ferðatösku mína en hjólaði sjálfur á eftir og gaf mér bendingar um hvar ég ætti að skipta á vögnum.

Hjá honum dvaldist ég í nokkra daga áður en ég fór til móðursystur minnar á Jótlandi. Fyrst varð ég þó að fara í skoðun út á Eyrarsundsspítalann, þar sem yfirlæknirinn skoðaði mig og gegnumlýsti, var hann dálítið þungbúinn á svipinn og sagði að það væri hæpið að ég næði heilsu án þess að gerður yrði á mér rifjaskurður, en ég var með öllu ófús til að leggjast inn á hæli á ný, enda hafði Helgi á Vífilsstöðum sagt mér að ég hefði meiri mótstöðu en virtist við fyrstu sýn af röntgenmyndum.

Nokkrum dögum síðar tók ég járnbrautina til Randers sem var lítið eitt stærri bær en Reykjavík.

Móðursystir mín, Thyra, var gift Bradhe menntaskólakennara og átti með honum fimm börn sem öll voru farin að heiman nema tíu ára sonur þeirra. Sennilega var kennarinn ekkert yfir sig hrifinn að fá þennan vonarpening inn á heimilið, en ég fékk herbergi úti í bæ svo ég hafði því lítið af honum að segja, en hann lá oftast á legubekk þegar ég kom þar í máltíðir og tottaði pípu sína. Hann var illa haldinn af kláða sem stafaði frá exemi sem gerði honum gramt í geði, þrátt fyrir eins konar tjöruáburð sem hann bar á sig og sterk lykt fylgdi. Einu ljósu stundir hans virtust vera þegar hann sigldi á bát sínum upp og niður Gudenaa með kaskeiti og brúskmikið yfirskegg, ég var hafður með fjölskyldunni og hundinum í þessar ferðir. Ég setti upp hvít sólgleraugu sem þá voru mikið í tísku, en karlinum fannst ég vera bjánalegur í framan með þau svo ég notaði þau ekki í návist hans. Móðursystir mín hafði alltaf úrvals nesti með í körfu og litli strákurinn og hundurinn skemmtu sér vel, fegnastur var ég samt í hvert sinn sem slíkri siglingu lauk.

Danska sumarið var þá að halda glæsta innreið sína með sólargeisla gegnum laufþekju beykiskóga og blómstrandi gróður við fuglasöng. Nýstárlegast var þó að sjá eplatrén þakin hvítum blómum og anda að sér höfugum ilmi frá drúpandi bleikum sírenum.

Ég stóð við opinn glugga á herbergi mínu og virti fyrir mér allaufgað kastaníutré með blóm eins og hvít kerti á greinunum, en allt í einu fann ég bragð í munninum sem vakti hjá mér augnabliks angist, blóðbragð, þó aðeins vottur. Hvað átti ég til bragðs að taka? Ég hugsaði til litla drengsins með hundinn og var feginn að ég var ekki á heimilinu hjá þeim.

Ég sat og velti aðstæðunum fyrir mér nokkra stund. Loks ákvað ég að sjá til og reyna að gleyma þessu í bili, það yrði þá nógur tími til þess seinna.

Ég dreif mig í bíó og sá kvikmynd byggða á skáldsögu eftir höfund sem ég þekkti, Erich Maria Remarque, en skáldsögur hans úr fyrri heimsstyrjöldinni Tíðindalaust á vesturvígstöðvunum og Vér héldum heim voru mér sérlega minnisstæðar. Myndin sem ég sá hét Félagar og gerist nokkru síðar en sögurnar fyrrnefndu: Stúlka liðlega tvítug eyðir áhyggjulausum dögum á baðströnd með æskuvinum sínum en við smá líkamsæfingu kemur blóð upp í munn hennar og barátta hefst fyrir lífi hennar.

Mér fannst næstum dularfullt að ég skyldi sjá einmitt þessa mynd eins og á stóð, en það vakti hjá mér nýja von og ég ákvað að láta engan vita um hagi mína til að koma ekki öllu í uppnám.

Svo heppilega vildi til að nokkrum dögum seinna hélt ég til dvalar til Armands móðurbróður míns í Árósum þar sem hann rak stóra hljóðfæraverslun og var auk þess einn af máttarstólpum bæjarins fyrir ýmiskonar hljómleikahald og músíklíf.

Þau hjónin áttu sumarbústað utan við borgina, og þaðan var stutt niður á hvíta baðströnd með furutré í hálf-uppblásnum torfum í sandskriðunum niður í fjöruna, þar sem fólk sólaði sig og fór í sjóinn þegar svo viðraði, ofar tók ljósgrænn beykiskógurinn við, og stórt hvítt gistihús frá seinustu öld blasti við sjónum. Gleymdi ég þar brátt áhyggjum mínum við kynni af ungu fólki. Frændi minn lánaði mér reiðhjól svo ég gat þeyst um skóginn og ímyndað mér að ég heyrði skógarguðinn Pan leika á hljóðpípu sína í fjarska.

Ég gekk með frænda upp á Himmelbjerget og horfði út yfir vötnin sindrandi í sólskini, sagði hann mér nöfn á ýmsum stöðum sem við sáum til og við tókum upp nesti okkar og svaladrykk, sagði hann mér að mesta ólán þeirra hjóna væri barnleysi og kenndi hann sér um það, en þeir þrír bræðurnir eignuðust ekki afkomendur, sem systurnar níu bættu ríflega upp með stórum barnahóp.

Á efri árum stundaði Armand fræðistörf og samdi tvær bækur um æskuár og ferðalög Mozarts, sem komu út hjá þekktu forlagi í Danmörku og fengu báðar góða dóma.

Annar móðurbróðir minn, Friðrik, var tannlæknir í bænum Gudhjem á Borgundarhólmi þangað sem ýmsir danskir landslagsmálarar hafa sótt fyrirmyndir sínar: gömul hús, sjávarhamrar, hafið, síldarkallar að greiða net sín, einfalt líf. Yfir þessum olíumyndum hvílir þokki og eilífðarblær.

Friðrik frændi minn var hlédrægur maður sem undi við sitt. Hann var fremur lágur vexti og ekkert sérstakt glæsimenni, en hafði sína hljóðlátu töfra sem konur löðuðust að. Tannlækningar höfðu aldrei átt við hann og voru nú orðnar honum til ama, en hann hafði þó opið vissan tíma á dag. Hann átti sameiginlegt áhugamál með tveimur vinkonum sínum: tónlistina. Þær komu þó aldrei samtímis í heimsókn. Önnur þeirra var dóttir skógarvarðar og gerði ég mér í hugarlund að hún byggi yfir einhverri dulúð sem hefði snortið frænda minn, en þegar hún kom á reiðhjóli með nótnahefti í körfu framan á stýrinu og svartan vaxdúk til hlífðar yfir afturhjólinu, svo að föt hennar óhreinkuðust ekki, tók ég strax eftir því hvað fótleggir hennar voru sívalir og kraftalegir og hún sjálf bústin með rjóðar kinnar. Og svo var áslátturinn glymjandi í píanóinu undan stuttum fingrum hennar þegar hún lét þá smella á nótnaborðinu að varla heyrðist kvakið í fiðlu frænda míns.

Dóttir skógarvarðarins var kát í bragði og sagði sögur úr bæjarlífinu sem frændi minn virtist hafa takmarkaðan áhuga á – eftir kaffið tók hún til í eldhúsinu, en ég fór upp til mín.

Hin vinkonan var landslagsmálari og listakonuleg í klæðaburði, útitekin með rauðdröfnóttan silkiklút um höfuðið og berleggjuð í sandölum, sá ég henni aðeins bregða fyrir og þar sem frændi minn kynnti mig ekki fyrir henni lét ég sem ég tæki ekki eftir henni, en heyrði þau ræða heilmikið niðri í stofunni.

Um tíma var Petra móðursystir mín í heimsókn hjá bróður sínum. Hún var átta árum eldri en móðir mín, hæglát og virðuleg kona, bein í baki, og hafði lifað viðburðaríka ævi sem hún var fyrir löngu hætt að tala um. Hún giftist ung dönskum verkfræðingi Olav Mohr, en þau bjuggu fyrst nokkur ár í Svíþjóð við góð efni, snemma í fyrra stríði starfaði hann á vegum verkfræðifyrirtækis hjá rússnesku keisarastjórninni með aðsetri í St. Pétursborg. Þá urðu siglingar áhættusamar um Eystrasalt vegna kafbátahernaðar Þjóðverja og neðansjávardufla.

Þau uggðu ekki að sér fyrr en bolsévikar gerðu sína Októberbyltingu 1917 og allir í þjónustu keisarans voru í bráðri lífshættu.

Það dróst fram í janúarlok að Mohr undirbyggi flóttann með konu sína og fjögur ung börn frá St. Petrograd á stórum sleða með fjórum hestum fyrir, norður um skóga Finnlands í fannfergi og grimmdarkulda. Langan tíma spurðist ekkert til þeirra heim til Danmerkur, hvorki um flóttann né afdrif þeirra á hættuslóðum þar sem borgarastyrjöld geisaði. Á miðilsfundi sem faðir minn var staddur á bárust kveðjur að handan frá Mohr. Móðir mín var niðurbrotin í margar vikur þegar loks kom skeyti frá Kaupmannahöfn að þau væru öll komin fram heil á húfi til smábæjar í Norður-Svíþjóð og væru að ná sér eftir mikla hrakninga og vosbúð. Eftir þetta vildi móðir mín ekki taka neitt mark á spíritisma sem faðir minn bar svo fyrir brjósti, og sagði eitt sinn við mig að allt þetta tal um samband við látna eftir dauðann, væri ekki annað en leifar af gamalli draugatrú Íslendinga. Faðir minn afsakaði hana með því að hún væri dönsk.

Þannig var tvíhyggju sáð í huga minn.

Olav Mohr og fjölskylda bjuggu eftir þetta mörg ár í Berlín, en í peningahruninu mikla í Þýskalandi varð fyrirtækið sem hann starfaði hjá gjaldþrota. Olav Mohr lést úr hjartaslagi á miðjum aldri, og Petra móðursystir mín kom heim til Kaupmannahafnar með börnin fjögur, óbuguð en eignalaus. Börnin komust þó vel af þegar frá leið og Petra var alltaf svo lánsöm að vera í kallfæri við þau.

Ég átti með þeim systkinum, Friðriki og Petru, margar hljóðar stundir.

ÞRIÐJI KAFLI

Sumarið 1939

Á um þriggja vikna fresti þurfti ég alltaf að láta blása lofti inn á vinstra lungað og varð því jafnan að komast á spítala til þess, en í Gudhjem var ekki um neina slíka þjónustu að ræða.

Ég hringdi því til Steingríms Matthíassonar læknis sem var starfandi í Rönne og spurði hann ráða, benti hann mér á spítala í Nexö sem ég gæti snúið mér til og bauð mér að gista eina nótt hjá sér á bakaleiðinni. Tók hann á móti mér á lítilli járnbrautarstöð í Rönne líkt og ég væri langt að kominn, og lék á als oddi. Þekkti hann föður minn þó að leiðir þeirra hefðu ekki legið mikið saman. Fórum við út að borða, drukkum bjór og snafs og síðan í sirkustjald þar sem galdrakall hafði í frammi alls kyns töfrabrögð, hélt allt í einu á vasaúri Steingríms í hendi sér og lýsti eftir eiganda þess í tjaldinu, Steingrímur gáði í vestisvasann en það var þá horfið og gaf hann sig fram við mikinn fögnuð áhorfenda, en við vorum báðir jafn hvumsa.

Steingrímur leigði læknastofu og íbúð hjá ekkju sem gekk með hvíta heklaða húfu á höfðinu að gamalli hollenskri siðvenju. Svefnherbergi hennar var uppi á lofti. Sagði Steingrímur við mig þegar við komum heim frá skemmtun trúðsins ögn hreifir, að hann hefði ekki lyst á því að sofa uppi hjá kerlingunni og hló ég við þegar hann gretti sig, en ég hætti að hlæja þegar hann sagði við mig eins og sjálfsagðan hlut: þú átt að sofa þar í nótt.

Þá runnu á mig tvær grímur og reyndi ég að fara undan í flæmingi, en Steingrímur sagði að um annað svefnpláss væri ekki að ræða.

Leist mér hreint ekki á blikuna þegar hann fór með mig upp í herbergið þar sem beið mín uppreitt hjónarúm með undirsæng og yfirsæng og blúndugardínur fyrir smágluggum. Steingrímur sagði við mig um kvöldið að hann væri mjög árrisull að venju, en hann ætlaði að bregða út af vananum í þetta sinn og skyldi ég fá að sofa út. Vonaði ég að ekkjan myndi þá vera komin á fætur löngu á undan mér, en ég var orðinn svo syfjaður eftir bjórinn og snafsinn að ég steinsofnaði um leið og ég lagðist á koddann en hryllti við að verða var við hana í rúminu, en hún var ekki komin í háttinn þegar ég kom upp.

Ég vaknaði með felmtri eldsnemma um morguninn, og hélt það væri kellingin, en það var þá Steingrímur sem stóð yfir mér.

– Ætlarðu að dægra, klukkan er orðin yfir átta.

Ég leit til hliðar.

– Hún kom ekki.

– Hún? Nú heyrðirðu ekki hroturnar í henni?

Hlógum við þá báðir að misskilningi mínum, en Steingrímur sagðist heldur vilja sofa á legubekk niðri hjá sér en að finna nálægð hennar gegnum þilið uppi.

Eftir morgunverðinn fórum við hjólandi út úr bænum meðfram sjónum, þar sem voru sléttar granítklappir. Steingrímur hafði með sér stuttar bómullarbuxur sem ég gat notað fyrir sundskýlu, fengum við okkur smásprett í sjónum en síðan sólbað á heitum klöppunum og vorum mjög hressir, Steingrímur gerði líkamsæfingar, en ég horfði á síldarbátana fyrir utan. Kirkjugarður var þar rétt hjá með tígulegum kyprustrjám. Steingrímur nefndi mér nöfn allra blóma á latínu sem á leið okkar urðu, fór með tilvitnanir úr fornsögum og lét hugann reika um veröld víða, líkt og Óðinn forðum í Hliðskjálf.

Þetta voru eftirminnilegar stundir, en sá grunur læddist að mér að jafnmikill Íslendingur og Steingrímur, myndi ekki alltaf vera jafn reifur fjarri fósturjarðar ströndum og hafa engan til að rifja upp við forn minni á tungu Snorra.

Nú stóð jarðarberjauppskeran sem hæst og naut frændi minn góðs af því, sem og af annarri garðuppskeru sem honum barst frá nágrönnum sínum fyrir tannviðgerðir.

Peningar voru lítið í umferð í þeim viðskiptum, og ekki stóð á eggjum og reyktri síld sem var aðalfæða okkar ásamt grænmeti og brauði. Grænar baunir, hreðkur, steinselju, gulrætur og salat ræktaði hann sjálfur.

Einn daginn tjáði frændi mér að hann myndi næstu daga hýsa nokkra flóttamenn frá Þýskalandi.

Þeir komu hljóðlega í skjóli nætur eins og hungraðir úlfar, fyrri hópurinn voru fjórir karlmenn og gerðu þeir sig strax heimakomna, tæmdu búrið að matvælum, drukku upp allan bjórinn sem til var í húsinu, fylltu stofurnar af tóbaksreyk og stráðu öskusalla um öll gólf. Frændi gerði engar athugasemdir við háttalag þeirra, virtist ekki gera ráð fyrir að það gæti verið öðruvísi, en hann ræddi lítið við þá þó hann væri vel mælandi á þýsku og lét þá afskiptalausa. Annar hópur fylgdi nokkrum dögum síðar.

Á sunnudögum var Dannebrog, þjóðfánanum, flaggað á litlum gulum múrsteinshúsum meðfram ströndinni í Gudhjem og litasamræmið við umhverfið var ljúft, blár sjórinn, hvít segl bátanna og grænn skógurinn í forgrunni.

Kringum Gudhjem eru miklir granítklettar sem stirndi á í sólskininu og friðsælar víkur meðfram klettóttri ströndinni og göngustígar með snotrum göngubrúm yfir gilin. Einn daginn hélt siglingaklúbburinn ball niður á skipalæginu og þar kynntist ég ungu og glaðværu fólki sem ég fór í bátsferð með. Þar varð mér starsýnt á ljóshærða stúlku með svarta flauelsslaufu um hárið í hnakkanum.

Þetta voru sólríkir dagar og áhyggjulausir.

FJÓRÐI KAFLI

Upphaf stríðsins

Mánuður hafði liðið.

Móðir mín skrifaði mér að hún hefði hitt í boði einn af aðalritstjórum Berlingske Tidende, og hann hefði tekið vinsamlega í að ég hitti sig að máli á skrifstofu blaðsins í Kaupmannahöfn. Mamma vissi að ég hafði lengi átt þann draum að gerast blaðamaður erlendis en nú hafði rás atburðanna í lífi mínu valdið því, að slíkt var orðið enn fjarlægara veruleikanum en áður. Þó lét ég verða úr því að heilsa upp á ritstjórann, þegar ég kom aftur til Hafnar frá Borgundarhólmi.

Ritstjórinn, Carl Nielsen, bauð mér vinsamlega sæti og ég rakti fyrir honum hvað mér væri á höndum. Hann hlustaði þolinmóður á mig, kinkaði kolli svo að sjálfstraust mitt jókst, spurði mig nánar út í nokkur atriði og sat síðan hugsi nokkur andartök, ræddi svo almennt um heimskreppuna, en í Danmörku væri atvinnuleysi í flestum greinum eins og víðast hvar annars staðar í heiminum og engar sérstakar horfur á bata, heldur þvert á móti að allt myndi lamast ef til styrjaldar kæmi svo svart sem útlitið væri núna, sérstaklega þar sem Ribbentrop, utanríkisráðherra Hitlers, var sagður vera í Moskvu á leynifundi.

Samt bauðst ritstjórinn til að kanna fyrir mig hvort ég gæti átt kost á því að komast að sem lærlingur við eitthvert provinsblaðið. Hinsvegar ef vel tækist til væri aldrei að vita nema að mér kynnu að bjóðast freistandi tækifæri.

Kvaddi ég síðan ritstjórann og þakkaði honum fyrir að eyða á mig dýrmætum tíma sínum. Hann sagði að ég mætti hafa samband við sig þegar ég væri búinn að hugleiða þetta nánar. Ég fór frá honum dálítið hugsi, ekki sérlega upprifinn af því að eiga ekki kost á blaðamennsku í Danmörku nema við eitthvert smáblað í dreifbýli, sem enginn kannaðist við.

Eftir þetta fór ég til frændfólks í smábænum Skagen á Jótlandi þar sem straumar Kattegats og Skageraks mynda mikla röst, baðströndin er með hvítum sandi þar sem gestir gátu bakað sig í sólstólum og fengið sér smádýfu í köldum sjónum. Þar munaði þó minnstu að illa færi fyrir mér í eitt skipti. Ég var að svamla skammt undan ströndinni, þegar kútter bar þar að með kaðal útbyrðis, greip ég í kaðalinn til að fá mér smábunu, en sleppti ekki tóginu nógu fljótt og var kominn langt frá landi og næstum í þrot á bakaleiðinni, en gat náð taki á stólpa sem stóð upp úr sjónum langt úti og hangið þar dálitla stund, en varð að skríða eins og krabbi upp sandinn þegar ég náði loks landi skjálfandi af hræðslu og kulda en varð ekki meint af volkinu. Enginn á ströndinni hafði veitt þessu eftirtekt.

Á gömlu hóteli í grenndinni við hús frændfólks míns hitti ég fólk af mörgu þjóðerni, þar á meðal var íslensk kona sem hafði verið gift dönskum kaupsýslumanni, en þó líkust því að hún kæmi beint frá Sómalíu, svo sólbrún var hún eftir baðstrandarlífið, sem nú var tekið að fjara út, með þykkar negravarir og uppsett koparbrúnt hár, með gullhringi um arma og fótleggi, fingurgull með eðalsteinum og eyrnadjásn og ekki vitund hrædd um að verða rænd. Hún kynnti mig fyrir nokkrum hótelgestum, þar á meðal Pólverjum sem dvöldu á sama hóteli. Einn þeirra var háttsettur í pólska riddaraliðinu og bjóst við hraðboði um að koma heim sem skjótast. Gestirnir á hótelinu töluðu mikið um ferð Ribbentrops til Moskvu, og fannst heimsóknin í Kreml ekki góðs viti.

Þá hafði staðið í blöðunum seinustu dagana að ýfingar hefðu orðið á landamærum Póllands og Þýskalands, en flestum þótti óhugsandi að nábúakrytur út af nokkrum kálgörðum gæti leitt til heimsstyrjaldar. Sumir hlógu að slíkri fásinnu en þögnuðu fljótt þegar hinir tóku ekki undir hláturinn.

Haustið var óðum að nálgast, sjórinn var orðinn of kaldur og sólstólarnir auðir á sandströndinni. Glysgjarna konan hafði gaman af að heyra mig nota orð á íslensku sem hún hafði ekki lengi heyrt og greip í mig af gleði, þegar ég sagði við hana á kvöldgöngu: Himinfestingin er alstirnd eða eitthvað á þá leið.

Síðan kvaddi ég Skagen, þann heillandi smábæ, sem hópur danskra málara er kenndur við. Þar er legstaður Jónasar Guðlaugssonar skálds sem þessi hending er eftir:

> Ég er eins og kirkja á öræfatind,
> svo auð sem við hinsta dauða.

Kvöld eitt í byrjun september eftir að ég var kominn aftur til Kaupinhafnar vorum við nokkrir félagar á gangi saman út á Löngulínu til að líta á hafmeyjuna prúðu í daufum hafnarljósum, þar sem hún situr döpur á steini og virðir fyrir sér sporð sinn. Bárust þá allt í einu köll og hróp utan úr myrkrinu, það voru blaðsölustrákar með fregnmiða um að þýskar skriðdrekasveitir hefðu ruðst yfir landamærin til Póllands með báli og brandi og styrjöld væri skollin á.

Þar með höfðu heimsviðburðir leyst vandann um hugsanlegt blaðamennskunám í Danmörku.

Hálfum mánuði síðar kvaddi ég kóngsins borg á þiljum Brúarfoss, en siglingaleiðin var valin innan skerja norður fyrir Bergen vegna kafbátahættu, mjög fögur leið, og síðan tekin stefna þvert yfir Íslandsála til einbúans í Atlantshafi sem seinna var herfræðilega metinn á við sex flugvélamóðurskip.

Var mikill fjöldi farþega um borð og gleðskapur öll kvöldin, allt eins og ein samfelld veisla. Vestmannaeyjar risu úr hafi með jökla í baksýn einn heiðbjartan og svalan morgun, með súg í lofti og hrollkaldan vind ofan þilja, en eyjarnar nýrisnar úr úfnu hafi blöstu við naktar og skjóllausar með grænan möttul yfir sér eins og tröllkona nýrisin úr baði, en stoðir hennar svartir hamrar:

Römm hlaut sú taug að vera sem dregið hafði rekka í þessi fjarlægu útsker langt út í hafsauga frá öðrum löndum og frjósömum ökrum.

Eftir heimkomuna hóf ég nám í norrænum fræðum eftir tveggja ára fjarvist frá háskólanámi. Ég var að flestu leyti illa undir slíkt nám búinn, hvergi nærri nógu lesinn í íslenskum bókmenntum, hafði of lengi orðið að hlífa mér og látið hugann reika að vild líkt og í leiðslu.

Agaleysi er ekki góður fylginautur til alvarlegs náms.

Nokkru síðar frétti ég að Rögnvaldur Pétursson, ritstjóri Heimskringlu í Winnipeg, byggi á Stúdentagarðinum gamla og væri senn á förum heim. Dreif ég mig þegar á fund hans og tók hann mér ljúfmannlega. Hann var maður kominn hátt á sjötugsaldur, rúmlega meðalmaður á hæð með brúskmikið yfirskegg og dálítið framsettur. Sagði ég honum fljótlega að ég hefði mikinn áhuga á að komast í læri við eitthvert blað í Vesturheimi, jafnvel Heimskringlu ef þess væri nokkur kostur, og lét sem ekkert væri mér að vanbúnaði, sagði hann mér af miklu atvinnuleysi þar vestra eins og víðast hvar annars staðar í heiminum og margir um hvert starf sem til félli, sjálfur sagðist hann annast vikublaðið Heimskringlu á eigin spýtur, aðeins með aðstoðarstúlku, en þegar hann kæmi vestur skyldi hann kanna málið nánar, kvaddi ég hann þá, en engar spurnir hafði ég frekar af honum, enda átti hann þá skammt eftir ólifað.

Einn daginn þegar ég kom heim, en þá vorum við enn ekki flutt frá Kleppi, var Sigurður Nordal í heimsókn hjá föður mínum, en Sigurður var mikill göngugarpur og lagði t.d. oft leið sína um Heiðmörk sem hann hafði gefið nafn.

Mér þóttu þetta góð tíðindi og var svolítið hikandi við að heilsa upp á læriföður minn, en hann var raunar aðalástæðan fyrir því að ég hafði innritast í deildina, því að fyrirlestrar hans um íslenskar bókmenntir voru mjög rómaðir. Settist ég inn hjá þeim og hlýddi á tal þeirra góða stund.

Þegar Sigurður sýndi á sér fararsnið stakk hann upp á því að ég fylgdi sér eitthvað áleiðis, en þá var orðið nokkuð dagsett.

Á leiðinni sagði ég honum af samræðum mínum við Rögnvald Pétursson og hugmyndum mínum sem stöðugt væru að verða æ fjarlægari veruleikanum og líklegast tómir órar, í rauninni vissi ég ekki hvort ég hefði nægilega undirstöðu til að snúa mér að norrænunámi, en Nordal kvað áhuga minn á bókmenntum vera mér mikils virði sem gæti opnað mér ýmsa möguleika, benti hann mér á að þó að draumur minn um blaðamennsku í Ameríku gæti ekki ræst eins og á stæði, þá gæti verið um aðrar leiðir að ræða, nú væri til dæmis á döfinni að háskólinn í Manitoba tæki upp kennslu í íslensku og íslenskum bókmenntum og myndi þá brátt vanta mann í þann stól, hvatti hann mig til að stefna að slíku marki, en þaðan gætu mér óvænt opnast leiðir í aðrar áttir. Í eyrum mér hljómaði þetta sem lausnarorð sem í einu vetfangi brutu af mér alla hlekki vanmetakenndar, að slíkur maður sem Sigurður Nordal skyldi örva mig til sóknar.

Við vorum komnir upp á hæð þar sem fjarlæg ljósadýrð Reykjavíkur blikaði í skammdegisrökkrinu og ég fann að á þessari stundu hefðu orðið hamingjuskipti í lífi mínu, sem myndu æ síðan lýsa mér veginn fram á við.

Þaðan í frá tvíefldist áhugi minn á náminu, hver dagur í háskólanum var mér tilhlökkun.

Faðir minn sat í stól sínum og fylgdist með fréttaútsendingum frá breska útvarpinu, en stríðið virtist heldur tíðindalítið framan af. Á heimili okkar á Kleppi kom þá stundum í heimsókn sendifulltrúi frönsku stjórnarinnar, Monsieur Henri Voillery sem var spíritisti og hafði gaman af að ræða við föður minn um dulræn efni. Þegar móðir mín spurði hann hvað hann héldi um gang stríðsins, stóð hann upp gekk fram og aftur um gólf með hendur í vösum tók þær síðan upp og breiddi út flata lófana: Við vinnum það á þennan hátt.

Á þeim tíma voru oft sungnir breskir stríðssöngvar í útvarpinu frá London, einn af þeim hljóðaði eitthvað á þá leið að þeir ætluðu bráðum að hengja þvott sinn á Sigfrídlínuna, víglínu Þjóðverja gegn Frökkum.

En ekki var langt liðið fram á haustið þegar Rússar fóru að gera samskonar kröfur til Finna og Þjóðverjar til Pólverja, kröfðust af þeim landsvæðis til að tryggja betur varnir sínar gegn Þjóðverjum. Var því afdráttarlaust hafnað af finnsku stjórninni, en Rússar þóttust þá tilneyddir að senda úrvals hersveitir til að koma sínu fram.

Þegar fréttist um innrás Rauða hersins rétt fyrir fyrsta desember hættu stúdentar við að halda upp á fullveldisdaginn til að lýsa samúð sinni með finnsku þjóðinni og efndu í staðinn til hópgöngu að húsi finnska konsúlsins til að hylla hann.

Það var jáfnfallinn snjór yfir öllu: Á þökum húsanna, á veggjum garðanna, á berum trjánum, en svartur slóði stúdenta sem gengu í halarófu gegnum Hljómskálagarðinn skar sig úr í hvítu landslaginu í norðan kuli. Konsúllinn kom berhöfðaður út á svalirnar og veifaði til okkar, formaður stúdentaráðs flutti stutt ávarp af eldmóði og menn tóku ofan húfur sínar og frollur og þögðu í tvær mínútur. Síðan hélt hver til síns heima.

FIMMTI KAFLI

Sumarið heita 1940

Innrás Rauða hersins í Finnland mæltist illa fyrir hjá miklum meirihluta íslensku þjóðarinnar, þó var harðvítugur minnihluti sem leit á innrás Rússa sem neyðarúrræði til að tryggja landamæri Sovétríkjanna og þó sérstaklega Leníngrad fyrir hugsanlegri árás heimsveldanna.

En þó að Sovétvinir væru í miklum minnihluta fundu þeir fljótt upp naprar háðsglósur sem hæfðu oft í mark og áttu að gera viðbrögð Finna að hálfgerðum skrípaleik, héldu þeir fram að Finnar beittu göldrum eins og getið er í fornsögum og varð eitt slagorðið Finnagaldur mjög haft í flimtingum, en ýmsir menntamenn tóku gilda þá söguskýringu Marxista að stríðið væri í eðli sínu heilagt varnarstríð öreiga allra landa gegn auðvaldinu í grimmdarhug, sem vildi láta heiminn farast með sér í ragnarökum, því að illskárra væri að vera dauður en rauður.

Í einum fagnaði þar sem efnt var til þorrablóts stóð upp einn af forvígismönnum blótsins og skoraði á veislugesti að sýna sinn kristilega náungakærleika með því að efna til samskota handa Finnum. Fékk mál hans góðan róm, en því var andmælt af einhverjum svokölluðum Rússadindli sem sagðist að vísu ekkert vera á móti samskotum, en miklu nær væri að verja því samskotafé sem til félli til kaupa á lúsakömbum handa íslenskum börnum í sveit því að alla sína æsku hefði hann verið grálúsugur.

Var manninum umsvifalaust varpað á dyr.

Um það leyti gekk sú slúðursaga að Þórbergur hefði heitið því að hengja sig ef Rússar réðust á Pólverja. Hann mótmælti því opinberlega og sagði að ekki yrði betur séð, en að allur almenningur bæri meira traust til loforða hans en loforða annarra samlanda, sem nú á tímum gera sér loforðasvik að lífsuppeldi. Hann sagðist aldrei hafa lofað að hengja sig ef Rússar réðust með herafla á

Pólland. Hinsvegar hefði hann sagt að ef Rússar færu í stríð með nazistum, þá myndi hann hengja sig.

Stríðið var þá enn sjónarspil á fjarlægum vettvangi sem hægt var að tala um af gáleysi, en nú færðist það óðum nær. Danmörk gafst upp fyrir hótunum Hitlers. Noregskonungur flúði fáliðaður og vanbúinn til fjalla og komst við illan leik undan til Bretlands, en þýskar vélahersveitir geystust mánuði síðar viðstöðulaust yfir flatlendi Hollands og Belgíu, þýskar fallhlífahersveitir sigu til jarðar að torsóttum leiðum svo að dró fyrir sólu, sumir fallhlífamannanna voru þó aðeins gervihermenn til að lama viðnám mótherjans, þannig voru rammgerð víghreiður í bröttum klettahlíðum Ardennafjalla yfirbuguð bardagalaust, síðan gafst allt Frakkland upp.

Í heimspressunni birtist mynd af Hitler þar sem hann hoppar af gleði við Sigurbogann.

Þessa hraðfleygu daga fluttum við alfarin frá Kleppi, þá var löngu orðið ljóst að faðir minn gæti ekki gengið framar. Einn af sjúklingum föður míns, Sigtryggur Jónsson, flutti með okkur í Suðurgötuna til að aðstoða föður minn sem hann bar daglega milli svefnherbergis og stofu.

Eftir að Bretar hernámu Ísland hófust þeir handa um að byggja hermannabragga fyrir liðsmenn sína, bygging flugvallar í Skerjafirði hófst þá fljótlega og í margskonar önnur störf réðust Íslendingar, og var þá um leið landlægt atvinnuleysi úr sögunni.

Þá voru horfurnar orðnar ískyggilegar fyrir Breta, þeir einir á báti gegn ofurveldi gráu fyrir járnum, en þó létu þeir engan bilbug á sér finna.

British Council hafði um það leyti auglýst hér heima að tíu háskólastúdentum væri boðið á sumarnámskeið fyrir útlendinga í Oxford. Hafði ég strax hug á því að sækja um þátttöku, en í Háskólanum hafði á fundi verið samþykkt að enginn stúdent skyldi þekkjast það boð, kom Helgi J. Halldórsson, deildarbróðir minn, gagngert til mín til að fá mig til að virða þá samþykkt.

Ég sagði við Helga að ég sæi engan eðlismun á því að þekkjast boðið um námskeið í Englandi og á því að vera í Bretavinnu eins og margir stúdentar voru þá sem óðast að ráða sig í, ræddum við um þetta nokkra stund en ég sat við minn keip. Var ég því eini háskólastúdentinn sem þekktist boðið en þrír utan háskólans.

Einn af þeim var Lárus Ingólfsson, leiktjaldamálari, sem ég þekkti fyrir, var hann nokkuð eldri en við hinir.

Fórum við með skipinu Hengist sem Eimskipafélagið hafði á leigu.

Þetta voru sólríkir dagar og logn á hafinu alla leiðina. Hefðum við því getað orðið auðvelt skotmark fyrir þýska kafbáta og hafði ég orð á því við breskan viðskiptafulltrúa, Harris að nafni, sem var eini farþeginn fyrir utan okkur á skipinu en Harris taldi það litla áhættu þar sem breski flotinn drottnaði á höfunum.

Þegar við komum til Hull og sáum dagblöðin voru þau full af myndum af flótta þrjú hundruð og fimmtíu þúsund breskra hermanna sem þýski herinn hafði umkringt á hvítri sandströnd og melgrashólum skammt frá Dunkerque, þar sem á friðartímum voru eftirsóttar baðstrendur. Skipulagt undanhald og björgun þessa mikla hers yfir Ermarsund þótti ganga kraftaverki næst, allt sem flotið gat var notað til að ferja hermennina, þó að álit margra hafi seinna verið að Hitler hafi ekki viljað þjarma svo að Bretum að þeir væru of auðmýktir til að fallast á þolanlega friðarsamninga, þar sem öllum mátti ljóst vera að þeir höfðu tapað stríðinu. Sannaðist þá enn það sem Napóleon hafði sagt um þessa fornu fjandvini að ómögulegt væri að heyja við þá stríð því þeir vissu aldrei hvenær þeir hefðu tapað og héldu því endalaust áfram að berjast.

Þegar við stigum á land vorum við umkringdir af hermönnum, því við höfðum ófullnægjandi skilríki fyrir dvöl í Englandi á stríðstímum. Fóru hermenn með okkur á ferju yfir Humberfljótið til Grimsby og þar máttum við dúsa nokkrar klukkustundir í hersveitarskála meðan símalínurnar til London voru glóandi. Það upplýstist þó um síðir að við vorum ekki þýskir njósnarar eða skemmdarvargar heldur boðsgestir hinnar bresku menningarstofnunar The British Council.

Síðan gekk allt eins og í sögu, við brunuðum með járnbrautinni suður til Lundúna og námum ekki staðar fyrr en á brautarstöðinni Kings Cross þar sem biðu okkar tveir heiðursmenn. sem óku með okkur á lítið og viðkunnanlegt hótel í Bloomsburyhverfinu.

Um kvöldið fórum við með þessum ágætu mönnum að borða á ítölskum matstað í Soho og síðan litum við inn á skemmtistað, því að daginn eftir áttum að fara til Oxford þar sem námskeiðið í ensku fyrir útlenda stúdenta hafði hafist viku áður.

Okkur var komið fyrir í Sommerville College þar sem við fengum hver sitt herbergið. Það var eitt af örfáum collegium fyrir stúdínur á þeim árum. Byggingarnar voru frá ofanverðri nítjándu öld og höfðu ekki sama þokka og eldri stofnanir Oxford-háskóla, miðaldabyggingar byggðar í ferhyrning utan um súlnagöng og grasfleti, þar sem munkar þuldu bænir sínar með talnaband um hálsinn í kaþólskri tíð.

Á námskeiðinu í Sommerville College var fólk víðsvegar að úr heiminum en mest áberandi var hópur pólskra liðsforingja sem voru flóttamenn úr herkví milli Þjóðverja og Rússa.

Fyrsta kvöldið var okkur skipað til sætis við háborðið með skikkjuklæddum prófessorum og háskólakennurum af lægri gráðum og ræddu þeir við okkur meðan á þriggja rétta máltíð stóð. Aðrir nemendur sátu við langborð úti í salnum, en allur borðsalurinn var skreyttur miklum útskurði í mahóní og stórir gluggarnir með lituðum rúðum og útskurði í rauðavið.

Eftir samræður við kennarana vorum við flokkaðir í deildir eftir getu í ensku, en Lárus sem var fremur slakur í málinu stóð sig tiltölulega best þar sem hann naut eftirhermuhæfileika sinna við framburðinn og hafði fullkomlega á valdi sínu upphrópanir sem mörgum góðum enskumönnum eru ekki tamar.

Lárusi varð gott til vina í þessum alþjóðlega hópi, þrátt fyrir málörðugleikana og naut ég þess. Við spjölluðum oft við konu frá Finnlandi og stúlku frá Eistlandi sem var áhyggjufull vegna fréttaleysis af fjölskyldu sinni, og gerðist Lárus sem var kaþólskrar trúar sálusorgari hennar.

Margir voru einnig frá Möltu sem var mikilvæg flotastöð Breta svo og fólk frá Suðaustur-Asíu, Grikklandi og víðar að og var enskukunnátta sumra mjög ófullburða.

Kennsla var á morgnana frá klukkan 9 til 12.

Nokkru eftir hádegisverð var farið í skoðunarferðir um háskólabyggingarnar sem voru innblásnar af háleitri tign og ró og þeirri mannlegu reisn og virðingu fyrir andlegum verðmætum sem öll menning byggist á.

Þar sem Hástræti og Breiðstræti hafa krossskorist frá ómuna tíð rís Carfax, forn varðturn með þykkum veggjum sem hefur molnað dálítið úr í aldanna rás. Hann rekur sennilega uppruna sinn til daga Rómaveldis, löngu fyrir þá tíma þegar engilsaxneskir nýbúar flykktust til landnáms og hröktu frumbyggjana til fjalla, eyja og útskaga.

Kannski hafa löngu síðar riðið hér um íslenskir námsmenn á leið suður í skóla, svo sem þeir Sæmundur fróði og Þorlákur helgi og ýmsir fleiri öllum gleymdir.

Christ Church stendur þar skammt frá, glæsileg miðaldabygging með súlnagöngum, sérstaklega er dómkirkjan tignarleg með fagurlega tilhöggnum steinkistum og kapellur dýrlinga í bogahvelfingum undir háum oddlaga gluggum með steindu gleri: blóð og gult hold frelsarans og opið síðusár, og mikill útskurður allt í kring.

Klukka mikil og forn er yfir hvelfdu koparþaki portdyra kirkju Krists, henni var hringt forðum um náttmál til að minna stúdenta á að dagur væri af lofti og portdyrum yrði senn læst, þeir sem ekki væru komnir inn fyrir tilsettan tíma fengju nótu og yrðu settir á svartan lista.

Fortíðin kallar úr öllum áttum. Innan háskólabygginganna eru rósagarðar og alls konar runnar og skrautjurtir, tvær af uppsprettuám Tempsár liðast hægt um ýmsa þessa garða og mynda sumstaðar tjarnir þar sem svanir eiga sér hreiður, laufþak ellimóðra eikitrjáa og grátviðs slúta yfir bakkana, en það þarf dálítið lag við að stjaka sér á flatbytnu til að falla ekki með stjakann í skolugt vatnið.

Eina dagsferð fór kennarinn, virðuleg kona, með okkur á fljótabáti niður Tempsá með hljómsveit innan borðs sem lék fyrir farþegana Vatnasvítu Händels, við komum við á gamalli krá eftir stundar siglingu og fengum okkur snarl með eplavíni. Ekkert virtist fjær í þessu friðsamlega umhverfi en eyðing og stórstyrjöld. Og þó. Fyrir utan gluggann hjá mér sem vissi út á græna krikkettvelli með tré í baksýn hafði í skyndi verið gerður flugvöllur fyrir gular orustuflugvélar sem flugu til móts við þýska flugflotann yfir Ermarsundi sem var að undirbúa innrásina í Bretland, það voru Spitfire flugvélar sem áttu mestan þátt í hinni frækilegu vörn ungra flugliða sem hefur verið kölluð: The Battle of Britain. Um þá ungu menn sem þar fórnuðu lífinu til varnar fósturjörðinni sagði Churchill síðar í breska þinginu, að aldrei hefðu jafnmargir átt jafnfáum jafnmikið að þakka.

Þetta voru léttar orrustuflugvélar sem flugu með litlum gný, svo að þær röskuðu ekki svefni okkar. Eins voru víða í námunda við sjúkrahús menn í bláum spítalabúningum sem stauluðust um á ýmiskonar stoðum og hvítum umbúðum og voru líklega særðir hermenn úr flóttaliðinu yfir sundið.

Þessir dagar voru sólríkir, grassvörðurinn orðinn gulur af linnulausum þurrki.

Einn daginn kom ungur maður í Somerville College og spurði eftir íslensku stúdentunum sem hann hafði frétt af.

Það var H.G. Vevers jafnaldri minn. Hafði hann stjórnað breskum vísindaleiðangri til Íslands sumarið '39 til að telja súlur í Eldey. Hann var fuglafræðingur að sérgrein og hreinasti snillingur að herma eftir kvaki fugla. Ég hafði gaman af því þegar hann lét spóann vella með sefjandi forspili. Við urðum strax hinir mestu mátar og gisti ég oft hjá honum við dvalir mínar í Englandi síðar meir.

Þegar Vevers var yfirmaður dýragarðsins í London dvaldi ég í nokkra daga í embættisbústaðnum í garðinum og vaknaði á morgnana við ljónsöskur og skræki í öpum sem léku sér á afgirtum hólum skammt frá embættisbústaðnum.

Haft var eftir Hitler að hann myndi halda innreið sína í Lundúni 15. ágúst. Áskoranir voru lesnar upp í útvarp að allir landsmenn skyldu búast þeim vopnum sem fyrir hendi væru: refabyssum, rifflum, haglabyssum, skammbyssum og jafnvel sverðum og hnífum til að verja heimili sín, konu og börn fyrir villimennsku Húnanna. Við fengum gasgrímur og lítil vasaljós með strengilegum fyrirmælum um hvernig við ættum að haga okkur eftir að öll ljós hefðu verið byrgð og myrkvun komin á, sérstaklega var varað við því að beina ljósunum upp á við og gæti líf manns legið við. Heimavarnarlið voru stofnuð um allt land og konur jafnt sem karlmenn kvödd til ýmiskonar hernaðarstarfa og þjálfunar.

Tilkynning var lesin upp í útvarp þess efnis að ef til innrásar skyldi koma yrði öllum kirkjuklukkum hringt og skyldu þá allir landsbúar bregðast við eins og fyrir þá hafði verið lagt.

Ég fór eina kirkjuferð sem mér er sérlega minnisstæð frá þessum vikum til að hlusta á Bach og aðra orgelmúsík sem hljómar svo vel við háar hvelfingar og helgimyndir. Allt í einu kippist ég við, ég heyrði ekki betur en að verið væri að leika: Deutschland, Deutschland über alles... Mér flaug í hug að þetta þýddi uppgjöf Breta, en þegar ég sá að ekkert virtist raska guðhræddri ró kirkjugesta skildist mér að það gæti ómögulega verið, enda kom síðar í ljós að hér var um austurrískan sálm að ræða sem Haydn hafði samið til dýrðar keisara sínum á átjándu öld, en Þjóðverjar ófu síðar inn í þjóðsöng sinn með nokkrum breytingum.

Námskeiðinu lauk með balli síðasta kvöldið og var okkur þar sérstaklega þakkað fyrir erfiða og langa ferð, Ísland hefði lengi verið eins og skjöldur fyrir Bretland gegn köldum heimskautavindum og ísreki og enn myndi það duga vel í baráttunni fyrir frelsi og lýðræði gegn undirokun og þrældómi.

Lofthernaðurinn yfir Ermarsundi var þá kominn í algleyming og stöðugt bárust nýjar tölur um þýskar flugvélar sem skotnar höfðu verið niður, allir vissu að þetta gat verið fyrirboði innrásarinnar í England sem ekki hafði tekist á liðnum öldum, allt frá því að Vilhjálmur bastarður sigraði Harald Guðinason Englandskonung við Hastings árið 1066 svo sem Snorri segir frá og nefnir Helsingjaport, en upp frá því urðu frakknesk áhrif svo ríkjandi í landinu að ensk tunga varð mjög frönskuskotin og norræn áhrif víkjandi á flestum sviðum á Englandi.

SJÖTTI KAFLI

Orustan um Bretland

Morguninn eftir kveðjuballið fórum við til Lundúna með járnbrautinni. Þá var runninn upp fimmtándi ágúst. Okkur var komið fyrir á litlu hóteli í nánd við járnbrautarstöðvarnar Euston og Kings Cross, en við vorum ófróðir um að eitt helsta skotmark þýsku flugmannanna voru allar samgönguæðar og þá sérstaklega járnbrautarstöðvarnar.

En allt var með kyrrð og spekt í Lundúnum, rauðir tvílyftir strætisvagnar hver á eftir öðrum settu sinn svip á götulífið og allt mannhafið á gangstéttunum kom okkur á óvart. Yfir borginni svifu heljarstórir grábláir loftbelgir með víra neðan úr sér til að hamla gegn návígi þýskra flugvéla við iðandi mannlífið á götum heimsborgarinnar.

Síðdegis þegar ég var á leið til hótelsins í vagni sem komst varla áfram í umferðinni heyrðist loftvarnarvælið fara í gang og einhver kona kallaði í uppnámi: Húnarnir eru yfir okkur – og snaraði sér út. Ég fór á hæla henni og leitaði mér skjóls í anddyri stórverslunar en fannst það um leið hálfsneypulegt því ég sá að hinir farþegarnir sátu eftir í vagninum tepptir í allri bílaþvögunni um háannatímann. Hvítir hnoðrar af loftvarnarskotunum sáust á himninum í námunda við flugvélarnar sem héldu ótruflaðar áfram loftsiglingu sinni líkt og þetta væri ekki annað en meinlausar sápubólur.

En brátt hófust loftárásir á Lundúnaborg fyrir alvöru. Á hverju kvöldi við sólsetur sigldu loftflotar í bylgjum inn yfir borgina, það var næstum tignarlegt að sjá sólargeislana glampa á byrðing þessara miskunnarlausu málmfugla með klær og gogg úr stáli. Síðan fóru sprengjurnar að falla, og loftárásirnar endurtóku sig nótt eftir nótt, þar til birti af degi og loftvarnarflauturnar gáfu til kynna að hættan væri liðin hjá. Lífið í borginni tók þá upp sinn vanagang. Morgunmaturinn á hótelinu var á venjulegum tíma, en afsakanlegt að hann væri hálfkaldur þegar gengilbeinurnar höfðu kannski sofið í loftvarnarbyrgjum eða gegnt einhverri landvarnarþjónustu.

Ef loftárásirnar höfðu verið í námunda við hótel okkar fór ég stundum daginn eftir til að kanna eyðilegginguna og var þá búið að girða af svæðið og ekki opnað fyrir umferð fyrr en lokið var leit að fólki í rústunum. Sást þá kannski helmingur húss skaga upp úr rústunum en hinn hlutinn eins og hann hefði verið sagaður frá beint niður í múrsteinahrúguna. Útvarpstæki á hillu, jakki á stólbaki, spegill á vegg yfir hvítum vaski, borð, rúm og stólar voru eins og seinustu leifar mannlífs sem liðið hafði undir lok vegna hraps loftsteins utan úr geimnum.

Blaðasalar merktu með krít á svartar töflur hvað margar óvinaflugvélar hefðu verið skotnar niður eftir seinustu upplýsingum, en þess var látið ógetið hve margar Bretar hefðu misst sjálfir.

Meðan ég dvaldist í Oxford hafði ég farið á heilsuverndarstöð eins og ég var vanur heima til að láta blása mig um það bil þriðju hverja viku, því að þrýstiloftið á veika lunganu eyddist smám saman; sneri ég mér til British Council varðandi upplýsingar um berklavarnarstöð sem ég gæti snúið mér til. Fékk ég tilvísun á spítala við Strand í miðborginni sem reyndist næsta fornfálegur. Þegar inn var komið var mér fenginn grár ullarsloppur til að sitja í á biðstofunni uns röðin kæmi að mér. Þar á trébekkjum beið fátæklega búið fólk sem virtist frekar vera frá dögum Dickens en úr samtíðinni. Mátti ég dúsa þar nokkrar klukkustundir áður en nafn mitt var kallað upp og hafði ég raunar spurt áður hvort nafn mitt kynni að hafa fallið af listanum hjá þeim. Svo var ekki og var ég nú skoðaður hátt og lágt eftir gömlu aðferðinni með hlustunarpípu og alls konar þreifingum og viðbragðakönnunum. Gegnumlýsingartæki var hvergi sjáanlegt né deyfingarsprautur en nálinni stungið inn á milli rifja og lofti þrýst inn með hálf frumstæðum blásningarútbúnaði.

Var ég feginn þegar þessu var lokið og ég komst aftur út í ysinn og þysinn á götunni.

Lárus Ingólfsson og Pétur Benediktsson voru æskufélagar og hittum við Lárus Pétur nokkrum sinnum í sendiráðinu eða á Antilópunni, bjórstofu sem var steinsnar frá sendiráðinu. Margir skringilegir fuglar voru þar fastagestir og voru komnir hver á sinn koll við barinn alla virka daga þegar Big Ben sló fimm síðdegis.

Pétur var rausnarlegur heim að sækja, eitt skipti sátum við hjá honum fram eftir kvöldi og dreyptum á skota en loftárásirnar voru byrjaðar eins og venjulega. Við Lárus fórum þá að tala um að hafa okkur af stað heim á hótelið meðan neðanjarðarlestirnar gengju enn, en þar sem sprengjurnar virtust falla nokkuð nálægt, bauð Pétur okkur að hinkra við þar til hlé yrði á látunum og héldum við þá áfram að spjalla og súpa á drykknum, leið svo fram á miðja nótt að ég sofnaði við drunurnar.

Um morguninn kom Pétur inn í bókaherbergið þar sem ég hafði sofið, dró myrkvunartjöldin frá glugganum svo að bjartur dagur lýsti skyndilega í andlit mér, loftárásunum hafði linnt fyrir stundu. Pétur sagði að loftárás næturinnar hefði verið sú harðasta hingað til og að miklar truflanir hefðu orðið á lestunum í neðanjarðarkerfinu. Eftir að við höfðum fengið okkur morgunverð þökkuðum við fyrir okkur og héldum heim á hótelið, en neðanjarðarstöðin var afgirt svo við komumst ekki þá leið.

Enn var óvissa um sjóferðina heim, en British Council fékk okkur vasapeninga sem dugðu okkur vel.

Ég fór í Sadlers Wells óperuna á Austurbakka Lundúna og sá La Traviata eftir Verdi.

Nokkru eftir að sýning hófst fór að heyrast vælið í sprengjum sem magnaðist í flautunum þar til þær sprungu á jörðunni.

Í smáhléi kom kjólklæddur stjórnandinn fram á sviðið og tilkynnti að vegna loftárásar, skyldu þeir sem vildu koma sér í byrgi hafa hraðann á því að sýningin myndi síðan halda áfram.

Ég hugsaði mér að ég skyldi forða mér án asa, en þegar enginn yfirgaf salinn skammaðist ég mín og sat sýninguna á enda.

Í annað sinn bauð British Council okkur á Tsjajkovskí-tónleika í Queen's Hall, Dísarhöll sem Einar Benediktsson orti um, hringleikahúsi sem tók þúsundir áheyrenda með sætaraðir skáhallt upp undir hvolfþak með flúri og skrauti, en sú bygging gjöreyðilagðist nokkrum mánuðum síðar.

Í London átti ég kost á því að heimsækja einn skeleggasta blaðamann Breta, Hannen Swaffer, sem kallaður var páfinn í Fleetstreet (þar sem helstu stórblöð Lundúna voru). En Swaffer var spíritisti og skrifaði oft greinar um dulræn efni í spíritistatímarit sem faðir minn var áskrifandi að. Hann var hvíthærður með afturgreitt hár niður á herðar í dimmrauðum slopp með stafla af bókum á öllum hillum og í stöflum á gólfinu. Kona hans bauð mér te með þeim og eplapæ. Þau bjuggu í gömlu fjögurra hæða húsi skammt frá Trafalgartorgi. Í miðjum klíðum var gefið loftvarnarmerki og spurði ég þau hvort þau vildu ekki fara í byrgi, en Swaffer svaraði að hann hefði fullvissu fyrir því að handan að þetta hús yrði ekki fyrir sprengju.

Svo að ég borðaði eplapæið í rólegheitum og drakk te meðan Swaffer talaði um það miklu reynsluskeið sem væri fram undan.

Hann gaf mér að skilnaði áritaða bók eftir sig sem heitir Adventures with Inspiration. Ég hef oft síðan gengið framhjá þessu húsi rétt við kirkjuna frægu St. Martin in the Fields, þar sem ég hef oft komið og hlustað á konserta eftir léttan hádegisverð.

Eins var okkur boðið á vegum The British Council að snæða hádegisverð á landsetri þekkts kvikmyndastjóra og fengum við þar þunnar lambasneiðar með myntuseyði og bökuðum kartöflum sem er einn besti sunnudagsréttur Breta. Dvöldum við þar í glæsilegum garði þeirra hjóna fram eftir degi, en þýskar sprengjuflugvélar flugu lágt yfir úthverfið á leið til árása inn í borginni. Þetta var mjög friðsæl síðdegisstund en þegar við komum með lestinni inn í borgina heyrðum við gnýinn í sprengjunum. Þá voru seinustu sólargeislarnir að hverfa yfir skuggamyndum húsanna.

Við fórum til Edinborgar eftir miðjan september, fengum inni á smáhóteli í hafnarborginni Leith, hóteli sem stóð langt að baki því sem við komum frá í London en hér vorum við þar á móti lausir við loftárásirnar. Við Lárus vorum staddir á gangstéttinni með töskur okkar steinsnar frá hótelinu þegar safnaðist að okkur einhver lýður sem fór að senda okkur tóninn og hafði sýnilega tekið Eimskipafélagsmerkið á tösku minni fyrir hakakross nasista og gerðust nú alldólgslegir, kölluðu okkur þýsk svín og morðhunda. Reyndi ég eftir mætti að útskýra fyrir þeim að þetta væri álímingur frá skipafélaginu en þeir æstust aðeins við það, við værum skipbrotsmenn af þýskum kafbáti sem hefði sökkt bresku skipi og fóru að hrinda okkur. Það varð okkur til bjargar að eldri hjón sem þar bar að könnuðust við merki Eimskipafélagsins, enda stóð Iceland á farangursmiðanum, létu þeir okkur þá sleppa með ljótum munnsöfnuði.

Lárus hafði heimilisfang hjóna sem hann þekkti nokkuð til og vorum við hjá þeim í góðu yfirlæti flest kvöld meðan við biðum eftir skipi til Íslandsferðar.

Smáloftárás var gerð á Edinborg eitt kvöldið þegar við vorum hjá hjónunum. Íri sem talaði mjög fágaða ensku og var kallaður Lord Haw-Haw útvarpaði eitruðum áróðri frá Berlín, sem fór mjög í taugarnar á breskum hlustendum. Virtist hann vera þaulkunnugur í Edinborg og talaði eins og heimagangur um daglegt líf þar í borg, meðal annars að ráðhúsklukkan í Prinsessustræti væri tveimur mínútum of sein, en varla tæki því að stilla hana rétt þar sem hún yrði fyrir sprengju eitthvert næsta kvöldið. Á þennan hátt tókst þessum gervilávarði að leika á þandar taugar húsmæðra yfir vöggubörnum þegar eiginmennirnir voru á næturvakt víðsvegar út um borgina, einkum við eldvarnir.

Svo hataður var lordinn orðinn í stríðslok að fólk hlakkaði yfir því þegar hann var dæmdur til dauða og hengdur eins og hundur fyrir landráð, þó að hann héldi því stöðugt fram að hann væri írskur þegn en ekki Breti og Bretar því sekir um réttarmorð, ef dóminum yrði fullnægt.

Þar sem dregist hafði úr hömlu að Hengist kæmist af stað varð ég að láta blása mig í Edinborg, en ég var eitthvað miður mín eftir á og ekki alls kostar ánægður með blásninguna en reyndi þó að vísa áhyggjum mínum á bug, enda var nú komið að því að Hengist léti úr höfn. Sigldum við í fyrsta áfanga til Scapa Flow þar sem skipalest beið fyrir.

Á kvöldin meðan við lágum þarna í flóanum heyrðum við drunur í þýskum sprengiflugvélum sem flugu þar yfir í leit að skotmörkum en það var nýtt tungl og því svarta myrkur. Loftvarnir voru mjög öflugar og eftirlitið var svo strangt að þó að ekki sæist nema glóð í sígarettu gat það kostað mann lífið á staðnum. Einn félaga okkar var mikill reykingamaður og ætlaði að kveikja sér í sígarettu en fékk þá um leið bylmingshögg aftan í hnakkann svo að hann kastaðist fram fyrir sig, heyrðust þá mikil köll í þokulúðrum og munaði minnstu að hann yrði skotinn á staðnum, en það bjargaði honum að hann var gestur British Council. Hann var strengilega áminntur, og reyndi ekki að fá sér smók ofanþilja eftir þetta. Vel var þó fylgst með honum.

Þarna í flóanum hafði safnast saman mikið af stórum skipum sem héldu út á hættusvæðið varin herskipum og sprengjuvörpum gegn kafbátum.

Þegar við vorum komnir langleiðina að Íslandsströndum skildust leiðir með Hengist og skipalestinni sem hélt áfram vestur um haf.

Bryti skipsins, gamall Búi frá Suður-Afríku, sagði okkur sitthvað um galdra og særingar þeirra svörtu sem hann áleit áhrifamiklar. Bar hann með sér að vita sitthvað um hulin pláss og yfirskyggða staði, sem hann í æsku hafði heyrt svarta fólkið hvísla leynilega um. Ég spurði hann hvort hann héldi að eitthvað kæmi fyrir skip okkar á siglingu á hættusvæðum, en hann sýndi mér verndargrip úr hvítu beini sem hann bar í festi innan klæða og sagði að öllum um borð væri borgið meðan hann væri einn af skipshöfninni, en kvaðst ekki vilja ábyrgjast neitt eftir sjötugsafmæli sitt í næsta mánuði þegar hann kæmist á eftirlaun og færi í land. Hengist var sökkt nokkrum mánuðum síðar af þýskum kafbáti undan Skotlandsströndum.

Á þilfari skipsins voru stórir trukkar ætlaðir breska setuliðinu. Þeim fylgdu nokkrir hermenn sem við höfðum þó ekkert samneyti við, þar sem þeir voru á þriðja farrými, en við á því fyrsta. Í klefa mínum voru festar upp á vegg nokkrar reglur um hvernig ætti að bregðast við á hættustund, yrði þá eimpípa skipsins þeytt og þá ætti hver maður að þrífa í snarhasti björgunarvesti sitt og reyna að komast í björgunarbát þeim megin sem skipið hallaðist. Las ég þetta gaumgæfilega, en gaf það alveg frá mér að til þessa myndi koma.

Við vorum staddir norður af Færeyjum þegar við lentum í stormi og miklum sjógangi sem gaf á trukkana. Ég lá klæddur í koju minni og var að lesa í blaði, úti var farið að bregða birtu, björgunarvestið var í neti fyrir ofan mig, en ég hafði skilað af mér gasgrímunni í landi. Þá heyrði ég allt í einu ámátlegt væl berast niður til mín og spratt fram úr í einu hendingskasti með björgunarvesti í hendinni. Þegar ég kom fram á ganginn á sokkaleistunum ætlaði ég að snúa við til að fara í skóna, en þegar ég heyrði storminn hvína í reiðanum fann ég sáran sting í maganum og saup hveljur við þá tilhugsun að í næstu andrá myndi ískaldur sjór koma fossandi niður stigann, æða inn ganginn eins og hamslaus ófreskja og inn í klefa minn. Allt færi á flot, ljósin myndu slokkna og ég ekki skynja neitt nema að skipið hallaðist og um leið myndi sjórinn vera kominn niður í vélarúmið. Ég heyrði köll og hróp í mönnum uppi á þiljum sem sennilega voru að reyna að koma björgunarbát út yfir borðstokkinn þeim megin sem skipið hallaðist og byrjaði að sökkva. Nei, ég myndi ekki hafa það af, tærnar á mér skólausar myndu krókna fyrst, síðan allur skrokkurinn og loks yrði mér kastað fyrir borð stirðnuðu líki. Ég ætti ekki annarra kosta völ en að fara niður með skipinu og fela mig Guði á vald. Ég studdi mig við handriðið inn ganginn, klefinn stóð galopinn, enginn sjór kominn á gólfið og ljósin höfðu ekki slokknað, lífsvon seytlaði um mig. Flautuvælið var þagnað, ég fór í skóna, gekk varlega upp stigann eins og ég tryði ekki alveg skynjunum mínum og gekk út á þilfarið. Þarna voru sjóvotir menn, eða voru þeir drukknaðir? Ég heyrði gleðihróp innan úr matsalnum, rennblautir hásetar skýrðu frá því að hið uggvænlega væl hefði stafað frá flautum í trukkunum, sem höfðu farið í gang við að saltur sjór gekk yfir þá og einangrunarleiðslur gefið sig.

Mér fannst hvínandi stormurinn syngja lofsöng.

Þegar ég kom heim frétti ég að þrálátur útsynningur hefði verið ríkjandi á Suðurlandi og hrósaði happi að hafa getið notið alls sólskinsins í Englandi, en veslings bresku piltarnir sem sendir höfðu verið til Íslands máttu þola kulda og vosbúð í regnvotum tjöldum og luralegum hermannabúningum, fengu víst margir þeirra lungnabólgu.

Úlfar bróðir minn var kominn heim fyrir nokkru á vélskipi sem þeir félagar höfðu keypt í Kaupmannahöfn og nefndu Frekjan. Stýrðu þeir henni um þýsk og bresk bannsvæði krókaleiðir yfir hafið og sluppu við skaða.

Þótti það hin mesta glæfraferð.

Bréf frá Amildu Kyoko beið mín heima. Hún var komin til Los Angeles og innrituð í háskólann, ég las gleði út úr hverju orði hennar.

Úti í heimi vall og kraumaði í nornakötlum stáls og blóðs í hersetnum löndum Vestur-Evrópu. Járnhælar þýskra stríðsmanna minntu sigraða íbúana á niðurlægingu sína og undirgefni. Fyrirheit Chamberlains um frið á vorum dögum hljómuðu nú eins og háðsglósur eftir að hann var horfinn úrræðalaus úr stóli forsætisráðherra, en Churchill tók við af honum þrumandi af eldmóði í þinginu þó að hann gæti engu heitið þjóð sinni nema blóði, tárum og svita ef sigur ætti að nást. Loftárásirnar höfðu þjappað þjóðinni saman svo að Hitler áttaði sig á því að aðrir hlekkir yrðu fyrst að bresta í varnarkeðju Breta áður en þeir bæðu sér griða.

Rommel, hinn snjalli hershöfðingi Þjóðverja, hafði verið sendur með vélahersveitir til Norður-Afríku í sókn að Súez-skurðinum og olíulindum Breta í Arabalöndum, en eyðimerkurrottur Montgomerys þvældust fyrir í sandstormi og sólarbruna og menguðu vatnsbólin fyrir þýsku hersveitunum svo að skrælnandi þurrkurinn náði á þeim kverkataki og pýramídarnir miklu urðu þeim ekki annað en lofthillingar yfir steikjandi sandinum.

Á meðan var breska setuliðið í óðaönn að koma sér upp vörnum á Íslandi með sandpokavirkjum, skotgröfum, víghreiðrum og flugvöllum og æfði áhlaup með brugðnum byssustingjum á Arnarhóli, eins og á myndum úr fyrra stríði en Hvalfjörður var orðinn mikilvæg flotastöð varinn tvöfaldri kafbátagirðingu og tundurduflum.

SJÖUNDI KAFLI

Í þjónustu breska sendiráðsins

Á þessum mánuðum fór ég alla virka morgna á Hótel Borg til að lesa morgunblöðin með Bertrand-Wells, sendifulltrúa Bandaríkjanna. Þá var mikið fjallað um svokallað dreifibréf sem nokkrir verkamenn höfðu útbýtt meðal hermanna á Reykjavíkurflugvelli þar sem þeir voru hvattir til að taka þátt í verkfalli heimamanna. Ritstjórar Þjóðviljans voru sakaðir um að hafa skipulagt lævísa tilraun til að grafa undan hernaðaraga í setuliðinu og æsa hermennina til óhlýðni við yfirboðara sína og voru ritstjórarnir dæmdir í hæstarétti í stutta fangelsisvist. Nokkrum mánuðum síðar voru þeir fyrirvaralaust teknir fastir af herlögreglu Breta og sendir í fangelsi til Englands án skýringa, en við mótmæli íslenskra yfirvalda.

Ég var að lesa Egils sögu þegar frændi föður míns, séra Björn Magnússon á Borg, ættaróðali Egils, kom í heimsókn til okkar og bauð mér að dveljast nokkra daga hjá sér, en hann átti mikið og gott bókasafn.

Ég hafði ekki verið þar nema fáa daga þegar Bjarni Guðmundsson blaðamaður hringdi í mig, en hann var nágranni okkar í Suðurgötunni. Vildi hann fá mig til að taka við starfi sínu sem aðstoðarmaður blaðafulltrúa Breta í sendiráðinu, þar sem hann væri á förum til Lundúna til annarra starfa.

Stóð ekki á mér að taka því boði með þökkum og vann ég á skrifstofu blaðafulltrúans í Hafnarstræti daglega um tvær stundir næstu árin. Hafði ég þá brátt úr meiru að spila en ég hafði áður haft.

Einn félagi okkar Hallgríms Dalberg var loftskeytamaður og var þá stundum ríflega veitt þegar hann var í landi og hafði hann frá mörgu að segja af næturlífi hafnarborga á Spáni.

Það var um þetta leyti sem Bismarck, eitt af fullkomnustu orustuskipum Þjóðverja, sökkti Hood, stærsta herskipi Breta, á Grænlandssundi með fallbyssuskoti beint í skotfærageymslu skipsins svo það sprakk á sömu stundu í loft upp og sökk í íshafið með allri áhöfn, á annað þúsund manns, að undanteknum örfáum sjóliðum sem komust af. Þetta var feikilegt áfall fyrir Breta sem hétu bráðum hefndum. Þegar fregn barst frá flugvélum, meðal annars staðsettum á Íslandi að Bismarck væri á hraðri ferð suður Atlantshaf með stefnu á vesturströnd Frakklands var skipinu veitt öflug eftirför og loks sökkt. Þann daginn hafði hernám Íslands borgað sig, sagði breskur kapteinn við okkur á blaðaskrifstofunni daginn eftir.

Barbarossa-áætlun Hitlers var þá í burðarliðnum, en margir hershöfðingja hans vöruðu við því að berjast á tvennum vígstöðvum, af slæmri reynslu í fyrra stríði en Hitler kvað þá huglausa, að hika væri sama og að tapa.

Innrásin í Sovétríkin hófst við sólris sunnudagsmorguninn 22. júní 1941. Þar með hafði Hitler hringt klukkum dómsdags yfir sjálfum sér og ríki sínu.

Heimurinn virtist vera á barmi gereyðingar.

Samt gekk lífið sinn vanagang í háskólanum. Við nokkrir háskólastúdentar stofnuðum með okkur áhugahóp um bókmenntir, þar sem við settum okkur fyrir að lesa ákveðin verk og ræða þau síðan okkar á milli.

Sérstaklega er mér minnisstætt þegar við lásum Svartfugl Gunnars Gunnarssonar að Sigurður Hafstað benti á að sagan magnaðist öll við sjálfsásakanir sögumanns, sr. Eyjólfs, sem fannst í hjarta sínu að hann væri siðferðilega jafnsekur Bjarna á Sjöundá, þar sem kona sr. Eyjólfs hafði áður verið heitbundin bróður hans. Samt hafði hann sem sálusorgari Bjarna fengið hann til að gangast við glæp sínum og hórdómssynd með Steinunni og var Bjarni dæmdur til að láta höfuð sitt á höggstokki eftir að hægri handleggur hafði fyrst verið höggvinn af en höfuðið síðan sett á stöng til sýnis á aftökustaðnum í Noregi. Slík samofin stef gera söguna harmrænni og átakanlegri en ella.

Stundum buðum við gestum að taka þátt í samræðum okkar um bókmenntir, íslenskar og erlendar, eins og t.d. Sigurði Nordal sem kom nokkrum sinnum og Skúla sagnfræðingi Þórðarsyni þegar Freud var á dagskrá.

Á heimili Halldórs J. Jónssonar og Bodilar Sahn við Skólabrú kom þá oft bókmenntafólk og ræddi um bækur sem efst voru á baugi líðandi stundar.

Í Helgafell og Tímarit Máls og menningar skrifuðu helstu rithöfundar og skáld þjóðarinnar, flest innan við fertugt, og eiginkonurnar útivinnandi til stuðnings heimilishaldinu. Deilur um menningarmál og bókmenntir drógu til sín athygli fólks. Halldór Laxness hafði verið settur á óæðri skáldabekk af úthlutunarnefnd menntamálaráðs og kvittaði hann fyrir sig með nöpru háði.

Enn harðnaði deilan þegar Halldór sá um útgáfu fornrita með nútímalegri stafsetningu og var því haldið fram að Laxness hefði þýtt Laxdælu á reykvískt götumál.

Var hann sakaður um að kunna ekki íslensku og var vitnað því til sönnunnar í þýðingu hans á sögu Hemingways, Vopnin kvödd, sem væri morandi af málvillum og hverskyns hundavaðshætti.

Að baki þessum deilum lágu að mestu leyti pólitískar ástæður.

Halldór Laxness var staddur í Moskvu 1937, þegar réttarhöldin yfir Búkharín og þeim félögum voru gerð að heimsfrægri leiksýningu í stíl Stanislavskíjs og á svo sannfærandi hátt að flestir sem sáu sjónarspilið sannfærðust um að gamlir vinir Leníns og frægir byltingarsinnar hefðu frá upphafi verið njósnarar Breta eða Japana og siðspilltir spellvirkjar sem ættu ekki annað skilið en dauðadóm fyrir svik við hugsjónir sósíalismans. Svo magnþrungið var þetta drama í uppfærslu að heimurinn lét blekkjast.

Skrifaði Laxness um kynni sín af þessum réttarhöldum og ferðum sínum í boði Sovétstjórnarinnar í bókinni Gerska ævintýrið. Átti það að vera svar við skrifum André Gide og annarra borgaralegra höfunda sem hann sakaði um Sovétníð í þjónustu afturhaldsins. Var Gerska ævintýrið geysimikið lesið og hafði víðtæk áhrif bæði innan lands og þá ekki síður á Norðurlöndum. Önnur skáld tóku undir þann óð um fátæka skóarasoninn sem leysti fólk sitt úr álögum skorts og fávísi, snilldarmannsins í Kreml, þar sem er „líbblegur litur í túni og laukur í garði hans.“

Önnur bók sem við lásum á þessum tíma var Ung maa verden endnu være eftir norska skáldið Nordahl Grieg, þar sem baksviðið er að nokkru leyti þessi sömu réttarhöld yfir Búkharín, Radek aðalritstjóra Prövdu og fleiri af fornvinum Leníns. Nordahl teflir fram marxískum sjónarmiðum gegn borgaralegum húmanisma.

Ung byltingarsinnuð kona sem trúir á handleiðslu Stalíns rekur sambýlismann sinn að heiman, eftir að hann hefur hætt lífi sínu við að bjarga hundi frá drukknun milli ísskara á Moskvufljóti og sendir honum tóninn með þeim ummælum að slíkur aumingi sé ófær um að lifa á byltingartímum.

Farðu heim til hundanna þinna, segir hún með fyrirlitningu að skilnaði þeirra.

Þetta þótti okkur heilsteypt baráttukona.

Grieg samdi líka leikrit, eitt þeirra var um útgerðarmann sem gerði út manndrápsbolla án þess að líftryggja sjómennina. Útgerðarmennirnir sitja dauðadrukknir á næturklúbb, halda sér við barinn og stynja þvöglumæltir: ó ég er svo þreyttur, svo þreyttur, svo þreyttur. Í sömu andrá birtist sviðsmynd af drukknandi sjómönnum sem halda sér í rekald á reginhafi og stynja: ég er svo þreyttur, svo þreyttur...svo örmagna.

Það er stundum að það getur flogið að manni að sum skáld og rithöfundar líti á lesendur sína eins og óvita sem þurfi að mata.

Þeir treysta ekki lesendum sínum til að átta sig á hvað þeir eru að gefa í skyn og grípa þá til þess að segja það fullum fetum, á þann hátt breytist skáldskapur í áróður.

En það voru þó smásögur sem ég las einna mest á þeim árum, einkum á ensku og dönsku auk íslenskra höfunda eins og Ólafs Jóhanns, Þóris Bergssonar, Halldórs Stefánssonar og fleiri.

Somerset Maugham var í miklu uppáhaldi hjá mér og svo auðvitað Maupassant á dönsku, því að franska var mér þá enn lokuð bók.

Ég setti á minni leiðbeiningar Flauberts til andlegs sonar síns, Maupassants, þar sem hann brýnir fyrir lærisveini sínum að snilldin byggist fyrst og fremst á elju og þolinmæði og leggur honum lífsreglurnar, að hefjast handa með sólrisi, láta ekkert trufla sig frá skriftum, ekki líta í dagblöð og skeyta engu hvað gerist úti í heimi, ekki sóa tíma í samræður heldur vinna í þögn á herbergi sínu án þess að slaka á einbeitingunni.

Það var ekki fyrr en löngu seinna að ég rak augun í hugleiðingar

Flauberts um angistina, þar sem hann segir að eina úrræðið gegn þunglyndi sé að gleyma sjálfum sér við skriftir, eins og Flaubert sannanlega gerði sjálfur og bjargaði þannig geðheilsu sinni um leið og hann skildi eftir sig ódauðleg skáldverk.

Hugsanlegt er að sú árátta Íslendinga að vera sískrifandi hafi á sinn hátt bjargað þjóðinni andlega í því myrkri, kulda, fásinni og skorti sem svo lengi var hlutskipti hennar á liðnum öldum, íslenska þjóðin þekkir það af langri reynslu að yrkja sér til hugarhægðar.

Þó var Anton Tsékoff sá sem ég dáði hvað mest allra smásagnahöfunda. Á stuttri ævi var Maxim Gorkí helsti lærisveinn hans og takmarkalaus aðdáandi, ekki síst vegna mannúðar og mannkosta Tsékoffs sem las yfir verk lærisveinsins og benti honum á að forðast dómsýki, ekki predika heldur sýna með mannlýsingum sínum og innsæi hvar maðurinn væri staddur í þrengingum sínum og fávísi sem stundum getur tekið á sig skoplegar myndir. Hann lagði áherslu á að höfundur mætti ekki trana sjálfum sér fram á milli persóna sinna í skáldverkinu og lesandans, einkaskoðanir höfundar væru hvort eð er alltaf til staðar í því sem hann semur, skoðanir sem koma fram í skáldverki eigi því aðeins rétt á sér að þær túlki skoðanir einhverrar sögupersónu en ekki höfundarins sjálfs.

Á þessu hafa ráðamenn oft ekki haft neinn skilning og lagt höfunda í einelti fyrir skoðanir persóna þeirra, þó að þær geti jafnvel verið andstæðar áliti höfundarins.

Ég var þá sjálfur farinn að bögglast við að setja saman smásögur sem ég reyndi þó ekki að koma á framfæri, sætti mig við að flestir byrja sem leirskáld.

Amilda Kyoko hafði sent mér smásögur eftir sig sem voru hálfgerð ævintýri og álfasögur sem byggðu á japanskri sagnahefð, þar sem náttúran sjálf er heilög og landvættir af drekakyni verja landið fyrir meinvættum. Í japönsku landslagi með tilklipptum runnum og rjómalituðum terósum standa oft við opið haf svartgljáandi hofsúlur með rauðlökkuðum og útflúruðum þökum, hvert þakskeggið upp af öðru til að fagna morgungyðjunni sem kemur svífandi á roðagylltum öldum utan af sænum með sólris í slóð sinni.

Allt í einu hafði mér borist bréf frá Amildu eftir langa þögn. Ég vó það í hendi mér, hún hafði þá ekki alveg gleymt mér á Sólsetur-búlivarðinum í Los Angeles. Umslagið var úr grófum grábrúnum pappa og skrifpappírinn af sams konar trefjum, en ekki úr næstum gegnsæju rauðbleiku pappírsefni ilmandi af mirru eins og áður fyrr og heimilisfangið gjörbreytt. Kom þá í ljós að bréf hennar var skrifað í fangabúðum í eyðimörk Arizona, þangað sem japansktættuðu fólki hafði verið smalað saman á stórum trukkum undir fangavörslu hermanna, eins og kvikfénaði til slátrunar, og ekkert hirt um nauðþurftir þess á mörg hundruð kílómetra leið, óvarin fyrir sólarbrunanum í gulum sandinum.

Eftir fyrirvaralausa árás Japana á amerísk herskip í Pearl Harbour og upphaf Kyrrahafsstríðsins urðu Bandaríkjamenn eins og óð vísundahjörð sem traðkaði á því saklausa fólki sem hlotið hafði amerískan þegnrétt og ekki orðið uppvíst að neinum svikum í garð þess nýja lands sem það hafði svarið hollustu. Bréfið var eitt neyðaróp og lýsti skelfingu þess sem á sér einskis ills von en stendur allt í einu andspænis útskúfun, hatri og vonleysi.

En hvað gat ég gert?

Ég hafði ekki annað að bjóða en innantóm orð. Og gerði mér í rauninni ekki grein fyrir hvílíkar hörmungar hún varð nú að þola í landi sem hafði í upphafi tekið henni sem langþráðri dóttur sinni, hún átti ættir sínar að hálfu leyti að rekja til Boston, einnar helstu menningarborgar Bandaríkjanna.

Evrópa var þá einskis megnug gegn æði stríðsins, þýskir herskarar geystust yfir gresjur Rússlands og nálguðust Moskvu, berskjaldaða eins og konu sem vaknar við að hús hennar brennur. Stalín var flúinn úr Kremlarkastala og ákallaði þjóð sína í nafni heilagrar þrenningar að bregðast ekki ást sinni til föðurlandsins og himnaföður. Þá hafði annar sóknararmur þýska hersins rofið allar leiðir til Leningrad, svo að borgin var í herkví. Sá þriðji teygði sig suður yfir gresjur Úkraínu og stefndi yfir þverhnípt Kákasusfjöll eldspúandi eins og Miðgarðsormur.

Gunnlaug bróður minn hafði um það leyti dreymt að kósakki í fullum skrúða kæmi dansandi inn á gólf hjá honum og söng við raust: Langt og hált er svellið til Bakú, og hvarf við svo búið í púðurreyk. Þótti okkur og föður okkar betur dreymt en ódreymt.

ÁTTUNDI KAFLI

Dulmálslykillinn

Það var kvöld eitt vorið 1942 að ég var að skemmta mér með félaga mínum loftskeytamanninum, en hann átti að sigla tveimur dögum seinna á Portúgal og Spán. Bað hann mig að geyma fyrir sig plögg sem hann vildi ekki að mamma sín kæmist í. Ég sagði honum að ekkert væri sjálfsagðara en að ég geymdi þetta fyrir hann í skrifborði mínu. Datt mér helst í hug að hér væri um klámmyndir að ræða eða eitthvað þess kyns því að slíkar myndir voru eftirsóttar af strákum og gengu á milli manna. Sagði loftskeytamaðurinn að hann myndi koma með pakkann daginn eftir eða senda kærustu sína með hann, en af hvorugu varð.

Daginn eftir fór ég að venju á skrifstofuna eftir hádegi dálítið rykaður og var búinn að steingleyma þessu með pakkann sem ég hafði verið beðinn fyrir.

Seinna um daginn þegar ég kom í te hjá móður minni sagði hún mér að það hefði komið einhver kona og spurt eftir mér, en móðir mín hefði svarað að ég væri annaðhvort á skrifstofunni eða uppi í háskóla. Virtist konan vera í hálfgerðum vandræðum með sig, en kvaddi eftir smáhik án þess að biðja fyrir nein skilaboð. Var ég ekkert að grufla út í hver þetta kynni að hafa verið og mundi ekkert eftir pakkanum sem kunningi minn hafði beðið mig fyrir.

Nokkrum dögum seinna ætlaði ég að heilsa upp á Hallgrím á Haðarstígnum og gefa honum skýrslu um gleðskaparkvöldið. En þegar ég kom upp Freyjugötuna og ætlaði að beygja niður stíginn til hægri höfðu breskir hermenn með alvæpni lokað sundinu í báða enda og skipuðu öllum á brott sem þangað ætluðu að leggja leið sína og voru mjög fastir fyrir. Þótti mér háttalag þeirra furðulegt en varð við svo búið frá að hverfa. Fljótlega frétti ég hjá nágrönnum að húsið númer átta hefði verið umkringt líkt og það væri fullt af dynamíti, stígurinn síðan lokaður í báða enda og hafin á heimili

Hallgríms nákvæm húsrannsókn. Þegar ég loks gat haft tal af þeim mæðgum, móður hans og ömmu voru þær í miklu uppnámi, en Hallgrímur hafði verið handtekinn og leiddur hlekkjaður burt af hermönnum, líkt og um stórhættulegan brotamann væri að ræða. Var ég sem þrumulostinn en reyndi að fullvissa þær um að þetta hlyti að stafa af einhverjum fáránlegum misskilningi sem hlyti að upplýsast á næstu klukkustundum. Hafði ég samband við Vevers kunningja minn í breska flughernum en hann ráðlagði mér að koma ekki nálægt þessu máli, það væri alltof heitt, frétti ég þá að í vörslu Hallgríms hefði fundist dulmálslykill frá Gestapó og sitthvað fleira sem gæti leitt til dauðarefsingar. Afskipti íslenskra ráðamanna væru ekki til neins í slíku máli. Rann þá loks upp fyrir mér að þarna hefði hurð skollið nærri hælum ef ég, starfsmaður við breska sendiráðið hefði tekið við pakkanum og orðið uppvís að öðrum eins ósköpum og að hafa dulmálslykil frá Gestapó í fórum mínum. Hefði engum blöðum verið um það að fletta að ég væri útsmoginn, stórhættulegur njósnari Þjóðverja sem hefði komið mér fyrir í sendiráðinu undir fölsku flaggi og þeir einnig orðið tortryggilegir sem staðið hefðu að ráðningu minni. Engar útskýringar hefðu verið teknar gildar en ég leiddur umsvifalaust fyrir aftökusveit.

Þetta sýnir hve andvaralausir við Íslendingar gátum verið í miðjum stríðsrekstri stórveldanna, þar sem smávegis gáleysi gat skipt sköpum um líf eða dauða.

Á Haðarstígnum ríkti nú sorg og kvíði, en þar hefði sannarlega átt að ríkja gleði því að þessar vikurnar var Eyþór Dalberg að ljúka prófi í læknisfræði eftir tvísýna baráttu við sjúkdóm sem nærri hafði kostað hann lífið. En lífsþróttur og einbeittur vilji hafði bjargað honum. Hann var þá á útleið til framhaldsnáms í Bandaríkjunum. Amma hans háöldruð vafin sjölum kveinaði: Þeir í Ameríku sleppa aldrei neinum lifandi frá sér.

En engar fregnir bárust af Hallgrími, vini mínum í ströngu varðhaldi hjá bresku herstjórninni, seinna bárust tíðindi um að hann hefði verið sendur til Bretlands ásamt skipshöfninni af Arctic.

Þar varð hann að þola hvers konar píslir og yfirheyrslur í þrjá mánuði áður en það rann upp fyrir dómurunum að maðurinn var algjörlega saklaus.

NÍUNDI KAFLI

Starf við breska upplýsingaráðuneytið

Yfirmaður minn á bresku fréttastofunni var um þessar mundir dr. Grace Thornton sem hafði verið sendikennari við Háskóla Íslands fyrir stríð.

Dag einn var Ívar Guðmundsson blaðamaður við Morgunblaðið staddur hjá henni þegar ég kom á skrifstofuna eftir hádegi og hafði hún þá boðið honum stöðu Bjarna Guðmundssonar við breska útvarpið í London, en Bjarni ætlaði að fá sér annað starf.

En þegar það gekk ekki með Ívar spurði hún hann í vandræðum sínum hvort hann gæti ekki bent sér á einhvern annan.

– Því spyrðu hann ekki, svaraði Ívar og benti á mig.

Hún varð sýnilega hissa á þessari uppástungu og spurði mig eins og í hálfkæringi, hvort ég væri reiðubúinn að fara til London og starfa við Upplýsingadeild B.B.C.

Ég svaraði um hæl.

– Já hvenær?

– Núna í kvöld, svaraði hún.

– Já það skal ekki standa á mér.

Ég var kominn stundvíslega út á Reykjavíkurflugvöll klukkan 22 það sama kvöld. Þar í flugskýli beið áhöfnin, fjórir menn, nöfn okkar voru lesin upp og mér falið að skrifa undir skjal þar sem ég lýsti því yfir að ég tæki einn að öllu leyti og eftirmálalaust ábyrgð á lífi mínu með flugvélinni, Douglas Dakota, tveggja hreyfla sprengjuflugvél, yfir hafið til Skotlands. Þótti mér það ekki annað en sjálfsagt.

Síðan biðum við smástund áður en við héldum út í flugvélina. Það var hægur landsynningur og regnúði.

Mér var skipað til sætis aftarlega í flugvélinni, en hún var að mestu leyti tóm af varningi en nóg af strigapokum, kom það sér vel þegar við vorum komnir upp í háloftin og það fór skyndilega að kólna svo um munaði, en ég hafði verið svo forsjáll að hafa með mér vetrarfrakka. Sofnaði ég brátt en var þó alltaf að vakna um nóttina af kulda þó að sólin væri komin upp. Loks lentum við í Prestwick, ég þakkaði fyrir mig og hélt á járnbrautarstöðina, til að taka næstu lest til Glasgow. Vakti ég nokkra furðu þar sem ég þrammaði í vetrarfrakkanum í sólarhitanum, en það var enn nokkur kuldahrollur í mér eftir nóttina.

Hildigunnur, sem seinna varð kona mín, hafði gefið mér heimilisfang náfrænku sinnar í Glasgow og sagt mér að líta við hjá henni ef ég gæti, en brátt kom í ljós að það var flóknara mál að komast þangað en ég hafði reiknað með. Loks tókst mér samt að hafa upp á húsinu með grasflöt og háum trjám en stúlkan sem kom til dyra tjáði mér að hjónin væru upp í Hálöndum og spurði um skilaboð, skrifaði ég til frænkunnar nokkur orð. Stúlkan bauð upp á tebolla en ég afþakkaði og kvaddi, en svo mikill svefn sótti á mig að ég stóðst ekki freistinguna að leggja mig í þessum kyrrláta garði og rann þá aðeins í brjóst, vaknaði ég við að heljarmikill hundur rak í mig trýnið og var þá ekki lengi að hafa mig á brott eins og flækingur. Strætisvagnabiðstöð var þar rétt hjá og tók ég þar vagninn á járnbrautarstöðina áleiðis til Lundúna.

Friður og sumarblíða virtist ríkja yfir landinu þegar lestin brunaði skröltandi yfir græna ása og gula akra, hvítur þvottur blakti á snúrum í bakgörðum húsaraða, tákn friðar og hversdagslífs. Á reykháfum sótugra múrsteinshúsa stóðu margir smástrompar eins og tæmdar bjórkollur eftir vel heppnaðar ýkjusögur á bjórstofu.

Þegar kom inn í úthverfin fóru að sjást skörð í húsaraðirnar gróin netlum og illgresi, og eftir því sem nær dró miðborginni urðu svæðin stærri þar sem sléttað hafði verið yfir húsarústir og grasið hafði látið til sín taka.

Þá var liðið hálft annað ár frá loftárásunum miklu á Lundúni og hlé framundan, allt til þess að flugskeytin tóku við rúmum tveimur árum síðar.

Eftir að ég kom til Lundúna hitti ég fljótlega Bjarna sem útvegaði mér herbergi í næsta húsi við sig í Bloomsburyhverfinu sem kom mikið við sögu skálda og rithöfunda á fyrstu áratugum aldarinnar.

Næstu daga var ég með Bjarna og hann kynnti mig fyrir ýmsum

blaðamönnum og starfsfólki í Bush-House þar sem útsendingar B.B.C. á mörgum tungumálum fóru fram. Þar voru mötuneyti með sjálfsafgreiðslu og matur við lágu verði og svo dýrari veitingastaðir með börum og þjónustu. Kjötskammturinn var mjög knappur á öllum matsölustöðum, um nýjan fisk var ekki að ræða og ýldubragð af þorskinum sem íslenskir togarar færðu til Fleetwood á vesturströndinni yfir hafið af Halamiðum. Kanínukjöt var aftur á móti óskammtað og lét ég mig hafa það þó að mér fyndist það lítið lostæti nema á kínverskum matsölustöðum þar sem allir hrísgrjónaréttir brögðuðust vel með súrum kjöttætlum í bland, sumar af vafasömum uppruna og með alls konar kryddsósum eða indverskir réttir með logsterku karríi og rauðum pipar.

Í Bush-House sá ég suma útlendingana sem höfðu verið með mér á sumarnámskeiðinu í Oxford tveim árum áður.

Á gangstéttinni á leið minni niður í Bush House sat jafnan betlari undir trjálaufi torgsins með svartan hattkúf við hlið sér fyrir smámynt sem vegfarendur kynnu að kasta til hans fyrir krítarmyndir í ýmsum litum sem hann prýddi gangstéttina með.

Ég var óðar orðinn hagvanur í hjarta borgarinnar, fór á söfn, sérstaklega á Þjóðlistasafnið (National Gallery) við Trafalgartorg, en þar gat maður fengið samloku og hlýtt samtímis á konserta fyrir lítinn pening. Þá var hægt að slást í för með listfræðingi sem fór vissa daga eftir hádegi um sali safnsins með hóp áhugafólks og útskýrði ýmis málverk. Fékk ég mér þá á eftir sæti í þægilegum leðurstól og lét mér renna í brjóst fyrir framan frægt málverk þar sem Jane Grey drottning, sautján ára að aldri krýpur fyrir framan höggstokk en tvær nunnur lúta höfði í bæn með samanlögðum lófum.

Það var hættulegt í þá daga að standa nærri hásæti.

Tíminn leið á heitum síðsumardögum stórborgarinnar.

Á sunnudögum fór ég oft með Bjarna á konserta eða sinfóníutónleika, en í London stóð tónlistarlíf með miklum blóma öll stríðsárin. Ég stundaði sömuleiðis leikhús og sá þar ýmis öndvegisverk sem voru mér lítt kunn, þar á meðal nokkur leikrit Tsékoffs.

Ég hlustaði á ræðumenn á Hyde Park Corner sem fluttu eldlegar ræður um pólitík, dulspeki og opinberanir, en þar hafa ýmsir þjálfað sig í mælskulist, eins og Bernard Shaw og Gandhi og fleiri ungmennafélagshugsuðir sem settu svip á samtíð sína.

Ég gekk í Indian League sem hélt stóra útifundi á Trafalgartorgi til lausnar Gandhi og Nehru sem sátu fangelsaðir í Indlandi.

Seinna um haustið þegar baráttan magnaðist við Volgu um rústir Stalíngrad voru miklir útifundir haldnir á Trafalgartorgi með rauðum fánum og þrumandi kröfum um aðrar vígstöðvar, Second front, til að létta á hetjulegri vörn Rauða hersins. Það yrði að gera innrás á meginlandið áður en Stalíngrad félli og þýski herinn gæti stöðvað siglingar um Volgu og einbeitt sér við að ná olíulindunum í Kákasus. Voru lögreglumenn á stórum hestum með langar kylfur til taks ef múgurinn skyldi taka upp á því að stefna til White Hall. Reyndar gerðu Kanadamenn könnun á vörnum Þjóðverja handan Ermarsunds í ágústmánuði en fengu þvílíkar viðtökur að reynt var að þagga niður upplýsingar um afhroðið sem þeir guldu.

Í vikulegum útvarpssendingum frá Bush House gerði ég orustuna um Stalíngrad að uppistöðu í pistlum mínum til Íslands, engin náttúrleg fyrirstaða var á leið þýsku herjanna yfir gresjurnar til borgarinnar sem er að mestu leyti á vesturbökkum Volgu, þar sem fljótið sveigir suðvestur áleiðis til Svartahafs.

Iðulega fór ég á blaðamannafundi þar sem gangur stríðsins var útskýrður og ný hernaðarvopn kynnt. Á einum slíkum fundi var sagt frá nýrri gerð af korvettum sem væru svo sjóhæfar að þær þyldu veður sem engin skip legðu út í nema íslensku togararnir. Þótti mér það nokkur upphefð fyrir íslenska togarasjómenn að heyra jafnað til þeirra.

Mér var boðið að fara til Dover með nokkrum blaðamönnum að sjá hvernig þeir íbúar sem eftir voru í borginni höfðu aðlagað sig aðstæðunum, þar sem hluti borgarinnar næst sjónum var yfirgefinn af öllu mannlífi, en máfar og aðrir sjófuglar höfðu sest að í löskuðum og hálfhrundum húsum, ég sá svartbak fóðra unga sína sem voru orðnir stálpaðir, en undu sér svo vel á svölum glæsilegrar villu að þeim datt ekki í hug að flytja þó að stundum væri nokkuð ónæðissamt fyrir fallbyssudrununum, líkt og sumir íbúar verða möglunarlaust að þola ónæði af drykkfelldum og hávaðasömum nágrönnum.

Hvítir kalksteinsklettar Dovers eru frægir í enskum ljóðum og söngvum, sérstaklega White cliffs of Dover sem var mikið sungið dægurlag í stríðinu.

Auðvelt er að grafa í kalksteininn hella og löng göng inn í fjallið. Við fórum þar um en sumir þessara rangala eru ævagamlir og hafa oft þjónað sjóræningjum og smyglurum fyrr á öldum. Nú höfðu um þrjátíu þúsund íbúar komið sér þar fyrir með húsbúnaði, ljósi og hita og öðrum þægindum. En mér fannst drunurnar í fallbyssuskotunum frá þýskum strandvirkjum hinum megin við sundið magnast um allan helming í endalausum hvelfingunum, rétt eins og að meiri háttar fallbyssuskothríð væri skollin á. Þegar út kom sýndist þó allt vera með friði og spekt, nema hvað hvítir bólstrar sáust yfir strandvirkjum Þjóðverja handan sundsins.

Leiðsögumaður okkar sagði að margir hefðu í fyrstu fengið hellissjokk við drunurnar og stundum yrði fólki ekki svefnsamt, en hér inni í fjallinu gæti fólk þó verið alveg öruggt fyrir sprengjum og það skipti mestu máli.

Einn daginn bauð kaupsýslumaður, sem Bjarni hafði viðskipti við, okkur með sér á veðreiðar í Salisbury, þar sem tíguleg dómkirkjan frá miðri þrettándu öld teygir háan turn með útflúraðri spíru til himins eins og í þakkargjörð.

Þar veðjuðum við á hross, þó með litlum ávinningi og komum við á fornlegri krá til að fá okkur eplavín í hitanum.

Gegnum Bjarna kynntist ég blaðamanni sem starfaði við tímaritið New Statesman sem var áhrifamikið málgagn vinstri manna. Hann hafði víða verið í heimsveldinu og varpaði nýju ljósi á margt í stjórnmálum sem ég hafði ekki áður gert mér grein fyrir. Hann benti mér á ýmsar litlar bókabúðir í námunda við breska safnið, skammt frá þar sem ég bjó.

Í einni hliðargötunni var forlag Victors Gollancz til húsa, hann hafði nokkrum árum áður stofnað bókaklúbb um vinstri stefnu og baráttu gegn fasisma. Það var um svipað leyti og Kristinn E. Andrésson beitti sér fyrir stofnun Máls og menningar og útgáfu tímaritsins Rauðir pennar.

Á ferðum mínum um Hyde Park staldraði ég oft við Serpentinevatnið sem liggur í hálfboga með mikið fuglalíf og flatbytnur til leigu, sömuleiðis lék þar stundum lúðrasveit í hvítum laufskála sem fólk og elskendur á grasflötinni nutu.

Ég minntist þá ástamála ljóðskáldanna frægu á fyrstu áratugum síðustu aldar, þeirra Keats, Shelleys og Byrons sem allir voru mjög ásthneigðir og dóu ungir eins og rómantískum skáldum sæmir, en nafn fyrri konu Shelleys, Harriet, er um alla framtíð tengt Serpentinevatninu.

Shelley nam hana á brott úr foreldrahúsum þegar hún var á sautjánda ári, en hann var þá sjálfur tæplega tvítugur með brösóttan skólaferil að baki, brottrekinn úr Oxford-háskóla fyrir rit til varnar guðleysi og hispursleysi. Þau giftu sig í Edinborg þó að hann væri sjálfur á móti svo borgaralegum venjum og eignuðust tvö börn á skömmum tíma, en hann var óstýrilátur í hlekkjum hjónabands, uppfullur af alls konar frelsishugmyndum sem ekki áttu upp á pallborðið hjá góðborgurum, vildi deila konu sinni með vini sínum og ætlaði að stofna kommúnu sem þó varð ekkert úr. Framkoma hans og klæðaburður hneykslaði marga, en hjá rithöfundinum og anarkistanum Godwin fann hann andlegan föður sem hafði mikil áhrif á hann upp frá því, og margt af skoðunum gamla mannsins bergmálar í ljóðum skáldsins. Allt þetta hömlulausa líferni var of mikið álag fyrir konuna ungu, svo að eftir að Shelley hljópst á brott með Maríu dóttur Godwins ásamt 15 ára stjúpsystur hennar, fékk Harriet kona hans taugaáfall og drekkti sér í Serpentine-vatninu, tæplega tvítug að aldri.

Shelley giftist þá Maríu 19 ára gamalli frillu sinni, og flúði úr landi með henni og stjúpsystur Maríu sem þá var orðin ástkona Shelleys, en hún eignaðist dótturina Allegru með Byron lávarði árið 1817, vini Shelleys, enda voru þeir skáldbræður og báðir léttúðugir í ástamálum.

María var sjálf rithöfundarefni og þegar Byron dvaldi hjá þeim hjónum við Genfarvatn tók hún mikinn þátt í samræðum þeirra um skáldskap. Þetta var mikið rigningasumar, lágskýjað og gekk á með þrumum og eldingum.

Draugasögur, hrollvekjur og frásagnir í gróteskjustíll voru þá mjög í tísku, og í þessu drungalega umhverfi sögðu þau hvort öðru ýkjusögur sem þeim fannst falla vel við þungbúið umhverfið. Þeim kom saman um að keppa um að semja yfirnáttúrlega spennusögu.

Þannig atvikaðist það að María setti saman þá heimsfrægu sögu Frankenstein sem er formóðir vísindaskáldsögunnar.

Sögumaður, landkönnuður á heimskautasvæðum, finnur merkileg gögn í háskólanum Ingolstadt og beinagrind í óhugnanlegum helli, og þannig heldur furðusagan áfram með vaxandi stígandi.

Vorið 1821 bárust tíðindi frá Rómaborg um andlát dáðasta ljóðskálds Bretlands, Johns Keats, 26 ára að aldri, sem Shelley dáði mikið, orti hann þá fræga óðu, en sjálfur drukknaði Shelley ári síðar í Genfarvatni eftir heimsókn hjá Byron í Norður-Ítalíu.

Byron lávarður átti þá æðstu ósk að taka þátt í frelsisstríði Grikkja undan oki Tyrkja, sem voru islamstrúar og allur hinn vestræni heimur hafði lengi óttast, en Byron hafði komist að þeirri pólitísku niðurstöðu, að þátttaka gegn hinu illa skipti meira máli en skáldleg orð og fyrirheit. Hans beið samt ekki að sjá gríska menningu í frjálsu landi, því hann dó úr matareitrun á leiðinni til vígstöðvanna.

Svo fóru dýrir drengir.

TÍUNDI KAFLI

Ævintýri á Hótel Savoy

Ég var orðinn nokkuð hagvanur í hverfunum sem næst lágu miðborg Lundúna, en þó hafði ég mjög óljósa heildarmynd af stórborginni, þar sem engir uppdrættir eða kort fengust af staðháttum eða borgum í Bretlandi, öll slík vitneskja hafði verið afmáð í öryggisskyni, svo ég varð af reynslunni að átta mig á hvernig kerfi neðanjarðarbrautanna var samofið.

Ég kom iðulega á Antílópuna sem áður er nefnd en kynntist þó lítið fastagestunum sem voru einkum uppgjafaritstjóri við eitt af stórblöðum Lundúna, drykkfelld norsk blaðakona sem leit á mig sem landa sinn þegar hún var orðin sætkennd, og svo skáldið Dylan Thomas sem þá var ekki orðinn víðfrægur eins og síðar meir. Hann gyrti sig snæri og var í hálfgerðum lörfum.

Margir hafa skrifað um Dylan Thomas eftir lát hans um aldur fram. Kona hans Caithlin Macnamara er ein á meðal þeirra. Þau Caithlin lifðu flökkulífi um tíma en settust svo að á heimaslóðum Dylans í Wales. Ljóð hans þykja rómantísk og torráðin og ydduð af mikilli kostgæfni. Hann var dáður og stældur. Bókmenntahreyfing sem dafnaði kringum 1940, „The New Apocalypse" tefldi honum fram sem andsvari við „gullaldarstíl" Audens. Dylan var drykkfelldur og sat oft síðdegis á pöbbum í hrókaræðum um skáldskap. Frægasta verk hans er líklega Undir Mjólkurskógi.

Eins þótti mér gaman að hitta Karl Strand og ræða við hann um íslenskar bókmenntir, en hann og Þórarinn Guðnason læknir höfðu á stúdentsárum sínum haldið uppi kynningu á áhugaverðum bókmenntum í tímaritinu Dvöl og glætt áhuga manna á smásögum.

Stríðsárin var fátítt að Íslendingar færu til Lundúna og ýmsar hömlur lagðar á vegabréfsáritanir. Þó komu þar þrír verslunarmenn sem ég kynntist nokkuð, létu þeir fara vel um sig á hótelum í gæðaflokki, tveir bjuggu á Savoy við Strand. Var mér umsvifalaust boðið upp á góðar veitingar og ekkert til sparað þegar ég heilsaði upp á þá í svítu annars þeirra. Sá var konsúll fyrir Pólverja á höttum eftir togara fyrir útgerðarfélag sem hann var tengdur, en virtist nú sækjast eftir öðru en gömlum togurum og tengdirnar heima voru honum léttur fjötur um fót, þegar hann steig danssporin á Savoy með vel tansaðar draumadísir í fanginu. Dömurnar fóru þó stundum í hár saman út af því hverri bæri sætið næst konsúlnum, því ekki gat hann gert öllum jafnhátt undir höfði, en ein þeirra svarthærð og þrekleg, sögð búlgörsk að uppruna, tók ótilkvödd að sér vernd hans fyrir óprúttnum veiðibjöllum, enda ekki vanþörf á því svo stórveitull og eftirlátur sem konsúllinn var við veikara kynið sem enn kallaðist svo fyrir kvennabyltinguna.

Hinir tveir kaupsýslumennirnir voru ekki jafn eftirsóttir af glæsikonum, enda ekki meiriháttar. Var viðskiptaerindi þeirra af ólíkt minni stærðargráðu en togarakaup. Allt og sumt sem þeir félagar föluðust eftir voru gömul og hrörleg húsgögn, sem máttu muna fífil sinn fegri á virðulegum landsetrum hjá heldra fólki, en öllu þjónustuliði sem hafði daglega dustað af þessum forna húsbúnaði hafði verið smalað í vopnaverksmiðjurnar til að púla í vinnugöllum fyrir ættjörðina.

Nú var aftur á móti kominn upp aðall á Íslandi og byrjaður að nota hníf og gaffal án þess að stinga úr tönnunum með honum og vildi viða að sér gömlum mublum sem nokkurs konar skjaldarmerkjum.

Áttu þeir félagar helst skipti við gyðing, nokkuð þéttan á velli, velviljaðan og lotningarfullan í framkomu og mikinn kattavin því að lyktin leyndi sér ekki þegar komið var inn fyrir þröskuldinn á mublulagernum hjá honum.

Ég kom þar eitt sinn með magister Birni Bjarnasyni, sem hafði fengið styrk hjá British Council til framhaldsnáms í Oxford, og var kallaður Bjúsi meðal vina sem höfðu fengið til þess tilhlýðilegt leyfi, orðheppinn þegar hann var í stuði, spaugsamur ef sá var gállinn á honum og hlátur hans til helminga blandaður háði og lífsgleði.

Magister Björn hafði áhuga á því að kynna sér hvort gyðingurinn hefði útskorið skrifborð við sitt hæfi, helst úr eigu einhvers eðalmanns því að Bjúsi leit stórt á ætt sína úr Húnaþingi eins og Bretakonungur. Gyðingurinn sá að hér var honum vandi á höndum, hér var kominn maður af öðru sauðahúsi en hinir tveir sem höfðu keypt næstum óséð allt sem hann benti þeim á og reyndi nú að finna skrifborð af göfugum uppruna, en hvernig sem fornsalinn lagði sig fram fann hann ekkert skrifborð við hæfi magistersins, því að hann var ekki braskari eins og hinir. Loks kom magisterinn auga á skrifborð sem honum sýndist eiga menningarlega forsögu, en fékk það svar að það væri því miður frátekið fyrir prófessorinn frá Íslandi. Rak Bjúsi þá upp skæran háðshlátur og sagði honum, að sá maður sem hann ætti við væri ekki prófessor frekar en bröndótt fressið sem svaf í stól húsbóndans. Ekki höfðum við langa viðdvöl eftir þessa yfirlýsingu og kvöddum án þess að gera nein kaup á skrifborði, en gyðingurinn var sýnilega feginn að vera laus við þennan vandfýsna heldrimann sem talaði ensku eins og einn af konungsfjölskyldunni og hafði leiðrétt hann fyrir slæman framburð.

Sigurður var þriðji maðurinn, farinn að reskjast og hafði gráan lepp í hárinu fyrir ofan enni. Lýsti hann því yfir á Antílópunni að sá leppur hefði fært sér fleiri sigra í ástarmálum en nokkurn gæti grunað.

Með honum fór ég í lunch einn sunnudag til gyðingsins sem bjó í úthverfi Lundúna með rósagarð að framan og matjurtagarð að baki. Sonurinn á táningsaldri, með hárið vel greitt og fitugt af brilljantíni og gljáandi í framan af sápu, kom inn og heilsaði okkur kurteislega, sýndi hann mér kanínur sem hann átti í búri fyrir utan eldhúsdyrnar, sennilega voru þær nokkurt búsílag til að drýgja magran kjötskammtinn. Frúin var feitlagin eins og maður hennar, með hárhnút í hnakkanum og gæðaleg á svipinn. Húsbóndinn kom brátt með viskíflösku með slatta í og hellti í glös handa okkur. Hann ræddi um viðskipti nokkra stund, meðan við dreyptum á drykknum og biðum eftir því að maturinn yrði tilbúinn, ekki var Sigurður að tvínóna við að klára þennan dreitil úr glasinu og kom þá karlinn aftur með flöskuna og hellti í glas hans en samræðurnar urðu fljótt stirðar eftir að seinna glasið var tæmt, en gyðingurinn lét sem ekkert væri og benti okkur út um gluggann á rósirnar forstofumegin, og gerði sig líklegan til að sýna okkur þær nánar, en Sigurður hafði meiri áhuga á öðru en blómstrandi rósum og fór fram í eldhús til frúarinnar við eldamennskuna. Við horfðum á rósirnar smástund og húsbóndinn sagði mér heiti þeirra. Maðurinn var sýnilega orðinn dálítið órór yfir því hvað gestinum dvaldist í eldhúsinu og datt mér í hug að hvíti hárleppurinn væri farinn að hafa sín áhrif, þegar Sigurður birtist aftur í dyrunum með steiktar flísar af svínakjöti og eggjum á fati og léttan bjór.

Undir borðhaldinu sagði Sigurður okkur draugasögur af Íslandi og þetta ætlaði að verða notalegur hádegisverður með Sigurð að segja frá djáknanum á Myrká. Hann rakti þessa flóknu frásögn af kvensömum djáknanum sem ætlaði að táldraga stúlku til sín í gröfina, en sonurinn sem fylgdist sýnilega illa með þessari óvenjulegu spennusögu afsakaði sig þegar við settumst inn í stofuna. Tók Sigurður þá föðurlega hönd drengsins í báða lófa sér, horfði hvössum rannsóknaraugum framan í piltinn sem augsýnilega fann að eitthvað dulúðlegt var í aðsigi eftir kvennafar draugsins. Reis Sigurður á fætur hátíðlegur í fasi, eins og prestur við fermingu og sagði með alvöruþunga að nú væru áhyggjulaus bernskuárin að baki, og við tæki ábyrgð hins fulltíða manns með freistingum sínum og snörum allt í kring, vildi hann því sem eldri og reyndari maður á lífsins göngu gefa þessum unga efnismanni nokkur heilræði, sem gætu komið að liði á háskatímum, og gera hann betur varinn gegn holdsins táli.

Í lok þessa andlega nestis tók Sigurður upp úttroðið veski sitt, og flaug mér í hug að hann ætlaði að gefa piltinum fimm punda seðil eða svo, en Sigurður var raunsærri en orð hans bentu stundum til, hann tók upp úr slitnu veski sínu svokallað franskt bréf, og upp úr því smokk sem hann teygði úr til að sýna teygjanleikann og öryggið sem honum fylgdi, en skelfingarsvipur kom á foreldrana og drengurinn varð sótrauður í framan af skömm. Sigurður sagði að þetta væri ekki neitt til að bera kinnroða fyrir, þó að þetta sannaði hinsvegar að breskir foreldrar vanræktu með öllu kynfræðslu við börn sín á heimilunum, jafnvel fram yfir það að þau væru orðin kynþroska og þjökuð af kirtlastarfsemi.

Ég vildi nú fyrir hvern mun að við færum að hafa okkur af stað, sagði að ég væri tímabundinn. Tókst mér þá að lokum að hafa Sigurð með mér þó að hann væri kominn á skrið með að segja frá íslenskum ráðherra sem lent hefði óvart í pútnahúsi í stað ráðstefnu og unnið mikinn kosningasigur út á það. Dró ég hann með mér út úr húsinu í miklu stuði og veifandi hatti sínum að skilnaði.

Björn Björnsson kaupsýslumaður hafði gert mér orð um að líta við á skrifstofu sinni, áður en ég færi að hugsa til heimferðar. Sigurður sem þekkti Björn frá fornu fari í Reykjavík vildi heilsa upp á hann um leið, var skrifstofa Björns í leiðinni niður að Bush House.

Erindið sem Björn átti við mig var að hann vildi líftryggja mig, þegar ég héldi heimleiðis um miðjan nóvember. Ég þakkaði Birni fyrir hugulsemina, en sagði honum að ég ætlaði ekki að líftryggja mig, líf mitt yrði ekki metið til fjár þar sem ég ætti ekki fyrir neinum að sjá.

Þegar við komum aftur út á götuna eftir nokkra stund hjá Birni spurði Sigurður mig hvort ég hefði tekið eftir skrifstofudömu Björns. Ég kvað svo vera en þó ekki sérstaklega nema að hún hefði fallegt hár og hún væri ung og frískleg.

– Við ætlum að hittast í kvöld, sagði Sigurður hróðugur.

– En hún er áreiðanlega meira en helmingi yngri en þú, hrópaði ég hneykslaður.

– Kemur ekki að sök, svaraði Sigurður og glotti við.

Ég hitti Björn nokkrum vikum síðar í sendiráðinu og bölvaði hann þá Sigurði í sand og ösku, sem hefði fengið ritara sinn til að fara með sér út úr borginni yfir helgina, og stúlkan ekki látið vita hvar hún var niður komin í tvo daga. Hefði Sigurður síðan verið eins og grár köttur hjá henni, þó að útlendingum væri harðbannað að flakka fram á nótt án sérstaks leyfis, réttast hefði verið að kæra hann svo hann yrði sendur úr landi. Fólst í þessu leynd ákæra til mín fyrir að hafa komið með þennan giljagaur á skrifstofuna. Ég spurði Sigurð hvort þetta væri satt sem Björn hafði sagt mér um framferði hans, en Sigurður svaraði með hástemmdu lofi um „skatthol indælis“ fagurra kvenna. Þau hefðu átt saman ógleymanlegar stundir undir súð í fimm hundruð ára gamalli gistikrá með fullþroska epli og perur fyrir utan gluggann hjá þeim.

Sigurður fluttist í herbergi sem ég útvegaði honum í næsta húsi við mig, svo að ég komst fljótlega að því að það voru engar ýkjusögur sem hann sagði mér af áhrifum hvíta leppsins.

Magister Björn gisti líka í því húsi þegar hann kom í helgarheimsóknir ofan frá Oxford, og hafði ég oft gaman að vera í námunda við hann á bjórstofum því að hann var manna orðheppnastur hvort sem hann mælti á enska tungu eða íslenska, og þó að hann ætti til að vera ósvífinn við þá sem fóru í taugarnar á honum þá var ósvífni hans oftast skemmtileg og í stíl við tilsvör Oscars Wilde.

Á sunnudagsmorgni seint í október, alla vega lit laufblöð á blautri gangstéttinni og þokan svo þétt að ekki sást yfir götuna.

Þá allt í einu kom í ljós einhver grá ókennileg þúst sem stækkaði eftir því sem nær dró og tók á sig lögun einhverrar skepnu. Bjúsi, félagi minn, var svolítið móður, hægði á sér, tók upp vasaklút og strauk sér um sveitt ennið.

– Sérðu nokkuð, spurði hann órór.

Ég dró við mig svarið til að átta mig betur á fyrirbrigðinu.

– Hvað getur þetta verið, stundi magisterinn.

Þústin fyrir framan okkur í þokunni hélt áfram að stækka.

Birni var orðið mjög órótt og fálmaði með annarri hendi til mín.

– Hvað getur þetta verið, stundi Bjúsi enn.

– Já hvað getur þetta verið, hafði ég upp eftir honum.

– Guði sé lof að þú sérð þetta líka, andvarpaði hann með miklum létti.

En nú hafði fyrirbrigðið tekið á sig ákveðnari lögun.

– Mér sýnist þetta helst vera fíll, sagði ég.

– Fíll, stundi magisterinn og leit á mig bænaraugum líkt og hann grunaði mig um græsku.

Minni fíll kom í ljós.

Það var ekki um það að villast og nú bættust fleiri annarleg dýr við í hópinn, strútur með ræfilslegar og óhreinar fjaðrir og tvö lamadýr ættuð frá Suður-Ameríku. Fílarnir urðu að ganga hægt af því þeir voru hlekkjaðir, en nú fylgdu eftirlitsmenn á eftir og tókum við þá tali. Bjúsi var þá búinn að jafna sig til fulls, varð hinn kátasti og sagðist í fyrstu hafa haldið að Nói gamli væri að forða dýrum sínum í örkina undan næsta syndaflóði. Mennirnir sögðust vera að flytja dýrin í vetrargeymslu þar í grenndinni.

Veslings magisterinn hafði andartak óttast að hann væri kominn með ofskynjanir eftir allt bjórsullið kvöldið áður.

ELLEFTI KAFLI

Haustið 1942

En nú var farið að kólna í veðri og stríðsfréttirnar af framsókn þýsku hersveitanna yfir gresjur Rússlands voru fyrirferðarmestar í blöðum og útvarpi og bjuggust menn við falli Stalíngrad á hverjum degi, en það dróst á langinn að hrekja Rússana úr húsarústunum austur yfir Volgu. Hitler krafðist þess af von Paulusi að vörn Rússa yrði endanlega brotin á bak aftur og sendi honum aukinn liðstyrk eftir að þýska innrásarliðinu á Krít hafði loks tekist að sigra Breta sem þar voru til varnar og svo mikið lá við að þýsku hersveitirnar voru sendar flugleiðis beint frá Krít í sumarbúningum til að tangarsókn von Paulusar mætti takast, en þá var hún orðin nokkrum örlagaríkum vikum á eftir áætlun Hitlers. Auk þess gekk haustið óvenju snemma í garð, veður tóku að spillast, moldarvegirnir urðu eitt forarsvað og allir aðflutningar urðu mjög erfiðir. Fyrstu snjóar tóku að falla í Stalíngrad, síðan tóku frostnætur við með byljum og fimbulkulda líkt og forðum þegar landvættir Rússlands gengu í lið með Kutuzov marskálki og eyddu að mestu fjandaliði Napoleons.

Nú beið sjöunda hers von Paulusar sama feigð.

Von Paulus sendi Hitler neyðarskeyti um að hann fengi að hörfa í vesturátt til búða von Mansteins, en foringinn sem aldrei hafði unnið til nokkurs frama á herþjónustuárum sínum hafnaði því með öllu.

Seinasti útifundurinn sem ég sótti á Trafalgartorgi var sá langfjölmennasti sem ég hafði sótt, lögreglumenn voru hvarvetna, margir á stórum hestum með kylfur við hlið sér, rauð flögg og borðar hvarvetna með upphrópunum um að gera innrás á meginlandið til að koma Rússum til hjálpar á neyðarstundu og Bandamenn ásakaðir um að halda að sér höndum meðan Rauða hernum væri að blæða út, Hitler hefði aldrei tekist að brjótast langt inn í Sovétríkin ef þýski herinn hefði verið neyddur til að berjast á tveim vígstöðvum.

Það kom í ljós síðar að slík innrás þurfti miklu meiri undirbúning en Bandamenn áttu kost á til að ná fótfestu á meginlandinu

En nú var dvöl minni að verða lokið í Lundúnum, mér stóð til boða að vera áfram í starfinu og hefði gjarnan viljað það ef betur hefði staðið á fyrir mér, ég hafði haft betri laun en ég hafði áður kynnst og mikið um að vera í menningarlífi höfuðborgarinnar, sömuleiðis hafði ég smám saman kynnst áhugaverðu fólki, en þar kom á móti að ég fann að heilsa mín var ekki nógu traust til að þola vetur í hálfköldum húsum við heldur magran kost, auk þess sem ég saknaði ýmsra heima og vissi að ekkert fæði væri mér jafnhollt og fæði móður minnar.

Kom ég því til leiðar að Karl Strand tók við vikulegum útsendingum, en hann var þá að festa kaup á húsi sem hann bjó í allan tímann sem hann var geðlæknir þar.

Ég fór þá að kanna hvernig ég gæti komist heim, því í þetta sinn stóð mér ekki til boða far með herflugvél eins og þegar ég kom.

Íslenskir togarar áttu þá mikinn þátt í því að drýgja knappan matarskammt bresku þjóðarinnar þó að togurum hefði verið sökkt á siglingaleiðinni til Fleetwood á vesturströnd Englands og kafbátar Þjóðverja yrðu æ aðgangsharðari á Atlantshafi.

Dagurinn sem ég tók lestina norður var kaldur og hráslagalegur og engin eftirsjá í honum, Sigurður kom óvænt á brautarstöðina til að kveðja mig og færði mér tvær samlokur til að hafa á leiðinni, var ég honum þakklátur fyrir hugulsemina.

En lestin varð fyrir ýmsum töfum, mér var sagt vegna hermannaflutninga, auk þess sem ég þurfti að skipta um lest á leiðinni sem var sömuleiðis talsvert krókótt, var ferðalagið hálf ruglingslegt þar sem hvergi voru neins konar vegakort né aðrar upplýsingar að fá til að gera ekki hugsanlegum njósnurum hægara um vik.

Ég var ekki kominn til Fleetwood fyrr en um miðja nótt og var þá orðinn eini farþeginn í mínum vagni, niðamyrkur var vegna myrkvunarinnar og sá ég engan til að spyrja um gistingu eða hótel, stóð ég þarna úti í suddarigningu með farangur minn og reyndi að átta mig á hvert væri vænlegast að halda. Lagði ég síðan af stað en hafði ekki gengið lengi þegar ég heyrði lögreglublístur og var skipað að nema staðar, kom þá lögregluþjónn með svartan hjálm á höfði út úr myrkrinu. Spurði ég hann um gistingu einhvers staðar, en hann sagði að öll hótel væru búin að loka og krafði mig um skilríki, kom þá í ljós að ég hafði ekkert leyfi til að vera úti á þessum tíma sólarhringsins og byrsti hann sig við mig, sennilega haldið að hreimurinn væri þýskur. Sagði ég honum þá hvernig á mér stæði og ætlunin væri að fá mér far með togara heim til mín á Íslandi, varð þá lögreglumaðurinn brátt kumpánlegri og hjálpaði mér með farangur, sérstaklega var kínverskt ópíumborð sem ég hafði keypt í Libertys, dálítið erfiður baggi.

Varð úr að lögregluþjónninn fór með mig heim til sín þar sem roskin hjón tóku á móti okkur, fékk ég þar heitt te sem yljaði mér vel eftir hráslagalegt náttmyrkrið og háttaði ofan í volgt rúm lögreglumannsins, en þrír menn sváfu þar fyrir hver í sínu rúmi og sofnaði ég um leið og ég lagðist út af.

Klukkan um níu morguninn eftir fór ég á fætur, þá voru svefnfélagar mínir á brott, en ég greiddi konunni smápening fyrir gistingu og te með ristuðum brauðsneiðum og margaríni.

Ég tók bíl og bað bílstjórann að aka mér niður í hafnarhverfið á þokkalegan gististað og rakst þar brátt á íslenskan sjómann sem ég kannaðist við í sjón, komst ég þar inn á smáhótel með gaslýsingu. Sagði hann mér að þar í höfninni væru fimm íslenskir togarar sem ætluðu að sigla saman í lest eftir að ljóst var að togaranum Jóni Ólafssyni hafði verið sökkt af kafbáti. Var ég næstu daga með Íslendingum, fór með þeim á bjórknæpuna sem þeir kölluðu Rörið eftir miklu röri sem þar var mjög áberandi úr kolavél á miðju gólfi. Raunar fór ég ekki nema einu sinni því það urðu heilmikil læti og slagsmál, Bretarnir kölluðu þá nasista og sögðu að þýsku kafbátarnir hlífðu þeim fyrir það að koma ekki upp um kafbátana þegar þeir fylgdu í kjölfar togaranna og ekki væri hægt að hlera þá uppi, en strákarnir ögruðu Bretunum á allan hátt, kölluðu Heil Hitler eða heilsuðu með nasistakveðju, og höfðu af þeim kvenfólkið á Rörinu sem allar vildu falbjóða sig þó að fæstar væru til að sjá mikið piltatál, glorulegar og vannærðar. Það voru uppgrip fyrir allt hafnarhverfið að fá svo ósínka sjómenn í land. Eitt kvöldið slóst ég í för með sjómönnum upp eftir til Blackpool sem hafði verið eftirsóttur skemmtistaður fyrir stríð. Sá ég þar einhvern söngleik fram að hléi en við Íslendingarnir fórum ekki aftur inn í salinn af því að sjómennirnir kunnu betur við sig á barnum, enda höfðu sumir spariklæddir áhorfendur hastað á okkur meðan á sýningunni stóð sem ekki virtist spennandi fyrir menn siglandi fram og aftur á hættusvæði stríðsins.

Steinar Kristjánsson var með togarann Júní úr Hafnarfirði, leist mér þannig á manninn að mér myndi vera vel borgið undir hans skipstjórn, enda kom það á daginn,

Ætluðu þeir á fimm togurum að hafa samflot til Íslands af öryggisástæðum, en áður en við fórum leituðu tollverðir rækilega á okkur og var silfurborðbúnaður gerður upptækur hjá sumum, en blátt bann var við því að hafa verðmæti með sér úr landi. Ég var með tvo hringa sem voru í öskjum og hafði bundið þá í snæri um fót mér neðan við ökkla, en öskjurnar hafði ég tómar í frakkavasa mínum, tollvörðurinn sem leitaði á mér fann öskjurnar og spurði mig um hringana sem þar hefðu verið, ég stamaði því upp að mér hefðu verið gefnar öskjurnar tómar og var það ekki mjög trúverðugt enda var ég nú allur þuklaður nákvæmlega, en af því að ég var í síðum nærbuxum niður fyrir ökla fannst ekki fyrir bandinu og ekkert var í skónum, gafst tollvörðurinn þá upp við að leita frekar á mér en mörgum árum síðar þegar ég var að fara í gegnum tollinn í Glasgow mundi tollvörðurinn eftir mér og minnti mig á þennan atburð. Hlógum við báðir við.

En nú vorum við komnir af stað út í írska kanalinn og þótti mér það dálítið tvíeggjað að skipin skyldu vera lýst sterkum ljósum og eins íslenski fáninn blaktandi aftur á skutnum.

Skipskokkurinn stuttur og feitur, sem var að fara úr tveim loðfeldum, öðrum utan yfir hinum og hann hafði keypt handa eiginkonu sinni og mágkonu, sagði mér að hann hefði aldrei átt að fara þessa ferð, en hefði látið tilleiðast að hlaupa í skarðið fyrir vin sinn.

Ég minnti hann á að slíkt hefði þótt drengskaparbragð í fornsögunum, en það hafði engin áhrif á kvíða hans, en ég beit mig í vörina fyrir að hafa talað gáleysislega og með því kannski ögrað örlögunum. Það komu skilaboð til skipstjórans að tveir af skipshöfninni væru marðir og illa leiknir eftir slagsmál á Rörinu. Skipstjórinn fór að athuga meiðsl þeirra en kom með þann úrskurð að sennilega væri hvorugur brotinn, en lemstraðir og marðir.

Fyrsta sólarhringinn gekk okkur vel og við sáum til hinna togaranna, en síðan fór að gera brælu, barómetrið féll og öldurnar urðu voldugri sem gengu yfir hvalbakinn og við urðum viðskila við hina togarana.

Ég var í skipstjórnarklefa hjá Steinari og lét fara vel um mig, mér var færður matur því ekki þótti ráðlegt að ég færi í matsalinn aftur á, því að sjór flæddi um þilfarið við hverja ágjöf, lestin var full af sallakolum sem runnu til svo að togarinn fór að hallast á aðra hliðina og kyndarar og hásetar urðu að moka kolunum stöðugt til svo að ekki kæmi meiri slagsíða á skipið. Steinar Kristjánsson stóð þessa sólarhringa næstum hvíldarlaust uppi í brúnni eða tók sér aðeins blund eins og fugl, skipið var látið slóa heilan sólarhring og ýmsu kastað fyrir borð frá þeirri hlið sem hallinn var. Ég gerði mér enga grein fyrir því hvort hætta væri á ferðum og þegar ég spurði Steinar svaraði hann mér að við værum að minnsta kosti í lítilli hættu fyrir kafbátum í svona stormi. Eina nóttina dreymdi mig að ég kæmi þar að á þilfarinu sem hjón sem ég hafði þekkt sem barn voru að hnakkrífast, maðurinn sem var svartklæddur og hét Haraldur tók hana í hryggspennu, en konan, sem hét Aðalbjörg, hálftrylltist, beit manninn á barkann svo hann féll niður og alda sópaði honum fyrir borð. Þótti mér þessi draumur svo sterkur og skýr að ég sagði í brúnni frá honum og þótti þeim betur „dreymt en ódreymt".

En smám saman fór veðrið að ganga niður og sjór að stillast, enda komnir langleiðina til Íslands og skammdegið teygði sig til okkar yfir hafið.

Enginn heima vissi af mér á leiðinni, svo að enginn var til að taka á móti mér. Ég tók bíl á hafnarbakkanum sem ók mér í Suðurgötuna, þegar ég kom út úr bílnum sá ég móður mína standa við glugga og vera að gá til himins yfir húsunum á móti, þar voru grá, tætingsleg ský með rauða glóð í jöðrunum frá hniginni vetrarsól.

Það var mikil gleðistund þegar ég kom upp til foreldra minna, faðir minn á flauelsjakka sínum og kettlingur sofandi á skrifborðinu. Þannig hafði hann setið á daginn í stól sínum allan tímann meðan ég var í burtu, mér fannst það nokkuð langur tími, ég hugleiddi það ekki fyrr en þá að hér hafði tíminn gengið í hring í rúm sjö ár meðan faðir minn beið æðrulaus með bækur sínar, spil og útvarp og örlítinn vonarneista um að geta gengið á ný.

TÓLFTI KAFLI

Leshringur í háskólanum

Daginn eftir fór ég í tíma hjá Sigurði Nordal og hitti félaga mína.

Á fundi með vinstri sinnuðum stúdentum var ég kosinn formaður Félags róttækra stúdenta sem þá hafði legið í dvala um skeið.

Við Eiríkur Hreinn Finnbogason beittum okkur fyrir því að blað félagsins, Nýja stúdentablaðið, var endurvakið þar sem ég skrifaði grein um þá hræsni breskra kvenfélaga að mótmæla hnísudrápi Íslendinga í Fossvogi sem birst höfðu myndir af í blöðum á sama tíma og þessar ágætu frúr létu sig ekkert varða um hungurmorð barna í Indlandi og víðar á yfirráðasvæðum Breta. Eftir Eirík birtist ádeilukvæði auk kvæðis eftir Andrés Björnsson og greinar eftir stúdenta. Reyndum við að selja þetta á götum en fáir vildu kaupa.

Leshringurinn tók aftur til starfa, en þar voru þau Bodil Sahn og Halldór J. Jónsson aðalstoðirnar.

Á bernskuheimili sínu í Kaupmannahöfn hafði Bodil mjög ung mótast af bóklestri foreldra sinna og róttækum skoðunum þeirra í stjórnmálum, faðir hennar var blaðamaður, en móðir hennar mikill lestrarhestur, létust þau bæði ung úr berklum og fór Bodil þá til móðurbróður síns í Reykjavík.

Bodil dáði mikið Beatrice Webb en þau Webbhjónin voru kunn um allan hinn enskumælandi heim fyrir skrif sín um Sovétríkin, sérstaklega fyrir bókina Sovét Kommúnismi: Ný menning. Lýstu þau því yfir að þar hefði í fyrsta sinn í sögu mannkynsins verið stofnað vísindalega grundvallað þjóðfélag. Hinn kunni blaðamaður Malcolm Muggeridge varaði menn hinsvegar við að láta blekkjast eins og hent hafði hann sjálfan og fleiri þekkta rithöfunda. En við þessi skrif Muggeridge lamaðist Fabian félagsskapurinn, stóð Bernard Shaw með Webbhjónunum en Harold Laski og heimspekingurinn Bertrand Russell og fleiri á móti.

Þessi afstaða hafði víðar á Vesturlöndum klofið vinstri menn í tvær fylkingar og Webbhjónin höfðu orðið mörgum dæmi um fólk sem hefur einurð í sér til að standa við skoðanir sínar og óvægin að lesa andstæðingum sínum pistilinn.

Þegar ég kom heim frá Lundúnum hafði Úthlutunarnefnd listamannalauna verið mikið gagnrýnd fyrir að mismuna rithöfundum eftir pólitískum lit þeirra og voru þar fremstir í flokki Halldór Laxness og Kristinn E. Andrésson, forgöngumaður bókaútgáfu Máls og menningar og ritstjóri tímaritsins, sem dró að sér flesta af yngri rithöfundum og skáldum. Kristinn var hógvær í fasi en undir niðri eldheitur baráttumaður fyrir sósíalisma og hafði gott lag á að vinna menn á band sitt þó að þeir væru ekki skilyrðislaust stuðningsmenn hans í stjórnmálum.

Tímaritið varð fljótlega mjög áhrifamikið á menningarsviðinu og þeir höfundar einangraðir sem ekki voru taldir vinstri menn, svo sem Guðmundur G. Hagalín, Kristmann Guðmundsson og fleiri. Þótti það bera vott um þroskaðan bókmenntasmekk að tala niðrandi um verk þeirra og finna þeim allt til foráttu.

Ekki var hægt að nota skammaryrðið „borgaralegar nútímabókmenntir" um verk íslenskra höfunda þar sem þeir voru allir af alþýðustétt, en margir meðal útlendra skálda fengu að kenna á þeirri nafngift og voru íslenskir lesendur varaðir við þeim. Var því haldið fram að athyglisverðust einkenni á bókmenntum borgarastéttarinnar væru þau að höfundar þeirra hefðu hætt allri viðleitni til að skírskota til fólksins, vísvitandi um að borgarastéttin væri eitt og fólkið annað. Aldous Huxley var til dæmis sakaður um yfirfljótandi munnræpu í stássstofu, Karen Blixen fyrir fáránleg ævintýr um aðalsmenn og preláta en ekkert liggi fjær evrópskri menningu ... „og eins og kveðin úr haugi", bók eftir Johannes V. Jensen, einn helsta rithöfund Dana, var sögð skorta alla skírskotun til fólksins og margir aðrir erlendir rithöfundar fengu harðar umsagnir.

Þórbergur Þórðarson leigði íbúð í Suðurgötunni í næsta húsi við okkur, komu þau Margrét kona hans stundum í kvöldkaffi til foreldra minna og hafði hún þá jafnan hannyrðir með sér en nálin lék í hendi hennar um leið og hún sagði móður minni ýmsar hneykslissögur sem hún hafði á hraðbergi, móðir mín undraðist fróðleik hennar um hátterni fólks og málefni og hafði á vissan hátt gaman af ýmsu sem rann upp úr henni, en Þórbergur var allur á astralsviðinu, gekk um gólf, sagði frá ýmsum óyggjandi jarteiknum um framhaldslíf sem fyrir hann höfðu borið og var ein af sögunum eitthvað á þessa leið: Hann sat að skriftum en Margrét hafði brugðið sér eitthvað frá, þá kom yfir hann áköf kaffilöngun en kaffikannan stóð tóm og dapurleg á eldhúsbekknum, svo hann settist aftur við skriftir, leið svo drykklöng stund og ekki kom Margrét, hann var orðinn mjög þurr í kverkunum og skildi ekki í því hvað gæti dvalið svo fyrir henni, þá finnur hann allt í einu sterkan ilm af nýlöguðu kaffi berast inn til sín, sprettur á fætur og rýkur fram í eldhús en þar var engin Margrét, varð hann steinhissa en bragðaði á kaffinu og það var langbesta kaffið sem hann hafði bragðað á ævi sinni, yfirnáttúrlegt bragð. Og hann vitnaði til Margrétar sem studdi þessa frásögn mjög ákveðið.

Faðir minn gerði enga athugasemd við söguna og sýndi engin svipbrigði. Þórbergur kom með fleiri svona jarteiknasögur, eina mjög furðulega af reynslu Brynjólfs Bjarnasonar alþingismanns þegar hann kom úr baði í íbúð sinni á fjórðu hæð og fann ekki annað ermabandið, en svo allt í einu lá það fyrir framan hann.

Þórbergur og Margrét bjuggu ekki lengi í Suðurgötu, Margrét hafði framleigt eitt herbergi af íbúðinni, en gætt þess að kvitta án þess að nefna upphæð leigunnar en í eitt skipti var Margrét ekki heima þegar leigjandinn kom til að borga, en Þórbergur tók við greiðslunni í hennar stað og útfyllti skilmerkilega húsaleigukvittunina. Sá leigutakinn sér þá leik á borði og kærði þau fyrir okur með þeim afleiðingum að þau misstu íbúðina. Þetta snerist þeim þó í haginn því það leiddi til þess að þau keyptu sér íbúð sem síðan hækkaði hröðum skrefum í verði vegna verðbólgunnar.

Eftir það sá ég Þórberg oft á gangi með staf sinn á reglulegum áætlunarferðum sínum milli áfanga þar sem hann nam staðar, tók upp vasaúr sitt með rómverskum tölustöfum til að gæta þess að áætlunin stæðist nákvæmlega.

Alltaf var hann hress í tali, rjóður í kinnum eftir útiveruna, með hugann fullan af háspeki um tilveruna eða stórveldispólitík Rússa og Ameríkana sem myndi enda með því að kapítalisminn yrði rifinn á hol og réttlætið sigra. Stappaði hann þá niður stafnum því til áherslu.

Skoðanir hans í stjórnmálum voru svo einfaldar og veruleikafirrtar að maður átti bágt með að trúa því að honum væri full alvara með þeim, en í rauninni var hann ekki frábrugðinn samtíðarmönnum sínum sem enn lifðu í söknuði eftir sveitinni sem þeir höfðu kvatt og fegruðu í endurminningum sínum.

Það skemmtilega við Þórberg var að hann var alltaf eins og nýkominn úr Suðursveit, umluktur fjöllum og úthafi og þekkti ekki til borgarlífs nema af illri afspurn. Hann lifði einföldu og heilbrigðu lífi eftir að hann var orðinn kunnur rithöfundur og þau hjónin létu eftir sig talsverðar eignir sem þau höfðu aflað sér með hófsemi og aðsjálni, en Háskóli Íslands erfði eftir þau.

Ég spurði hann stundum um kvöldgesti Erlendar í Unuhúsi, en þar voru þeir Halldór Laxness hafðir í hávegum, en það mátti heyra á Þórbergi að hann hafði ekki unað því vel að vera settur í skuggann af Halldóri sem dró dár að ábyggilegum draugasögum og áleit vottfest almættisverk ekki annað en brellur trúða, einföldum almúga til blekkingar.

Þórbergur vildi trúa á spíritismann sem vísindagrein en Halldór leit á sósíalismann sem jafn nákvæm vísindi og eðlisfræði. Engin leið var að sanna eða afsanna kenningarnar um spíritisma eða sósíalisma með endurteknum dæmum sem gæfu sífellt sama svar eins og í vísindarannsóknum. En orðið sjálft, vísindalegur sósíalismi hafði sannfærandi og nútímalegan hljóm.

Honum var dálítið uppsigað við nútímaskáldskap og fór oftar en einu sinni með sömu hendingarnar úr vísu sem hann hafði ort og þótti sjálfum smellin:

Hannes Sigfússon, Sigfús Daðason,
Sigfús Daðason, Hannes Sigfússon.

ÞRETTÁNDI KAFLI

Landkönnun

Sumarið 1943 fórum við, Hallgrímur Dalberg, Ólafur Björnsson og ég í ferðalag með tjald og viðlegubúnað, vel nestaðir og skóaðir því að mest af leiðinni ætluðum við að fara fótgangandi.

Fyrsti áfanginn var með Laxfossi upp í Borgarnes, síðan með rútunni að Miklaholti en þar settum við á okkur föggur okkar og héldum af stað eftir rykugum malarveginum því að landnyrðing og brakandi þurrk hafði gert svo að bændur gátu hirt nýslegna slægjuna beint af ljánum. Nú voru galtar með ilmandi töðu á víð og dreif um túnin sem voru gul eftir sláttinn og háin varla farin að bæra á sér.

Tjölduðum við fyrstu nóttina í Búðahrauni, þá var komin mikil kyrrð og kvöldið heillandi við gulan fjörusand, blátt hafið og svart hraunið skjólgott að baki með fjölskrúðugan gróður og birkikjarr. Á jöklinum hafði Bárður Snæfellsás sveipað tinda sína skýjatröfum, tilkomumikill til að sjá þar sem hann drottnar eins og lénsherra yfir landsetum sínum, Axlarhyrnu og Stapafelli og úfnu hrauninu sem gengur í sjó fram allt frá jökulröndum. Þar á nakinni ströndinni gnæfa stuðlabergsdrangar í kynlegum myndum kenndir við tröll.

Á Hamraendum heilsuðum við upp á Sigmund bónda og fengum mjólk og kleinur, sýndi hann okkur út um glugga öll túnin fyrir neðan bæinn sem höfðu verið lítið annað en mýrarfen fyrir vaðfuglinn einan þegar hann hóf þar búskap.

Föluðumst við eftir hestum hjá honum og fylgdarmanni til að leiðbeina okkur um torsóttan götuslóðann í hrauninu alla leiðina að Einarslóni. Var það auðsótt mál, kallaði Sigmundur í gamlan mann og sagði okkur að enginn væri fróðari um öll kennileiti og örnefni á leiðinni. Stóð það heima, karlinn sagði okkur hrakningasögur frá fyrri öldum og rifjaði upp nöfn á merkisfólki sem lifði áfram í bókmenntum og þjóðarsögunni. Sagði hann okkur af skáldkonunni Steinunni Refsdóttur sem sagði við Þangbrand, trúboða Ólafs konungs Tryggvasonar þegar hann kom þar á bæ til að boða heiðnu fólki kristna trú: Heyrt hef ég að Þór skoraði Krist á hólm en Kristur þorði ekki að berjast.

Á Arnarstapa var útræði forðum. Þar fæddist Steingrímur þjóðskáld. Karlinn benti okkur á rústir af Grímsstöðum, en þar bjó rímnaskáldið góðkunna Sigurður Breiðfjörð við lítinn orðstír af því hann var álíka búskussi og Hallgrímur Pétursson hafði verið á sinni tíð þegar hann var með allan hugann við sálmaskáldskap.

Loks vorum við komnir í Einarslón þar sem við fengum leyfi hjá bóndanum að tjalda á nýslegnum túnbleðli hans. Tvær ungar dætur á unglingsaldri fylgdust með því þegar við vorum að koma okkur fyrir og við fengum keyptan mjólkursopa hjá bóndanum, föður þeirra. Þær sögðu okkur að þær hefðu farið á skrall í Ólafsvík í fyrrahaust, en það hefði ekki verið neitt varið í það. Næst ætluðu þær að fara miklu, miklu lengra og skemmta sér betur. Ég spurði hversu langt þær ætluðu að fara.

– Alla leið í Hólminn, sögðu þær. Þannig sannaðist það að Guðmundur læknir hafði rétt fyrir sér háaldraður þegar hann fór með Ásu dóttur sinni til Ameríku og virti fyrir sér skýjakljúfana í New York af skipsfjöl þegar þau voru að sigla inn í höfnina:

– Ansi eru þeir búnir að byggja mikið í Hólminum

Í huga stúlknanna var Hólmurinn New York.

Einarslón er gróðurblettur í einmanalegri hraunauðninni sem rís í bungu yfir svarrandi úthafsölduna sem linnulaust lemur bjargið. Þar stendur Járnbarðinn, úfinn og svartur og veitir úthafsöldunni viðnám. Margir drangar hafa þar fallið í valinn fyrir úthafsöldunni en nokkrir standa enn ósigraðir yfir drynjandi brimlöðrinu með grasstrá á efstu tó þar sem svartfuglinn lætur sig svífa þöndum vængjum á uppstreymi loftsins við bergvegginn. Það lá við að maður tæki andköf við að líta svo mikilúðleg átök náttúruaflanna, það buldi í hvítum brimfaldinum og hraunið undir fótum okkar nötraði og skalf.

Við vöknuðum snemma næsta morgun við dimma rödd fyrir utan tjaldið líkt og sjálfur Snæfellsás væri að undrast þennan átroðning í umdæmi sínu, en það var þá sjálfur meistari Kjarval sem var að snúa heyinu í morgunskininu, hann sagðist oft grípa í hrífu bóndans til að hvíla sig. Bóndinn hafði farið að vitja um silung. Okkur var boðið í bæinn að þiggja morgunkaffi. Heldur var stofan fátæklega búin en hreinleg. Á ljósbláu panelþili var vatnslitamynd af eldri dótturinni.

Við rákum augun í það að varir hennar höfðu verið litaðar eldrauðar með varalit. Þegar við höfðum orð á því við Kjarval svaraði hann með hógværð:

– Já þetta var alveg rétt hjá stúlkunni, hún fann að það vantaði þarna eitthvað.

Stúlkurnar fylgdu okkur niður í Dritvík en þar eru enn steinatökin frægu: Fullsterkur, Hálfsterkur, Hálfdrættingur og Amlóði.

Ólafur og Hallgrímur reyndu afl sitt við steinana, en ég lét mér nægja að lyfta Amlóða á stall.

Við félagarnir gengum hraunbreiðurnar vestur undir Jökli í sterku sólskini með stefnu á Svörtuloft, þar sem blátt hafið er á aðra hönd en skínandi jökullinn á hina. Við gengum framhjá mörgum gíghólum og gömlum eldvörpum. Það er líkast því að handleika fornan alþýðukveðskap á skinnpjötlu að rifja upp örnefnin á Snæfellsnesi og enn má bæta við Rifi, Sandi, Hólahólum og Bala, Enni og Helgrindum, Berserkjahrauni og Kistufelli, Öxarhamri og Kerlingarskarði, Axlarhyrnu og Arnarstapa að mörgum öðrum örnefnum ótöldum. Bárður Snæfellsás lifir síðan áfram í huga manns í fannbarinni brynju og með sterklegan klakastaf í hendi.

Við komum við á Brimilsvöllum, þar bjó Ólafur óðalsbóndi, höfðinglegur maður og hnarrreistur, hann fór með okkur á hestum fyrir Búlandshöfða, gatan þar var víða mjög tæp og hætt var við að þann sundlaði sem liti niður brattar skriðurnar og sæi blika á vængi svífandi sjófugla langt fyrir neðan.

Ólafur sagði okkur að líta aðeins upp í móti, hestarnir væru vanir götuslóðanum og fótvissir. Komumst við þar klakklaust yfir og héldum áfram göngu okkar í Grundarfjörð, þar sem Kirkjufell rís eitt og sér beint upp af sjávarströndinni næstum lóðrétt og myndar gott skipalægi andspænis fjallgarðinum. Loks seint um kvöldið vorum við komnir í Stykkishólm og fengum inni á hótelinu við höfnina.

Sigurður Steinþórsson kaupfélagsstjóri, sem við þekktum lauslega, bauð okkur upp á glænýja lúðu í hádeginu daginn eftir. Hann bjó í Norska húsinu sem nú hefur verið friðað, en er elsta tvílyfta íbúðarhús á landinu, flutt inn tilhöggvið frá Noregi af Árna Thorlacius kaupmanni, sem varð fyrstur manna hér til að gera vísindalegar athuganir á veðurfari landsins. Hann var nokkurs konar Ragnar í Smára síns tíma, gaf út mikið af vinsælum kveðskap Sigurðar Breiðfjörð, þar á meðal Númarímur. En aurarnir fóru að mestu í brennivín hjá Sigga.

Hjálmar Sigurðsson kaupmaður keypti Norska húsið nokkrum árum eftir aldamótin. Síðari kona hans og rúmum tuttugu árum yngri var Soffía Gunnarsdóttir, en einkabarn þeirra, Hildigunnur, fæddist nokkrum mánuðum eftir dauða föður síns.

Soffía var systir Gunnars skálds, en uppfóstruð hjá föðurbróður sínum Sigurði Gunnarssyni, prófasti í Stykkishólmi, eftir að hún hafði misst móður sína barnung.

Við félagarnir höfðum gaman af að skoða þetta virðulega hús, en eftir matinn heilsuðum við upp á Þorleif, umsjónarmann bókasafnsins, sem var í litlu húsi á háum hól yfir bænum. Safnið á langa og merka sögu þó að ekki væri búið að því sem skyldi.

Á bókasafninu var næpulaga turn sem sker sig úr frá öðrum húsum í nágrenninu. Síðan fór Þorleifur, sem enn var vel ern þrátt fyrir háan aldur, með okkur að Helgafelli. Þar er Guðrún Ósvífursdóttir sögð grafin, en Þorleifur sagði okkur að ganga hljóðlega frá leiði hennar án þess að mæla orð af munni eða líta um öxl upp á fellið, líta út yfir eyjarnar og fjörðinn og óska einhvers í hljóði, þá myndi sú ósk rætast. Fórum við að öllu eins og Þorleifur lagði fyrir en nú man ég ekki gjörla hvers ég óskaði mér.

Morguninn eftir fórum við yfir fjörðinn með flóabátnum Baldri, þar um borð var Finnur fuglafræðingur, heljarmenni á vöxt og virtist lundinn kannast við hann og stillti sér upp á klettum og hólmum á leið okkar líkt og hann væri að sitja fyrir hjá ljósmyndara.

Þegar við komum að Brjánslæk var úrhellisrigning og fengum við þá inni hjá Guðmundi Einarssyni, bónda og fræðimanni. Urðum við þar veðurtepptir í þrjár nætur. Loks rofaði til og brátt fór að þorna á steini.

Hringdi þá Guðmundur í fornvin sinn Júlíus í Litla-Nesi, kotbæ hinum megin við Vatnsfjörð, en Júlíus hafði haft símagæslu á hendi marga áratugi. Sagði Guðmundur okkur að stundum léti hann fjúka í kviðlingum í símann og nefndi það að eitt sinn þegar honum þótti dragast borgun fyrir eftirlit sitt meðfram símalínunni sendi hann símskeyti til Ólafs Kvaran ritsímastjóra:

Fáist ekki gjaldið greitt
gagnvart starfi mínu,
fer ég ekki fetið eitt
fram með símalínu.

Margar kímilegar sögur sagði Guðmundur okkur af Júlíusi í Litla-Nesi sem allt varð að yrkisefni, samdi löng ljóðabréf um hversdaglegustu atburði, svo sem þegar hann pantaði nauðsynjar sínar úr Flatey, tækifærisvísur og afmæliskveðjur og var þessi litskrúðugi skáldskapur sveitungum hans til upplyftingar og ánægju, barst og mörgum til eyrna.

Júlíus í Litla-Nesi kom og sótti okkur á seglbát sínum. Hann var kvikur á fæti og handtökin snör þegar hann hagræddi seglunum og skriður komst á bátinn. Þrátt fyrir háan aldur sagðist hann vera við hestaheilsu enda tæki hann inn steinolíu ef einhver lunta væri í sér, það væri ekki komið að því nærri strax að hann setti upp tærnar.

Ekki lét hann standa á kveðskap sínum þegar hann gat hallað sér aftur við stýrið og fór með langan brag um þá kumpána Hitler og Stalín og ekki leist honum betur á þegar Japinn væri kominn í kompaníið. Sendi hann mér seinna þennan brag og sitthvað fleira, sem hann bað mig um að koma á framfæri við útvarpið, en sá skáldskapur fann ekki náð fyrir augum Andrésar Björnssonar sem þá var dagskrárstjóri.

Við spurðum Júlíus um húskarl hans Jón Thorberg sem Guðmundur hafði sagt okkur af. Var vinnumennska Jóns hjá Júlíusi með þeim hætti að hann var sjálfs sín. Þeir voru á svipuðum aldri og stefjuðu mikið hvor á annan í gamni og glettni.

Má þar nefna Útilegumannavísur sem Júlíus orti af því tilefni að strákar höfðu skrökvað því að Jóni að útilegumenn væru lagstir á fé þar á fjöllunum. En Jón fékk þá hugmynd að þeir væru úr Framsóknarflokknum sem honum var lítið um og þá kvað Júlíus:

Hér um brokkar heiðarnar,
hjörð frá okkur dregur,
einn úr flokki framsóknar
fantur þokkalegur.

Jón Thorberg var á unglingsárum við skipstrand, það var frönsk skúta og varð mannbjörg, en ári síðar barst kveðja frá skipstjóranum og þar voru með forláta leðurstígvél til Jóns Thorberg, slík sem enginn þar um slóðir hafði fyrr augum litið. Var Jón mjög stoltur yfir björgunarverðlaununum, sem von var, en stígvélin reyndust þó full þröng þegar hann ætlaði að fara í þau, en Jón lét það ekki á sig fá, vildi fyrir engan mun verða af jafn fagurlegum fótabúnaði svo hann tróð sér í stígvélin og reyndi að ganga óhaltur eins og Gunnlaugur ormstunga þó að þau krepptu að fætinum og hélt þau myndu liðkast með tímanum, en það fór á aðra leið. Jón komst ekki úr þessum skínandi stígvélum og þegar á leið bólgnaði upp fóturinn og hann varð draghaltur. Varð þá ljóst að hann yrði að komast til læknis því að hætta var á að drep væri komið í fótinn, var þá ekki um annað að ræða en að senda hann suður undir læknishendur. Varð Matthías Einarsson á Landaskotsspítalanum að taka af honum annan fótinn, gekk Jón Thorberg upp frá því á óvönduðum tréfæti en lét ekkert aftra sér frá því að gegna venjulegum sveitastörfum, lá á grenjum á vorin, gekk að slætti á stúfnum og eltist við rollur upp um fjöll og niður í fjöru þegar þurfti að bjarga þeim undan aðfallinu.

Tíminn leið hratt á siglingunni með Júlíusi sem lék á als oddi allan tímann, þökkuðum við honum vel fyrir fróðleikinn og skemmtunina. Gaman hefði verið að koma að Litla-Nesi til að litast þar um og þá ekki síður til að hitta Jón Thorberg, en þess var ekki kostur og kvöddum við þennan kvika kotbónda í flæðarmálinu í Vattarnesi og héldum síðan áfram ferð okkar, tjölduðum í rigningu, fengum lánaða hesta og ungling í Flókadal til að fylgja okkur á brattann yfir Klettsháls næsta dag, þar lá ógreiðfær reiðgatan meðfram breðafönnum en á gróðurlausum melum og skjóllausum berangri sá ég óvænt blómstrandi jöklasóley í einsemd sinni innan um grjótruðning og hefur orðið mér minnisstæð síðan, en af þessari hrjóstrugu heiði hlýtur að vera mikið útsýni í góðu skyggni, en við hrepptum aðeins súld og dimmviðri, sem byrgði okkur sýn nema á grýttan götuslóðann og moldarpolla fram undan okkur. Síðan tók við skógargatan út Skálaneshlíðina og blaut birkiblöðin slógust framan í okkur á hestunum, sem aðeins fóru fetið, en þegar út á nesið kom fór að rofa til og fyrr en varði braust sólin fram gegnum skýin og þerraði á okkur klæðin, var komið glaða sólskin þegar við hittum bóndann í Skálanesi og fengum góðan byr þegar hann sigldi með okkur yfir að Reykjanesi, en deildarbróðir þeirra Hallgríms og Ólafs var sonur séra Jóns á Stað. Þar var okkur tekið opnum örmum og boðið upp á þjóðlegan mat, súrsaða selshreifa og annað lostæti svo sem kríuegg. Þar fréttum við að Jóhannes skáld úr Kötlum væri í framboði við Alþingiskosningarnar sem voru í aðsigi. Gamall maður þar á bænum vildi fá að vita hvort að við værum bolsar og styddum Jóhannes, en ég sagði honum að ég myndi eftir því á Alþingishátíðinni 1930 að hafa séð skáldið ganga um á fornmannabúningi og þótti mikið til hans koma, en þá var nokkur hreyfing ungmenningarfélagsmanna að taka upp klæðnað fornmanna. Spurði gamli maðurinn þá hvort við værum hlynntir 17. grein jarðræktarlaganna en þar kom hann alveg að tómum kofanum hjá okkur, en málið skýrðist þó smám saman, þessi sautjánda grein jarðræktarlaganna hafði verið helsta deilumál Framsóknar og Sjálfstæðismanna á Alþingi, og var því haldið fram af sumum andstæðingum þessarar greinar að Framsóknarflokkurinn vildi þjóðnýta allar jarðir eins og bolsar hefðu gert í Rússlandi eftir að þeir drápu keisarann og alla góðbændur.

Allt fór þetta samt vel að lokum og vorum við þar fram eftir degi í besta yfirlæti. Héldum við síðan vestur á Reykhóla þar sem einn auðugasti maður Íslands, Guðmundur Arason, bjó á fimmtándu öld en þá voru miklir flokkadrættir milli höfðingja landsins í líkingu við það sem var forðum á Sturlungaöld.

Jón Thoroddsen skáld fæddist á Reykhólum, en hann orti kvæðið Hlíðin mín fríða sem er um Barmahlíð, mjög grösuga og fallega brekku vaxna blágresi og mjaðurt í blómstri.

Á leið okkar sáum við heim að Skógum þar sem sálmaskáldið Matthías Jochumsson fæddist í gamla bænum sem fyrir löngu er kominn í eyði, en bróðursonur hans, Skuggi, höfundur Galdraskræðu og fleiri merkilegra rita hafði girt hektara af jörðinni fjárheldri gaddavírsgirðingu og sáum við hann við gamla bæjarstæðið með skóflu í hendi við gróðursetningu birkiplantna en brekkurnar þarna eru allar vaxnar lágu kjarri sem sauðfé er óðum að ganga frá. Aðrar stundir notaði þessi gamli fræðaþulur til fornleifarannsókna en hann var manna fróðastur um írska einsetumenn, sem höfðu flutt með sér búfénað og haft búsetu í landinu frá því snemma á áttundu öld.

Ari fróði, höfundur landnámssögu Íslands, kallar þá Papa og segir að þeir hafi síðan farið á braut, af því þeir vildu eigi vera hér við heiðna menn, þegar norrænir menn komu til landsins rúmum hundrað árum síðar en létu eftir bækur írskar og bjöllur og bagla. Þannig liðu írskir frumbyggjendur undir lok í landinu og ótrúlegt að það hafi gerst á jafn hljóðlátan hátt og Ari fróði gefur í skyn. Má vera að Ari hafi heyrt sitthvað fleira um framferði norrænna manna við Papana, sem best var að láta þögnina geyma til efsta dags, svo að engin eftirmál gætu risið út af eignarrétti innrásarliðsins.

Skuggi hefur fundið sitthvað, sem moldin geymir og getur kannski varpað nýju ljósi á líf þessa fólks, sem skildi eftir sig fáeina gripi á flótta undan vopnuðum óaldarlýð fyrir meira en þúsund árum. Kannski hefur það minni lifað síðan í sálardjúpi þjóðarinnar og tekið á sig ímynd huldufólks, sem varasamt var að styggja, en gat launað með góðu ef rétt var farið að því en ekki beitt græðgi og ofbeldi.

Við vorum komnir að Kinnastöðum. Þar stóð rútan á hlaðinu, forug eftir rigningarpolla á holóttum malarveginum, svo að augljóst var að landsynningurinn beið okkar sunnan heiða með fangið fullt af regni og slagviðri.

FJÓRTÁNDI KAFLI

Vágestur á leiðinni

Haustið var gengið í garð. Með náminu vann ég á bresku blaðaskrifstofunni, jafnframt því sem ég las dagblöðin tvisvar í viku hjá Esmarch, sendiherra útlagastjórnar Norðmanna. Eitt sinn sagði hann kumpánlega við mig að hann hefði farið hagsmunalega ferð upp í flotastöðina í Hvalfirði. Ég hváði við og kom þá í ljós að hann átti við að ferðin hefði verið áhugaverð eða fróðleg, hafði ég áður útskýrt fyrir hann fyrirsögn í blaði um hagsmuni stórveldanna, sem ég þýddi fyrir hann sem „interresser“. Íslenskan varð aldrei burðug hjá honum enda þurfti hann lítið á henni að halda.

Stríðið var enn í algleymingi en þó var sýnilegt að það var ekki sami mátturinn í þýska hernum og áður, og andspyrnuhreyfingum óx fiskur um hrygg um öll löndin sem þeir hersátu.

Þjóðverjar beittu mikilli harðneskju til að láta framleiðsluhjólin snúast og voru farnir að skjóta hljóðlausum V.- flugskeytunum sem sprungu þar sem síst varði og tóku mjög á taugar fólks í London. Seinna kom í ljós að litlu hefði mátt muna að þýskum vísindamönnum tækist að smíða kjarnorkusprengju á undan Ameríkönum ef Hitler hefði sýnt þeim tilraunum meiri áhuga.

Menn veltu fyrir sér hvað við tæki þegar Nazi-Þýskaland hefði verið knúið til uppgjafar með linnulausum loftárásum á allar stórborgir landsins og stórorrustu skriðdrekahersveitanna við Kúrsk sem hafði orðið þýska hernum of dýrkeypt.

Auk Halldórs voru með mér í norrænudeildinni Ingólfur Pálmason og Snæbjörn Jóhannsson þaullesin í Schopenhauer en ekki eins sterkur í Sturlungu. Kristján Eldjárn og Bjarni Vilhjálmsson voru aðeins eldri en við, en af þeim höfðum við líka félagsskap og af fleiri góðum mönnum.

Herflugvöllurinn örskammt frá háskólanum minnti okkur

stöðugt á nálægð stríðsins og einn morguninn í tíma hjá prófessor Alexander í gotnesku hrapaði bresk sprengjuflugvél nokkur skref frá Nýja Garði. Halldór sá hana hrapa, en ég kom ásamt öðrum hlaupandi að flugbrakinu rétt á eftir. Þá voru komnir stakkklæddir björgunarmenn af vellinum og vöruðu fólk við að koma nærri vegna hættu á sprengingu. Ég sá andartak mannshöfði bregða fyrir í einum glugga flugvélarinnar áður en hvítir gaslogar höfðu kurlað og brætt alla flugvélina og skilið eftir ösku fimm manna áhafnar.

Í Háskólanum var pólitík mikið á dagskrá, en flokkaskiptingin mest eftir gamalli formúlu. Við í deildinni vissum vel að rektor Háskólans, prófessor Alexander hafði hlotið háskólamenntun sína í Þýskalandi og sama var að segja um marga aðra íslenska menntamenn, þar á meðal Svein bróður minn sem hafði lokið doktorsprófi í eðlisfræði við háskólann í Jena og Úlfar sem tók part af læknisfræðinni í Königsberg og Berlín. Hitt var allt annað mál að vera nasisti eða að hafa samúð með þýsku þjóðinni vegna persónulegra kynna. Nasistar voru æsingalýður með Hitler í fararbroddi sem höfðu með valdaráni náð svo algjörum tökum á allri þjóðfélagsgerðinni að hinn almenni borgari sá sér ekki annarra kosta völ en að lúta boðum valdaklíkunnar líkt og þjóðir Sovétríkjanna lutu Kremlarstjórninni í einu og öllu.

Í ríkjum nasista og kommúnista voru ýmsar sögulegar forsendur sem auðvelduðu þeim valdaránið. Þannig var Versalasamningurinn þvílík smán og auðmýking fyrir þýsku þjóðina að auðvelt var að slá á þá strengi til að ná tilfinningalegu valdi á þjóðinni og æsa til múgsefjunar.

Meðal rithöfunda hér heima hélt togstreitan áfram um skiptingu listamannastyrkja en menningarlífið var blómlegt, mikil bókaútgáfa og áhugi bæði um tónlist og myndlist. Verk Halldórs Laxness og ljóð Steins voru alltaf áhugaverð umræðuefni. Margir af yngri málurunum voru góðir kunningjar mínir. Í sínum hópi naut Þorvaldur Skúlason mikils álits sem frumherji í myndlist, hann var skarpgreindur og víðlesinn.

Gunnlaugur bróðir minn kom með nafna sinn Gunnlaug Ó.

Scheving á heimili okkar í Suðurgötu og var hann jafnan aufúsugestur upp frá því. Með fáu fólki var hann allra manna skemmtilegastur, sagði vel frá og hafði næmt skopskyn. Hæverskur og tillitssamur og talaði jafnan dönsku við móður mína, en hann hafði stundað nám við konunglegu kúnstakademíuna fyrir fagrar listir í Kaupmannahöfn, Á þeim árum voru þar einnig við nám listmálararnir Sveinn Þórarinsson og Jón Engilberts, en þeir giftust allir dönskum konum

Gunnlaugur og Grete skildu eftir nokkurra ára sambúð á Seyðisfirði, uppeldisstöðvum Gunnlaugs, vegna krappra kjara og í rauninni sárrar fátæktar, en Grete var einnig listmálari útskrifuð af akademíunni.

Það hefur ekki verið neitt sældarbrauð að vera listmálari á Seyðisfirði á kreppuárunum.

Ég leit stundum við hjá Gunnlaugi Scheving á vinnustofu hans í Þingholtsstræti, en annars vildi ég ekki tefja hann frá störfum, því hann vann lengi að olíumálverkum sínum áður en hann var fullkomlega sáttur við þau og varð það kannski aldrei.

Scheving sagði mér stundum skemmtilegar sögur og vantaði ekki smáatriðin sem gefa hverri frásögn aukna fyllingu en svo fáir gefa nægilegan gaum.

Á þeim misserum sem Jónas frá Hriflu, formaður Menntamálaráðs deildi hvað mest á nútímalist og klessumálara sem hann nefndi svo, ræddi Sveinn Þórarinsson listmálari við fornvin sinn Gunnlaug um hvernig bæri að bregðast við í þessari deilu, en Sveinn var Þingeyingur eins og Jónas frá Hriflu. Lagði þó Sveinn mikla áherslu á að barist yrði til þrautar, því að líf og heiður listarinnar lægi við.

Gunnlaugur Scheving kinkaði kolli yfir svo dramatískri yfirlýsingu, en Sveini hefur sennilega fundist hann full tómlátur, því hann tók í handlegg Gunnlaugs og sagði með tilfinningahita:

– Hugsaðu þér að þú værir á gangi í kolaniðamyrkri og illskubyl, þá rækirðu fæturna í eitthvað í snjónum og færir að athuga hvað þetta gæti verið og fyndir þá að þetta væri lítið lifandi barn. Hvað myndirðu þá gera?

– Ég myndi bjarga barninu.

– Alveg rétt, það myndum við allir gera. Og sjáðu til. Listin er eins og lítið lifandi barn sem liggur í snjónum, og við verðum allir að bjarga því.

Gunnlaugur Scheving kunni líka nokkrar vísur eftir Svein Þórarinsson, ein hljóðar svo:

Á kvöldin er ég stúrinn
og kúri upp við stein,
klakakögguIinn legg ég hægt í kjöltu mína inn.
Svo grúfi ég mig niður
og græt mín köldu ár,
betur að hann þiðnaði þá
klakaköggullinn minn.

Gunnlaugur Scheving sagði mér að hann væri oft spurður að því í fullri vinsemd, hvort hann gerði ekkert annað en að mála. Í eitt skipti þegar hann dvaldist á sveitabæ og þulur útvarpsins tilkynnti að næst yrðu leikin verk eftir Mozart, skrúfaði bóndinn fyrir með þeirri góðlátlegu athugasemd: Ósköp eru þeir fátækir í útvarpinu í kvöld.

Frú Georgia Björnsson á Bessastöðum, móðir Ólafs vinar míns, hringdi til mín einn daginn skömmu eftir miðjan vetur og spurði hvort ég væri fáanlegur til að lesa íslensku blöðin með sovéska sendiherranum, Krasilnikov en hann var þá nýkominn til landsins, eftir að diplómatískt samband hafði verið tekið upp við Sovétríkin.

Það varð úr að ég kom til hans á Hótel Borg klukkan átta á morgnana fimm daga vikunnar. Hann bjó þar í svítu með ungri konu sinni og syni á öðru ári. Hann var meðalmaður á hæð, með dálítið grugguga húð og mjótt nef sem hann saug oft upp í og ræskti sig, hárið smáhrokkið eins og á myndum af Púshkin.

Hann ræddi mest við mig um íslensk málefni og listalíf.

Eitt sinn spurði hann mig um íslenska myndlist. Ég sagði honum að mikil gróska væri í myndlistinni, en sjón væri sögu ríkari og skyldi ég með ánægju fara með honum á vinnustofu Gunnlaugs

Schevings og kynna hann fyrir listamanninum sem málaði sérstaklega mjög áhrifamikil olíumálverk úr lífi sjómanna og úr sjávarplássum. Sýndi ambassadorinn áhuga á því.

Varð það úr að ég fór með honum einn bjartan sunnudag til Gunnlaugs Schevings sem sýndi okkur nokkur olíumálverk sín. Ambassadornum leist sérlega vel á ýmsar myndir Schevings og skoðaði þær aftur og aftur og að lokum valdi hann úr eitt olíumálverkið af kútter sem stefndi frá landi, ströndin snævi þakin og hafið blágrænt og kuldalegt. Seinna sagði Krasilnikov við mig að hann væri mjög ánægður með málverkið sem hann taldi mikið listaverk. Scheving færði mér skömmu síðar að gjöf vatnslitamynd frá Eyrarbakka sem ég held mikið upp á, og hún var fyrsta málverkið sem ég eignaðist. Seinna færði hann mér fleiri málverk eftir sig. Um vorið fól Krasilnikov mér að semja á ensku útdrátt um sjálfstæðisbaráttu þjóðarinnar allt fram til stofnun lýðveldis sem til stóð að halda á Þingvöllum að nokkrum mánuðum liðnum og lagði ég talsvert á mig að ljúka því verki á næstu vikum.

Ég var þá hættur að láta blása mig og hélt ég hefði kvatt berklana fyrir fullt og allt, en þegar kom fram á vorið fór ég að taka eftir ýmsum einkennum sem ég hafði illan bifur á, en vildi ekki gefa gaum, vaknaði kófsveittur um nætur, þreyttist fljótt við lestur en við Halldór J. Jónsson vorum þá farnir að lesa saman undir próf að ári og hefði ég ekki lagt í það án slíks stuðnings. Ég tók eftir því að það ílaði stundum í lungnapípunum eins og lóan væri að kvaka eða einhverjir mófuglar, en það voru þá allt annað en vorfuglar sem voru að láta mig heyra í sér. Ég ætlaði að hrista af mér slenið og fór í heitt bað en þegar ég kom úr því var ég svo máttfarinn að ég varð að leggjast fyrir og þá fann ég hvað var að brjótast um í brjósti mér, það flaug eins og feigðarör í gegnum vitund mína. Móðir mín kom inn til mín þar sem ég lá á dívan mínum með hvítt handklæði fyrir munninum sem var orðið blóði litað.

Allir heima vissu hvað klukkan sló og mér fannst ég ekki hafa þrek til að snúast til varnar sjúkdómnum á ný.

Dr. Óli P. Hjaltested, sem ég hafði verið hjá undir eftirliti, kom til mín sama kvöld og næsta dag fór ég í gegnumlýsingu hjá honum.

Um það var ekki að villast, ég var kominn með opið sár í hægra lunga en áður hafði það vinstra verið sýkt. Ég var mjög ófús að fara aftur á Vífilsstaði, fannst það vera eins og dauðadómur, en fyrir góðvild sína féllst doktor Óli á að reyna að blása mig heima.

Það var gert þjóðhátíðardaginn, ég heyrði klukku Íslands hringja í Þingvallakirkju meðan hann var að reyna að koma lofti inn á lungað, sem tókst mér til mikils léttis, en hvort að blásningin kæmi að fullu gagni var í óvissu næstu vikurnar og lá ég rúmfastur út sumarið. Það stytti mjög fyrir mér langa leguna að Hildigunnur kom á hverju kvöldi og las fyrir mig.

En þetta var eitt sólríkasta sumar um áratugi og oft svo heitt í lofti að mér fannst ég næstum vera í Danmörku. Úr bakaríinu á horninu barst á hverjum morgni til mín heit brauð- og kökulykt og dúfur kúrruðu á rennunum fyrir ofan þar sem þær voru svo óforsjálar að gera sér hreiður vegna þurrkanna.

Í ágúst fór ég að fylgja fötum og stalst út einn daginn í hlýju miðsumar veðri, gekk ég hægt upp á Arnarhól og leit yfir miðbæinn. Það var eins og að virða fyrir sér skakka mynd á vegg, ég var sprengmóður eftir að hafa gengið upp brekkuna og fannst ég vera hálfgerður álfur út úr hól, ég fann að ég tilheyrði ekki þessu iðandi lífi fyrir framan mig. Ég fór aftur heim vonsvikinn og klæddi mig ekki næstu daga á eftir.

En brátt kom í ljós að blásningin náði ekki tilgangi sínum nema að litlu leyti, óhjákvæmilegt var að gera einhverja aðgerð til að lungnasárið gæti gróið.

Ég fór í skoðun til vinar míns Helga læknis á Vífilsstöðum. Í rútunni á leiðinni uppeftir tók ég eftir stúlku í rauðgljáandi regnkápu, þetta var falleg stúlka og mér fannst ég kannast við hana. Það stóð heima, ég hafði verið með henni fimm árum áður á hælinu og hún var nýkomin þangað aftur í annað sinn. Þó nokkrir af sjúklingunum höfðu verið með mér í fyrra skiptið, nokkrir höfðu verið þar allan tímann en aðrir voru nú komnir í annað sinn með litla von um bata.

Aðgerðin á mér fór fram nokkrum dögum eftir að ég var lagstur inn. Helgi Ingvarsson var blíðmáll eins og hans var venjan við sjúklinga sína og fyllti mig miklu trausti sem ég hafði ástæðu til að hafa af fyrri reynslu. En tækin sem hann hafði voru fremur frumstæð.

Það var hvass landsynningur og stóð upp á gluggana svo að gustaði frá rúðunum og bað ég um að rafmagnsofnar yrðu settir inn til að auka hitann upp í 22 stig. Þótti þetta dálítið hysterískt af mér, en Jón skáld frá Ljárskógum sem lá á næstu stofu við mig hafði farið í samskonar aðgerð og fengið mikið blóðvatn inn á brjósthimnuna nóttina eftir aðgerðina. Af því leiddi að brjósthimnurnar gréru saman svo að ekkert loft komst þar inn á milli og blásningin ónýttist.

Að deyfingunni lokinni voru tveir skurðir skornir á milli rifja mér, ljósi komið inn um annan en teini, sem varð glóandi ef honum var snúið á vissan hátt, stungið inn gegnum hinn skurðinn og spegli með. Helgi þurfti að svíða marga samgróninga sem toguðu í barma sársins svo að það gæti fallið saman og gróið. Hann varð að bogra við þetta í meira en tvær klukkustundir og bogaði af honum svitinn. Ég fann hvernig small í brjóstkassanum þegar taumarnir slitnuðu.

Þegar Helgi var búinn að klippa á 12 strengi var ég orðinn nokkuð dasaður.

Ég spurði Helga, hvort hann ætti marga samgróninga eftir.

– Nei, svaraði Helgi, en það er þarna einn sem er dálítið þykkur og erfiður og mér sýnist ekki betur en það sé æð í honum.

– Þýðir það að hætta sé þá á að blæði út í brjóstholið? spurði ég.

En Helgi skoðaði mig betur.

– Heldurðu að þú treystir þér til þess að ég reyni við hann?

– Heldurðu að ég nái ekki heilsu án þess? spurði ég á móti.

– Jújú, þú ættir að geta náð sæmilegri heilsu, en það gæti tekið lengri tíma.

Ég bað hann þá að taka ekki áhættuna.

Þar með var þessu strengjaspili lokið.

Oft síðan hefur mér fundist þessi samgróningur kippa óþægilega í mig.

Jóni frá Ljárskógum smáhrakaði án þess að hann mælti æðruorð. Með honum á ég nokkurra góðra stunda að minnast við bókmenntarabb. Hann var víðlesinn og skarpgreindur. En svo hávaxinn var hann að Þorbjörg deildarhjúkrunarkona krafðist þess að fá aðra líkkistu handa honum þegar í ljós kom að hann yrði annars að liggja með kreppt hnéin.

En nú var ég kominn heim frá Vífilsstöðum, allur fatnaður minn og dúnsæng sem ég hafði haft með mér sótthreinsuð svo að engin smithætta ætti að stafa af þeim og slíkum varúðarreglum var beitt heima fyrst um sinn.

Próflesturinn hófst á ný með Halldóri. Við drukkum á hverjum degi síðdegiskaffi með foreldrum mínum og faðir minn fór þá oft með ljóð eftir Einar Benediktsson sem hann hafði þekkt á yngri árum.

Fíflar voru að springa út við götusteina Suðurgötu þegar ég fór í fyrsta skriflega prófið og síðan tók hver áfanginn við af öðrum.

Við Gunnlaugur Scheving höfðum sammælst um að ég heimsækti hann í Grindavík þar sem hann dvaldist þá um hríð eins og víða í plássum við sjávarsíðuna, því að þangað sótti hann myndefnið á strigann til að gefa þjóðinni nýja og heillandi sýn af hafi, brimi og fiskibátum eða auðn og öræfum undir norrænum kaldbláum himni.

Það var þessi napri svali sem gefur myndum hans svo rammíslensk örlög líkt og þegar Jónas orti Ísland, farsældafrón og Jón Leifs vakti tóna Öxarár og gjárveggja hins forna þingstaðar.

Ég hafði með mér kandidatsritgerð mína: samanburð á Heiðarbýli Jóns Trausta og Sjálfstæðu fólki eftir Halldór Kiljan Laxness, verkefni sem Sigurður Nordal hafði valið handa mér. Höfðum við Scheving talað um að ég læsi fyrir hann ritsmíðina.

Í Grindavík gisti Scheving oftast hjá Sigvalda Kaldalóns tónskáldi og danskri konu hans, en Gunnlaugur hafði fengið herbergi handa mér í nágrannahúsi.

Þegar til kom var Gunnlaugur orðinn sárþjáður vegna graftarkýlis í hnakka sem hann hafði haldið að myndi hjaðna en hafði í stað þess þrútnað. Kaldalóns sem var orðinn gamall maður og fylgdi varla fötum spurði hvort Gunnlaugur væri með „feber“, tengdasonur Kaldalóns sem var að ljúka námi í læknisfræði náði í einhver lyf til að slá á hitann og sat hjá honum fram á nótt. Um morguninn þegar ég fór var Gunnlaugur sárþjáður, en ég gerði mér enga grein fyrir því að hann væri í lífshættu af blóðeitrun.

Þegar Kristján Arinbjarnar læknir kom til Schevings var hann orðinn langt leiddur, en svo heppilega vildi til að læknirinn var með penísillín í tösku sinni, en það var þá nýtt undralyf og það barg lífi Gunnlaugs Schevings, en hann lá allt sumarið á Hafnarfjarðarspítala og var lengi að ná sæmilegri heilsu á ný.

FIMMTÁNDI KAFLI

Til Skriðuklausturs

Rétt um byrjun Hundadaga, þegar útsynningurinn fór að angra bændur á Suð-Vesturlandi við heyannir, eins og hans er vandi, ákváðum við Hildigunnur að fara austur að Skriðuklaustri til Gunnars móðurbróður hennar.

Ferðin upphófst með því að annar hreyfill flugbátsins bilaði rétt þegar við vorum komin á loft yfir Hafnarfjarðarhrauni og urðum því að snúa í snarhasti við, brá okkur dálítið þegar við svifum mjög lágt yfir úfnu hrauninu og virtumst rétt strjúkast yfir húsum á ströndinni áður en við lentum á sjónum í Skerjafirði. Urðum við að bíða nokkra stund og svo var farið aftur með okkur út í flugbátinn og hreyflarnir ræstir, brunuðum við eftir haffletinum dálítinn spotta svo að sjór gusaðist á rúðurnar en aftur fór á sömu leið, flugstjórinn var ekki ánægður með annan hreyfilinn, var farið aftur í land og okkur sagt að bíða þess að það yrði hringt til okkar þegar allt væri komið í fullkomið lag, þetta væri ekki annað en smábilun sem þó yrði að laga vegna öryggis. Fórum við þá heim á Suðurgötu og var ekki hringt í okkur fyrr en eftir nokkrar klukkustundir. Seinkaði þetta ferðinni fram undir kvöld en í þriðju atrennu reyndist allt vera í himnalagi, farþegum til mikils léttis og svifum við meðfram suðurströndinni með kvöldroðann yfir jöklunum.

Flugvélin var næstum fullsetin af farþegum sem sumir voru orðnir þreyttir á þessum töfum. Fyrir aftan okkur sat miðaldra par, konan með nokkrar rósir í hendinni, en maðurinn rauðhærður og búlduleitur í framan, var sýnilega kvöldsvæfur því hann geispaði í laumi í lófa sér, handarbakið áberandi freknótt. Heyrði ég út undan mér að hún hvíslaði oft í eyra hans en gnýrinn í hreyflunum verkaði svo svæfandi að hann átti bágt með að halda sér vakandi og hefur því misst heilmikið af hvíslingum hennar. Eitthvað heyrði ég konur tala um að á Egilsstöðum væri ekkert eiginlegt hótel en gaf því ekki frekari gaum.

Var nú innan tíðar lent á Reyðarfirði í strekkingsvindi, vélbátur kom út að flugvélinni þegar búið var að festa hana við bauju, allir vildu komast hið bráðasta í land en það virtist ekki vera áhættulaust því að öldugangurinn gerði bátinn dálítið óstöðugan þegar hann ýmist lyftist upp eða seig niður svo að litlu munaði að sjór flæddi inn yfir borðstokkinn, báturinn sýndist hálfgerð skel á öldunum og enginn bjarghringur sjáanlegur. Ég veit ekki hvort báturinn fór margar ferðir en hann var troðfullur fyrstu ferðina sem við vorum með.

Þegar við komumst í land vorum við ekkert að bíða eftir að verða einhverjum samferða heldur tókum fyrsta bílinn sem völ var á og héldum beina leið upp á Hérað. Þar var miklu lygnara veður og landslagið friðsælt bjarta sumarnóttina og ilmur af birki eftir náttfallið.

Við komuna að Egilsstöðum var þar harðlæst og fólk í fastasvefni. Ég knúði dyra og kom þá brátt stúlka í dyrnar sem kallaði út til okkar að ekkert herbergi væri laust.

Ég bað hana afsökunar að gera henni þetta ónæði en flugvélinni hefði seinkað vegna bilunar.

– Nú þið eruð brúðhjónin, svaraði stúlkan og var nú orðin hin elskulegasta.

Ég svaraði því ekki, en sagði að við værum orðin mjög þreytt og lægi á að komast í rúmið.

– Já ég skil það, sagði hún samúðarfull, komið þá með mér.

Stúlkan vísaði okkur upp í herbergi þar sem við blasti uppreidd brúðarsæng.

Var hún eins og af himni send, svo þreyttur var ég orðinn.

Varla var ég lagstur á koddann að ég var steinsofnaður, en þegar nokkuð var liðið á nóttina hrökk ég upp við barsmíð fyrir utan gluggann, ég gáði á milli gluggatjaldanna hvað væri á seyði, sá ég þá þann búlduleita standa á forstofutröppunum fyrir neðan og mæna ýsuaugum upp í gluggana í von um að sjá eitthvert lífsmark, rauðleit skeggrótin í andliti hans var orðin dálítið áberandi, en í fjarska heyrði ég að frúnni hafði tekist að ræsa stúlkuna.

Ég fann til samúðar með þeim en gat ekki ásakað mig fyrir ályktanir stúlkunnar, ekki hafði okkur Hildigunni dottið í hug að þau væru brúðhjón. Með þeirri sjálfsréttlætingu lagðist ég aftur í bólið og var fljótlega kominn í draumaheim morgunstunda sem er sætastur draumheima.

Daginn eftir þegar við komum niður til morgunverðar voru brúðhjónin farin upp í herbergi sem þá hafði losnað, en brúðkaupsnóttinni höfðu þau orðið að eyða í djúpum leðurstólum innan um fleiri gesti, svo að við sáum þau ekki aftur, en stúlkurnar voru eitthvað að pískra um það sín á milli að það hefði orðið einhver ruglingur í gestamóttökunni, en við því mætti náttúrlega alltaf búast þegar túristatrafíkin væri að komast í gang. Það gladdi okkur að heyra að engum virtist vera kennt um þennan rugling.

Eitt vetrarkvöld mörgum árum síðar var ég að koma af leiksýningu í Þjóðleikhúsinu. Það hafði gert snjómuggu og einhver ævintýraljómi yfir mjöllinni sem glitraði í götuljósunum. Ég var á leið heim til mín í Suðurgötu þegar ég rakst á þessi hjón í Bankastræti þar sem þau höfðu staldrað við til að taka upp húslykla. Við tókum tal saman um sýninguna, þau voru prúðbúin og glöð í bragði, bæði vegna sýningarinnar og ekki síður af þeim töfrahjúp sem miðbærinn hafði tekið á sig í vetrarbúningi og næturkyrrð.

Sögðu þau að ég hitti vel á, því að uppi í íbúðinni biði þeirra máltíð sem þau vildu gjarna að ég nyti með þeim. Þetta voru óvænt og heillandi tilmæli og ég tók boðinu með þökkum. Stofan hjá þeim var búin gamaldags húsgögnum, sófa og djúpum stólum klæddum rauðu flosklæði, en innar var borðstofa með húsgögnum frá tilsvarandi tíð, greinilega úr búi efnafólks sem horfið var af sviðinu.

Borðið var lagt stórum hvítum hördúk með flúruðum og þunglamalegum borðbúnaði úr silfri. Húsbóndinn sem var smókingklæddur kom með kampavín, handskorin kristallsglös biðu okkar á bakka, lyftum við glösum og klingdum þeim standandi svo að ómaði, síðan bar frúin fram tilreiddar svínalundir. Dró maður hennar borðstofustól og settist frúin við borðið og síðan við tveir.

Hún var svolítið freknótt á hálsinum en með fallega hvíta perlufesti og smáhrukkur komu í ljós þegar hún brosti.

Hún talaði um ættfólk sitt í gamla daga, hvít kerti loguðu í íburðarmiklum stjökum á borðinu og þegar hún talaði um þetta fólk sitt sem var liðið, var eins og nálægð þeirra snerti ljómann frá kertunum.

Ég man ekki lengur hvað við töluðum saman þessa heillandi nótt, húsbóndinn skenkti rauðvíni í glös okkar, og ég var fullkomlega á valdi einhverra töfra sem ég hef ekki gleymt síðan. Þetta voru brúðhjónin úr ferð okkar Hildigunnar en ekkert úr þeirri ferð bar á góma.

Þegar ég loks kvaddi þau við borðstofugluggann þar sem muggan var aftur farin að sáldra sínum hvítu kristöllum yfir þökin í miðbænum og stjórnarráðshúsið var orðið eins og jólahús, vissi ég að slíkt kvöld kæmi aldrei aftur, enda sá ég þau ekki framar.

Við Hildigunnur komumst með bíl eftir þessa einu nótt á Egilsstöðum að Hallormsstað, þar sem Sigrún Blöndal rak húsmæðraskóla af mikilli rausn. Þar á vegg í borðstofu héngu stórar ljósmyndir af þeim Gunnari Gunnarssyni sem var frændi hennar og Halldóri Laxness. Sigrún Blöndal er ekki fyrirmynd að Rauðsmýrarfrúnni í Sjálfstæðu fólki eins og sumir hafa haldið, en haft er fyrir satt að Laxness hafi notast við part úr einni af skólaræðum frú Sigrúnar til nemenda sinna í ræðu sem frúin á Útirauðsmýri heldur í brúðkaupi Bjarts og Rósu þar sem Rauðsmýrarfrúin vitnar í trúarbrögð Persa, þess þjóðflokks sem trúði því að guð ljóssins og guð myrkursins ættu í sífelldum ófriði og mönnum bæri að styrkja ljóssins guð í baráttunni gegn hinum myrku öflum. Í því fólst óbein áskorun til brúðgumans, Bjarts í Sumarhúsum að skipa sér undir merki guðs ljóssins.

Við Hildigunnur skoðuðum okkur um á Hallormsstað en Hildigunnur er skyld þeim merkispresti sem staðinn sat á sínum tíma, Sigurði Gunnarssyni eldra.

Það vafðist fyrir okkur hvernig við ættum að komast með farangur okkar gegnum skóginn að Hrafnkelsstöðum en þar var ferja yfir ána og stutt upp að Skriðuklaustri.

Úti í garði á Hallormsstað lágu menn í grasinu og sóluðu sig, þeir höfðu komið á eigin bíl um morguninn, ég kannaðist lauslega við einn þeirra, Jóhann Pétursson bóksala sem brátt varð landskunnur rithöfundur og síðar vitavörður um árabil á Hornbjargsvita. Tók ég þá tali og þegar Jóhann heyrði að við værum á leið til Gunnars Gunnarssonar og þyrftum að komast að ferjustað við Hrafnkelsstaði spratt hann á fætur og sagði að ekkert væri sjálfsagðara en að skjóta okkur á bílnum gegnum skóginn. Tókum við því með þökkum og var þá brátt lagt af stað.

Veðrið var forkunnarfagurt, blár himinn og Snæfell tandurhvítt trónaði tignarlega yfir öðrum fjöllum og háum heiðum í suðri. Fyrst í stað var moldargatan gegnum skóginn greiðfær en á hryggnum milli hjólfaranna stóðu víða jarðfastar steinnibbur sem rákust í pönnuna undir bílnum, ég kipptist við í hvert skipti og spurði Jóhann hvort hann vildi halda ferðinni áfram, en Jóhann hugsaði eins og Staðarhóls-Páll, bíllinn er nýr, en grjótið gamalt og gaf því meira bensín í, fékk bifreiðin þar nokkrar skrokkskjóður undir sig og leist mér hreint ekki á blikuna, en ekkert dugði að letja Jóhann og hafði hann það af að aka okkur heilu og höldnu alla leiðina að Hrafnkelsstöðum. Ekki kom til mála að borga honum eyri fyrir að hætta bílnum á þessa hæpnu moldargötu, sem á köflum hafði nálgast það að vera glæfraleg, og kvöddum við hann með virktum.

Gekk síðan eftir sem við höfðum gert okkur vonir um, við fengum okkur ferjuð yfir fljótið og gengum með farangur okkar sem ekki var fyrirferðarmikill upp slakkann að Skriðuklaustri.

Löngu seinna hitti ég Jóhann á einhverri rithöfundaskemmtun og minnti hann þá á að ég skuldaði honum alltaf fyrir þessa eftirminnilegu skógarferð austur á Héraði sem áreiðanlega hefði ekki farið vel með bílinn.

Jóhann brosti góðlátlega og sagði að ef ég vildi endilega borga til fulls viðgerðina á bílnum þá væri það vart minna en þrjú hundruð þúsund krónur, ég sagði honum að ég hefði ekki svo mikið á mér og er sú skuld ógoldin enn.

Eftir að Gunnar gaf ríkinu Skriðuklaustur og reisti sér hús á stórri lóð við Dyngjuveg tók Jóhann að sér að ryðja stórgrýti og björgum næst húsinu, því að maðurinn var rammur að afli og hlífði sér hvergi, var kappið svo mikið að stundum lá við að hann sæist ekki fyrir og beinbryti sig í jötunmóðnum, en hann slapp þó án skaða. Höfðu þeir samið svo um að Gunnar skyldi vélrita handritið Vötn á himni, en Jóhann takast á við björgin. Varð úr þessu hin besta samvinna sem mætti vera öðrum skáldum og rithöfundum til fyrirmyndar. Sat Gunnar Gunnarsson tímum saman við að vélrita leikrit Jóhanns sem glímdi hamrammur og kófsveittur við björg og jarðfast stórgrýti sem hann ruddi frá með heljarmiklum járnkarli.

Í þá tíð gátu skáldbræður átt vinsamleg samskipti báðum í hag, en létu ekki ólík sjónarmið í pólitík eða lífsskoðun eitra forna vináttu.

Á Skriðuklaustri beið Franciska okkar með síðdegiskaffið. Dýralæknir héraðsins sat á tali við Gunnar Gunnarsson í stofunni. Olíumálverk eftir Gunnlaug Scheving hékk á hvítum vegg við hliðina á kamínunni sem var múruð bláum hollenskum postulínsplötum.

Gunnar byrjaði ritstörfin eldsnemma á morgnana og mátti þá ekkert hljóð í húsinu trufla hann, svo að þar ríkti kyrrð, eins og í klaustri enda hafði arkitektinn, sem naut mikils álits í Þýskalandi, teiknað húsið í samræmi við nafnið, þykkir veggir og fjörugrjót fellt í steypuna að utan, þetta var einstæð bygging og þau hjónin höfðu búið húsið einföldum og smekklegum húsgögnum, veggir prýddir málverkum og listmunir á hillum.

Þegar ég drattaðist fram úr rétt fyrir níu og fór fram á ganginn heyrði ég Gunnar vera að vélrita og læddist á tánum til að trufla hann ekki. Gunnar tók sér frí frá ritstörfum upp úr hádeginu og blandaði geði við fólkið.

Gunnar mun hafa haft mikið dálæti á þýska skáldjöfrinum von Kleist sem nú er álitinn einn fremsti dramatíker Þjóðverja á öndverðri nítjándu öld og jafnframt einn sá áhugaverðasti. Kleist tókst að einbeita sér við skriftir þó að hann væri uppi á róstutímum. Verk hans voru heilsteypt í öguðu formi þrátt fyrir háskann allt í kringum hann.

Von Kleist fléttar saman rómantík og klassískum aga, valdi

ástríðnanna og næmi fyrir duttlungum sálarlífsins. Djúpvitundin í verkum hans tengist nútímabókmenntum. Hann svipti sig lífi hálf fertugur að aldri.

Gunnar var þaullesinn í norrænum og þýskum bókmenntum, en hann lét það lítið uppi.

Snemma á stríðsárunum kom Heiðaharmur út, en þögnin umlék hana að mestu leyti. Vegna vinsælda skáldverka Gunnars í Þýskalandi í næstum tvo áratugi á milli stríða voru rógstungur sem reyndu að bendla hann við nasisma.

En Gunnar andaði ekki að sér pólitískt menguðu andrúmslofti þéttbýlisins á Skriðuklaustri, heldur lifði í æðruleysi á slóðum uppruna síns, þar sem íslenska heiðin fagnaði endurkomu sonar síns með tæru lofti og móarnir ilmuðu af lyngi, grávíði og mosaþembum.

Gunnar reyndi aldrei að berast með neinum tískustraumi, hann var fyrst og fremst sagnaþulur nærður af margra alda sagnahefð, enginn var honum fremri í því að segja sögur. Þær eru auðugar af íslenskum örlögum, íslensku þjóðlífi, nærfærni, skáldlegri visku og innsæi. Sá innblástur frá bestu verkum hans mun fylla hug lesandans um ókomin ár.

Á síðustu árum hafa komið út í París hjá forlaginu Arléa nýjar þýðingar á Svartfugli og Aðventu sem við Hildigunnur vorum svo heppin að rekast á í Latneska hverfinu.

Í ritdómi sem birtist í hinu víðlesna vikuriti L'Express segir m.a.: „Stórskáld sem hlotið hefur minni viðurkenningu en skyldi, notar heimildir um sannan atburð frá nítjándu öld sem efnivið í margslungna skáldsögu."

Útgefandinn segist hafa gefið hana út sem bók en ekki af því að hún væri íslensk.

Í nokkrum frönskum ritdómum kom fram að Aðventa væri talin kveikjan að sögu Hemingways, Gamli maðurinn og hafið. Í báðum sé sama einlægnin og sama orkan, en Benedikt hafi aldrei þurft að sanna sig, enginn hafi efast um hæfni hans.

Þó að tíðin væri góð þessar vikur á Héraði, brakandi þurrkur dag eftir dag hafði Gunnar áhyggjur af búskapnum, það var erfitt að halda vinnufólki þegar herinn bauð miklu betra kaup en bændur gátu keppt við. Gunnar hlustaði daglega á veðurfréttirnar og ræddi við Vigfús ráðsmann sinn.

Franciska sagði okkur af kynnum sínum af íslensku vetrarríki.

Eitt vor þegar breðafannir voru enn í hlíðum og brekkum þar sem vegurinn lá, sá hún út um glugga mann klöngrast á reiðhjóli við illan leik. Svo umkomulausa sjón af manni á reiðhjóli hafði kona frá reiðhjólalandinu danska aldrei fyrr á ævi sinni barið augum.

Þessi látlausa frásögn getur sagt sína sögu af konu sem sættir sig við að fylgja manni sínum úr rósagarði með blómstrandi eplatrjám í afskekktan heiðadal í harðbýlu uppblásnu landi svo að maðurinn sem hún hefur ung gefið ást sína geti hlýtt kalli heiðanna sem aldrei hefur hætt að óma í minni hans á andvökunóttum erlendis.

Ýmsa gesti bar að garði meðan við dvöldumst á Skriðuklaustri. Minnisstætt er mér þegar Hörður Ágústsson listmálari gerði þar stuttan stans.

Við Hildigunnur vorum á göngu þegar við hittum Hörð sem stefndi á Skriðuklaustur og hélt á krukku í hendinni fullri af súrmjólk svo sem síðar kom í ljós.

Kaffiborð beið okkar þegar við komum inn í stofuna hjá frú Francisku, dýralæknirinn var í heimsókn.

Við Hildigunnur settumst í okkar sæti, en Hörður stóð kyrr og einblíndi á stórt olíumálverk eftir Gunnlaug Scheving, gluggamegin við hvíta kamínuna. Síðan tók hann upp blýant og gerði nokkrar mælingar með blýantinum við myndina og sagði: þessi lína ætti að ná hingað. Síðan heilsaði hann fólkinu.

Um kvöldið hafði frú Franciska tínt kúalubba því að sveppatíðin var gengin í garð, steikt þá í rjóma og soðið nýjar smákartöflur með, en Hörður, sem sjálfur var með sitt heilsubótarnesti í krukkunni, reis frá borðum og sótti sér handfylli af arfa sem hann hafði komið auga á fyrir utan, saxaði hann arfann niður á disk og stráði honum yfir súrmjólkina. Ekki létu þau hjónin þetta trufla neitt máltíðina, en ég hugsaði með mér að hér væri maður sem kynni að lifa af landsins gæðum, og áreiðanlega var þetta hollara fæði en það Reykjavíkurbras við okurverði sem fólk á gististöðum heldur að ferðafólk sækist helst eftir.

Gunnar brá af venju sinni við skriftirnar þegar við fórum frá Klaustri árla morguns og fylgdi okkur út að hliði. Óskaði hann mér góðrar heilsu og okkur báðum fararheilla.

Við Hildigunnur höfðum aðeins stutta viðstöðu á Akureyri en tókum síðan áætlunarbílinn suður í Borgarfjörð.

Þegar við komum í Hrútafjörðinn var tilkynnt í útvarpi rútunnar að fregnir hefðu borist um víða veröld um að kjarnorkusprengju hefði verið varpað á borgirnar Hiroshima og Nagasaki og væru þær nú ekki annað en brunarústir eftir kjarnorkubál, jafnframt var greint frá því að Japanskeisari hefði skilyrðislaust fallist á að ganga að uppgjafarskilmálum Bandamanna.

Mátti þá öllum ljóst vera að með þessu geigvænlega vopni hefðu orðið þáttaskil í hernaðarsögu alls mannkynsins:

Um Hiroshimaárásina hefur verið gerð sígild kvikmynd Hiroshima mon amour, eftir kvikmyndahandriti frönsku skáldkonunnar Marguerite Duras. Auk þess hafa bókmenntir verið skrifaðar um þann atburð svo sem skáldsagan Blómin í ánni eftir Morris Edita og þýddi Þórarinn Guðnason læknir þá bók. Hér er sýnishorn úr lokakafla hennar:

„... Þegar hann sér mig lúta höfði fyrir þjáningu sinni og sigri sínum, vöknar honum um augu; tárin blika um stund á hvarminum, en renna svo eftir krókaleiðum eins og lækjarsytrur niður hrjóstrugar hlíðar sem eitt sinn voru andlit ungs manns. Þau renna framhjá uppþornuðum vatnsblöðrum, yfir ógróin sár og að lokum inn í opinn munninn.

– „Fúmíó“, hvísla ég. Það er svo margt ósagt, að mér er varnað máls. Ég get einungis kropið á kné og hvíslað: „Fúmíó“, og veit að hann heyrir ekki til mín“.

SEXTÁNDI KAFLI

Vilmundur Jónsson og skáldin

Eftir prófið gat ég snúið mér að því að lesa skáldsögur sem ég hafði ekki haft tíma til að sinna um alllangt skeið.

Sérstaklega mat ég mikils smásögur Ólafs Jóhanns, en það tók mig alllangan tíma að ljúka við skáldsögu hans Fjallið og drauminn.

Það er mjög ljóðræn saga sem fjallar ekki um neitt átakameira en tilhugalíf pilts og stúlku í Grafningnum, það er að segja á bernskuslóðum Ólafs Jóhanns og hefði getað verið skrifuð áður en Freud kom til skjalanna með sitt fræga libido sem átti að skýra svo margt í samskiptum kynjanna.

H.K.L. skrifaði ritdóm um bókina þar sem hann bendir á ýmislegt til íhugunar og fannst mér mikill fengur að því fyrir sjálfan mig. Kiljan segir að það sé tilfinnanlegur skortur á sögu í allri frásögninni. Það sé ekkert í bókinni sem hafi svip af drama.

Laxness ráðleggur Ólafi að til að ná réttum áhrifum með óbundnu máli sé nokkuð öruggt að hugsa sér að maður sé að semja símskeyti og eigi að borga fyrir hvert orð.

Halldór Laxness segist að lokum vilja vekja athygli á hinum mörgu náttúrulýsingum og veðurs, sem, auk annarra lýsinga, standi hvergi að baki því besta í ljóðrænum óbundnum stíl hér á landi og geri það að verkum, að maður geti aftur og aftur gripið niður í þessa bók sér til yndis, þó söguna vanti.

Önnur grein sem ég las þá af áhuga birtist í Helgafelli eftir Þórberg Þórðarson.

Sagan á bak við þá ritgerð var sögð vera sú að Þórbergur kom eitt sinn sem oftar til Vilmundar landlæknis með grein í smíðum sem hann nefndi Um karakúlmennsku, stíll Kiljans hafði þá lengi farið í taugarnar á Þórbergi. Var það líka að Halldór Laxness gerði meiri lukku í Unuhúsi en Þórbergur með sínum sífelldu draugasögum.

Vilmundur gaf sér nokkurn tíma að lesa ritgerðina til hlítar þar sem hún var æði löng. Ráðlagði hann Þórbergi að gera sig ekki beran að fjandskap við Kiljan heldur sýna hófstillingu og hafa að yfirskini annað skotmark, því að Halldór myndi skilja hvað hann væri að fara.

Þórbergur treysti jafnan dómgreind Vilmundar og fór að ráðum hans. Nefndist nú greinin Einum kennt – öðrum bent, ritdómur um Hornstrendingabók eftir Þórleif Bjarnason, en stíleinkenni Þórleifs voru oft eins og ýkjukennd stæling á stílbrögðum Halldórs Kiljans.

Það var sérstaklega eignarfallsstíllinn sem fór í taugarnar á Þórbergi, þar sem nafnorð stýrir eignarfalli, t.d.: fyrstu egg vorsins eða þangivaxnir steinar skerjanna og fleira í þeim dúr. Þórbergur segir að sú stílsetning sé orðin mjög algeng í íslensku. Eignarfallsstíllinn missi kosti sína ef honum sé tranað fram í tíma og ótíma. Þá verður kraftur stílsins að klunnaskap og hátíðleikinn að tilgerð eða hversdagslegum leiðindum eða skoplegum spjátrungshætti.

Til uppskafningar teljist það og stundum en ekki alltaf að nota eignarföllin: hans, hennar, þeirra o.s.frv. í staðinn fyrir þágufôllin: honum, henni, þeim o.s.frv. sem oft gera stílinn mýkri og mennilegri: smásteinum rigndi yfir höfuð þeirra....yfir höfuð þeim færi hér mun betur.

Þórbergur útskýrir : Lágkúran er þrálátur kvilli í bókmenntum Íslendinga, en orsök hennar er það sálarástand höfundanna, sem kallað er menningarleysi.

En þá lágkúru, sem hér um ræðir megi einkenna sem lágkúrulegt og sviplaust málfar yfirleitt. Þar eru í fólgin klaufaleg orðaskipun, kauðskt orðalag og kauðskar orðmyndir, svo sem: úr handraðanum, landið okkar, bærinn okkar, ku o.s.frv.

Notkun viðtengingarháttar geti orðið svo tíð að úr verði lágkúra, dæmi: Sé margt fólk samankomið ... Sé logn ... sé gott veður ... sé eggið nýtt ... en sé það skemmt.

Þessi fróðlega grein ætti að vera notuð til kennslu í menntaskólum og myndi vera áhugamönnum um stíl mikill fengur. Þórbergur var slíkur afburðamaður í meðferð íslensks máls að við fáa verður jafnað, en það verður seint metið til fulls fyrir þroska hans sem stílsnillings að eiga að svo óbrigðulan lærimeistara sem Vilmundur landlæknir var.

En Vilmundur gaf ekki aðeins Þórbergi holl ráð heldur jafnframt mörgum öðrum rithöfundum og valdi stundum titla á bækur þeirra, svo sem: Pistilinn skrifaði...,Virkir dagar, Lönd og lýðir og fleiri.

Þegar það spurðist til landsins á haustdögum 1945 að von væri á Sjálfstæðu fólki sem Bók mánaðarins hjá einu þekktasta forlagi Bandaríkjanna þóttu það ekki lítil tíðindi. Menn minntust þess að engin af skáldsögum Halldórs hafði fengið jafnmikinn andbyr og Sjálfstætt fólk, einkum fyrir lýsingu hans á vonlausu basli kotbænda, því í stað þess að fegra sveitalífið eins og í skálaræðu á átthagamóti, þar sem áheyrendur klökkna við af heimþrá, þá var lýsing Halldórs á lífi sveitafólks allt annað en fegruð eða séð í ljósrauðum hillingum. Sérstaklega fór lúsin í taugarnar á bændum sem fannst Halldór gera hana að einskonar tákni í skjaldarmerki þeirra, því eins og þeir héldu sjálfir fram væri áreiðanlega miklu meira um lús í barnaskólum höfuðborgarinnar en í sveitum landsins. Það hefur því vafalítið vakið mikla furðu þegar það rann upp fyrir þeim að nú yrði lús Kiljans fræg um alla Ameríku og kæmi því orði á Íslendinga að þeir væru lúsablesar sem aldrei færu í bað. Þar með væri öll opinber landkynning farin í hund og kött þrátt fyrir milljóna kostnað skattgreiðenda, og það kórónað með því að hampa slíkum höfundi og færa honum há listamannalaun á silfurfati frá hinu háa Alþingi, gott ef lúsakambar yrðu ekki í framtíðinni kenndir við Ísland af amerískum sölumönnum með hreinlætisvörur, handsápu, hárnet, krullupinna og annað nytsamlegt í farteski sínu.

Margir mætir menn gripu til stílvopnsins af þessu tilefni til að hvítþvo þjóðina af slíkum óhróðri og níði um íslenska bændamenningu.

Einn skeleggasti þeirra var Jónas frá Hriflu með greinaflokki sem nefndist Fólk í tötrum.

Stríðið um lúsina stóð misserum saman og ekki bætti úr skák þegar Halldór tók í skrifum sínum að fjalla af mikilli ritleikni um úrelta búskaparhætti í landinu og þröngsýni í viðhorfum bænda til nútíma búskapar. Sú gagnrýni kom bændum í opna skjöldu því að gamla trúarjátningin var enn í fullu gildi, að bóndi væri bústólpi og bú landstólpi. Og þeir sem reyndu að koma höggi á Kiljan urðu fyrir háði hans og stílfimi. Svo illa varð Kiljan brátt þokkaður í sveitum landsins af sumum gildum bændum að þeir höfðu í hótunum um að úthýsa honum ef hann bæri að garði.

Margvíslegar útleggingar á sögu Bjarts héldu lengi vel áfram að birtast í blöðum og tímaritum eftir að bókin kom út, en það sem gerði gæfumuninn fyrir Laxness var að hann átti vísan stuðning harðsnúinna lesenda, einkum stúdenta og vinstrisinna, sem slógu skjaldborg um hann.

Það lá í augum uppi að pólitík skipti Kiljan miklu máli, ekki aðeins á heimavelli, heldur líka á Norðurlöndum þar sem hann átti marga aðdáendur og skoðanabræður sem mátu hann mikils fyrir stuðning hans við Sovétríkin.

Undanfarinn áratug og rúmlega það höfðu öreigabókmenntir verið í uppsiglingu í bókmenntum víða um lönd. Grunnhugmyndin var spilling og hrun kapítalismans en úr rústum hans og brotum yrði byggt nýtt og réttlátara þjóðfélag, myndgrunnurinn var fletir og alls kyns brot úr hlutveruleikanum sem lá til grundvallar því að byggja upp nýjan veruleika. Þegar Lenín kynntist verkum kúbista á útlagaárum sínum í Sviss sá hann líkinguna við sínar hugmyndir um hrun og uppbyggingu úr rústunum.

Ýmsir lágu Halldóri á hálsi fyrir að fylgja pólitískri stefnu, en í skáldverkum sínum er þó skáldið oftast áróðursmeistaranum yfirsterkara.

Undirtitill Sjálfstæðs fólks er hetjusaga, þó er Bjartur í Sumarhúsum frekar í ætt við Don Quixote en Gretti Ásmundarson.

Bjartur skilur son sinn eftir hjá verkfallsmönnum á mölinni til að taka þátt í baráttunni fyrir bættum lífskjörum, en heldur síðan sjálfur lengra inn á heiðina á valdi veruleikafirrtra draumóra líkt og lýsir sér í trú Íslendinga á tilveru huldufólks sem lifi við ívið skárri kjör en sveitafólkið sjálft, það var óskadraumur alls almúgans á Íslandi um aldaraðir, hærra settu þeir ekki markið.

Bókin endar á hádramatískri mynd af Bjarti þar sem hann ber

Ástu Sóllilju dauðvona í fanginu og Blesa gamla í taumi með börnin í hripunum á hestinum og tíkina á hælum sér á leið til fjarlægra heiða. Snilld Halldórs Laxness að slá harmrænan botn í skáldsögur sínar brást honum aldrei. Sýnin meitlast í huga manns eins og höggmynd Einars Jónssonar af Útlaganum sem stefnir einþykkur sturluðu augnaráði á vit höfuðóra sinna á flótta undan veruleikanum með lík konunnar á bakinu, barn á handlegg og hund á hælum sér, staf í hendi.

Spurningunni um hvað felist í verki höfundar má svara á margvíslegan hátt, engin skýring er einhlít frekar en í lífinu og oftast mest undir lesandanum sjálfum komið hvað hann sér í textanum, hann er frjáls að því að meta verkið eftir eigin höfði, óháður úrskurði annarra, og í rauninni er það ávinningur að fá fleiri sjónarmið fram heldur en dóm einhvers páfa í bókmenntum sem hugsar eftir formúlum.

Þannig má líka í þessu seinasta atriði sjá Bjart endurspegla þann múg af ringluðum tötraklæddum bændum sem ekkert botnuðu í samyrkjunni á flakki um landið þvert og endilangt eins og Halldór lýsti þeim í ferðabók sinni Í Austurvegi, á því tímabili sem Stalín var að knýja í gegn samyrkjubúskap af takmarkalausri grimmd. Bændur brenndu heldur uppskeru sína en að afhenda hana samyrkjubúunum og létu heldur lífið í fangabúðum en að lúta harðstjórninni. Geigvænlegar tölur í sambandi við útrýmingu þessa ólánsama fólks á vergangi um endalausar sléttur Rússlands hafa sagnfræðingar nefnt í milljónatugum en dánarskýrslur frá þeim skuggalegu árum eru víst harla gloppóttar.

En svo markviss var áróðursvél Sovétríkjanna að jafnvel ambassador Bandaríkjanna gaf út yfirlýsingu um að enginn fótur væri fyrir þessum ófrægingarsögum þaðan að austan þar sem allt væri í röð og reglu.

Kvöld eitt þegar ég leit við hjá Gunnlaugi Scheving í Þingholtinu stakk hann upp á því að ég kæmi í heimsókn með sér til Kristins E. Andréssonar. Sló ég til og var sérlega notalegt að koma á hlýlegt heimili þeirra Þóru sem bjó yfir persónulegum þokka, bókahillur fullar af vönduðum útgáfum og veggir prýddir olíumálverkum margra kunnustu listmálara þjóðarinnar og ýmsir listrænir munir. Þar sátum við í góðu yfirlæti langt fram eftir kvöldi. Kristinn sagði okkur af leshring vinstri manna sem hann var að undirbúa til að hamla á móti amerískum áhrifum og hann lýsti fyrir okkur þeim breytingum í Evrópu sem hann sá fyrir sér. Hann sagði okkur að nú ætlaði Brynjólfur Bjarnason menntamálaráðherra að lengja opnunartíma Landsbókasafns um fjórar stundir á dag til að vinnandi fólk gæti notað frístundir sínar til sjálfsmenntunar. Væri Jóhannesi frá Kötlum ætluð þar staða en hann hafði lengi verið dáðasta baráttuskáld flokksins.

Eins sagði hann okkur frá bókum hjá Máli og menningu, sem væru að koma út á jólamarkaðinn og svo náttúrlega þriðja bindinu af Íslandsklukkunni, Eldur í Kaupinhafn, sem allir biðu eftir með óþreyju og Ragnar í Smára gaf út. Nú þyrftu allir að halda vöku sinni eftir að Bandaríkjastjórn hefði óskað eftir samningi um hernaðarbækistöðvar á Íslandi til 99 ára, þó að því hefði verið vísað á bug í þetta sinn, en margt benti til að verið væri að brugga þjóðinni launráð. Kristinn spurði mig hvað ég hefði fyrir stafni og varð ég að játa fyrir honum að hafa komið heldur litlu í verk, ég hefði samið nokkrar smásögur og væri að velta ýmsu fyrir mér, sérstaklega að komast til útlanda ef mér opnuðust nokkrir möguleikar, ég hafði þá aðeins spurst fyrir um styrki frá British Council til framhaldsnáms í Bretlandi. Sigurður Nordal hafði hvatt mig til þess að sækja um slíkan styrk á næsta ári ef ég yrði ekki fyrir frekari skakkaföllum.

Tveimur vikum síðar hringdi Kristinn til mín og tjáði mér að Jóhannes úr Kötlum gæti ekki tekið við starfi bókavarðar á Landsbókasafni að svo stöddu fyrr en eftir þrjá mánuði, þar sem hann væri að ganga frá bók eftir sig, hvort ég væri reiðubúinn til að hlaupa í skarðið á meðan. Ég hélt nú heldur betur og sagði Kristinn mér að fara á fund Brynjólfs Bjarnasonar menntamálaráðherra.

Þetta leiddi til þess að ég hóf starf á safninu snemma í janúar 1946.

SAUTJÁNDI KAFLI

Á Landsbókasafni

Landsbókasafn er ein göfugust bygging landsins, sérstaklega býr lestrarsalurinn yfir miklum þokka sem snertir flesta sem þangað koma. Mér er minnisstætt að í hvert sinn sem rithöfundurinn Skuggi kom hljóðlega inn um dyrnar á lestrarsalnum hneigði hann sig lotningarfullur fyrir hinum háa sal líkt og fyrir helgidómi. Þar ríkti kyrrð og friður, glymjandi borgarlífsins barst aðeins sem daufur ómur gegnum þykka veggina þakta handbókum í vönduðu bandi, stórir gluggar mót norðri til að hlífa bókum við sólskini, en Faxaflói og partur af höfninni blasti við í öllum sínum litbrigðum og blá fjöll í fjarska. Látúnslampar lýstu á hreyfanlegum örmum yfir þunglamaleg borð og stóla með tréskurð í búandstíl sem gáfu salnum dulúð og hlýju.

Hér skynjaði maður návist Ara fróða, Snorra Sturlusonar, Jóns Arasonar og þeirra sem lifa í bókum þó að aldir renni.

Ég kannaðist lauslega við flesta bókaverðina. Lárus Blöndal þekkti ég úr norrænudeildinni, hann hafði verið mikill mælskumaður í Menntaskólanum og þótti vera mikill framtíðarmaður í stjórnmálum, en á þeim árum var hann mjög róttækur, en hafði ekki geð í sér til að standa í pólitísku þrasi, því að hann var gamansamur og hið mesta ljúfmenni og sérlega vandvirkur, en sá sem ég hafði mest saman við að sælda var Ásgeir Hjartarson, sagnfræðingur frá háskólanum í Osló.

Hann var ekki fríðleiksmaður á borð við bræður sína, Snorra skáld og Torfa tollstjóra, stórskorinn í framan, húðin svolítið spillt af bóluörum kynþroskaáranna, en framkoma hans var hlýleg og vakti traust, augnaráðið íhugult. Hann var víðlesinn, sérstaklega í íslenskri ljóðlist. Honum lá aldrei á og gat setið og gruflað í ljóðum fram á nótt án þess að líta á klukkuna og ekki spillti að hafa kannski tár af brennivíni við höndina og nóg af sterku kaffi. Stundum kom fyrir að mér rann í brjóst undir lestri hans án þess hann tæki eftir því en hélt áfram að rifja upp ljóð, þuldi upp úr sér heilmikið af kveðskap Gríms Thomsen eða las sitthvað af ljóðaþýðingum hans úr grísku sem Ásgeir kunni næstum utan að.

Oslóardvölin hafði verið Ásgeiri mjög frjótt tímabil. Freudisminn náði sterkum tökum á norskum menntamönnum, og rithöfundar eins og Sigurður Hoel og Aksel Sandemose sóttu efni á þau mið. Marxisminn var sömuleiðis mjög á dagskrá og anarkismi, þó að í rauninni væru þær andhverfar stefnur, eins og kom í ljós í spönsku borgarastyrjöldinni, þar sem kommúnistar sátu stöðugt á svikráðum við anarkista. Sneru þá margir erlendir menntamenn sem gerst höfðu sjálfboðaliðar gegn Franco vonsviknir heim. Koma þau átök m.a. fram í skáldsögu Hemingways, Hverjum klukkan glymur. Grundvallarmunur á stefnum kommúnista og anarkista var að hinir fyrrnefndu miðuðu við öflugt miðstjórnarvald, anarkistarnir við valddreifingu og helst ekkert ríkisvald.

Margt af kveðskap íslenskra alþýðuskálda hafði Ásgeir einnig á hraðbergi, kunni flest af því sem varðveitt er af absúrdkvæðum Æra Tobba eða Númarímur Sigurðar Breiðfjörðs. Eina sumarnótt gengum við upp í gamla kirkjugarðinn við Suðurgötu ilmandi af næturfjólu og ranfángi, settumst hjá mosagrónum náttúrusteini á grasi grónu leiði Sigurðar Breiðfjörð. Er legsteinninn í laginu eins og stórt hjarta á hvolfi, klappað stöfum sem vindar og regn höfðu næstum afmáð og mosi sótt í grópin. Við dreyptum nokkrum brennivínstárum á leiði ástaskáldsins sem þurfti ekki nema að snerta konur óvart til að eldur logaði af hverjum fingri. Á Grænlandi kynntist Sigurður Breiðfjörð kvenfólki sem á buxum gekk með hárið nett af hvirfli í topp uppsnúið, en í Vestmannaeyjum var hann sakaður um að hafa selt konu sína fyrir hund sem hefði kannski þótt hár prís á Grænlandi en varðaði við lög á Íslandi. Ásgeir fór með nokkur erindi úr Númarímum í næturkyrrðinni. Þar er þessi vísa:

Sannast var að sopinn þótti Sigga góður.
Kallaður var hann kvennamaður,
sem kannski hefur verið slaður.

Sveitir Borgarfjarðar bjuggu að rótgróinni bændamenningu sem Ásgeir hafði drukkið í sig með móðurmjólkinni. Þangað höfðu í lok 19. aldar borist menningarstraumar frá Danmörku, einkum áhrif Brandesarstefnunnar, sem ungir menn hrifust af, enda eftirtektarvert hvað mikið af skáldum og menntamönnum á 20. öld gátu rakið uppruna sinn til þessa menningarsvæðis eins og til dæmis Halldór Laxness, Jón Helgason prófessor, Magnús Ásgeirsson, Guðmundur Böðvarsson, Leifur Ásgeirsson, Stefán Jónsson og margir fleiri. En þó að Ásgeir yrði mjög gagntekinn af marxisma og söguskýringum hans, varð sálarlíf Ásgeirs aldrei hraðfryst í þeim fræðum eins og komið gat fyrir hjá svo mörgum.

Knut Hamsun var einn sá rithöfunda sem Ásgeir hafði hvað mestar mætur á. Ljóðrænn stíll skáldsins sem franskir gagnrýnendur hafa kallað þunglyndislegan hefur snortið marga íslenska lesendur, og sennilega er það rétt við nánari könnun að öll lýrík sé blandin trega. En er ekki öll frásögn frá liðinni tíð með því marki brennd, gleði engu síður en mótlæti og þrengingar?

Guðbrandur prófessor Jónsson var sá bókavarða Landsbókasafnsins sem hafði mest heimsborgarasnið á þeim tíma, svartur vetrarfrakki hans var með voldugum loðkraga, eins og heldrimenn á meginlandinu klæddust fyrr á öldinni og jafnan hafði hann silfurbúinn göngustaf í hendi. Hann ólst að mestu leyti upp í Kaupmannahöfn og talaði því dönsku sem sitt móðurmál, þýska var honum sömuleiðis töm og þá franska og latína auk ensku sem hann hafði ekki miklar mætur á.

Ég minnist þess sérstaklega þegar vígsla háskólabyggingarinnar fór fram vorið 1940 að þar báru lærðir menn fram kveðjur og heillaóskir frá ýmsum frægum háskólum, þar á meðal flutti ambassador Breta, Howard Smith, úr úrvalssveit breskra diplómata, kveðju frá Oxford-háskóla. Hann var sannkallað glæsimenni, enda skipti miklu fyrir Breta að hafa virðulegan fulltrúa svo skömmu eftir hernám Íslands. Hann var í skósíðri svartri skikkju með flatan ferstrendan háskólahatt og flutti blaðalaust ræðu með tilvitnun í Shakespeare. Varð þá dálítið tómahljóð í hátíðarsalnum eftir svo snjalla ræðu, en þá í næstu andrá vindur Guðbrandur

Jónsson sér í ræðustól svo gustar af honum og þá sést að skikkja Guðbrandar er fóðruð með vínrauðu silki og hattur hans var engu síðri en hattur ambassadorsins. Flutti Guðbrandur þar blaðalaust á reiprennandi latínu kveðju frá kaþólskum háskóla í Dyflinni. Ég fylltist þjóðarstolti og svo hygg ég að hafi verið með fleiri viðstadda. Þetta var stór stund og eftirminnileg.

Guðbrandur var mikill vinur vina sinna, og ég lenti í þeim hópi vegna foreldra minna. Faðir minn hafði stutt föður Guðbrands, dr. Jón Þorkelsson þjóðskjalavörð og skáld í sjálfstæðisbaráttunni, og þess naut ég ríkulega. Hann fræddi mig um margt og sagði skemmtilegar sögur, en hann gat líka verið bráður og orðhvatur við þá sem hann átti í útistöðum við, suma gesti á safninu tók hann bókstaflega fyrir. Í eitt skipti var ég að ná í bækur fyrir dr. Jón Dúason sem var alltaf með gamla loðhúfu á höfðinu þó hann sæti dögum saman á Landsbókasafni. Ég var með fangið fullt af bókum handa doktornum, því hann bað sjaldan um minna en þrjátíu bækur í einu, en hafði þó gleymt einni og elti dr. Jón Dúason mig inn fyrir þar sem prófessor Guðbrandur var að skoða handritspjötlu, en doktorinn hörfaði fljótt aftur fram þegar hann kom auga á erkióvin sinn.

Guðbrandur kallaði til mín:

– Því varstu að hleypa andskotans kallinum inn fyrir?

– Ég kunni ekki við að skella hurðinni á nef honum, svaraði ég.

– Jú það nef er ekki til annars, hreytti Guðbrandur út úr sér.

Ég kom til hans á Landspítalann þar sem hann var langt leiddur af krabbameini. Þegar ég kvaddi hann endurtók hann, að hann vildi að ég tæki við sínu starfi. Og þegar hans sæti beið annars bókavarðar skipaði Björn Ólafsson mig í stað prófessors Guðbrands Jónssonar.

Skáldsaga Halldórs Laxness Eldur í Kaupinhafn kom út um sólstöður 1946, þriðja bindið í Íslandsklukkunni og enn lásu menn framhaldið af ástarsögu þeirra Snæfríðar og Arnæusar af sóttheitum ákafa. Bakgrunnur verksins er niðurlæging þjóðarinnar undir danskri stjórn um og eftir aldamótin 1700.

Halldór Laxness er fyrst og fremst rómantískt skáld, og þó að í verkum hans bregði oft fyrir nærgöngulu raunsæi, á rómantíkin samt stærstan hljóm í hörpu hans sem stundum hefur sig til hæða prósaljóðs. Þessi harmræna ástarsaga er ævafornt stef um elskendur sem miskunnarlaus örlög meina að njótast en fær hér meiri dýpt og víðari merkingu sem skírskotun til átaka líðandi stundar, eins og þau orka á tilfinningar skáldsins í miklu uppnámi við þá hugsýn að ægilegur háski steðji að þjóðarsálinni líkt og þegar eldhafið í Kaupinhafnarbrunanum mikla 1728 æddi yfir handritasafn Árna Magnússonar og gleypti forn skinnhandrit, suma dýrmætustu erfðagripi þjóðarinnar. Þá getur Árni Magnússon hafa hugsað í örvæntingu sinni að betur væru handritin enn í moldarkofum heima en eldsmatur í stórbruna Kaupinhafnar.

Í niðurlagi Íslandsklukkunnar segir:

Eftir góða stund kom assessor aftur til sjálfs sín, leit á Reinarbóndann, brosti við og sagði:

Skáldu bjargaði Jón Marteinsson. Þú varst það eina sem kom í minn hlut.

Í Íslandsklukkunni eru persónulýsingarnar á þeim Jóni Marteinssyni og Magnúsi í Bræðratungu gæddar svo miklum lífsþrótti að þær verða nánast áþreifanlegar.

Assessor Arnæus er vitanlega skáldskaparpersóna Halldórs Laxness, þó að æviferill Árna Magnússonar sé hafður til hliðsjónar við þá persónusköpun og eins barátta Skúla fógeta við danska einokunarkaupmenn.

Í veruleikanum var Jón Marteinsson á Íslandi þegar Árnasafn brann, og Skálda var í engri hættu þá því að hún var handritið Codex Regius sem Brynjólfur biskup hafði fært Danakonungi áratugum áður og í öruggri geymslu í Gammel kongelig Samling (handrit nr. Gl. Kol. Saml. 2365, 4to.).

Lesendur Íslandsklukkunnar tengdu beint orðræðu Arnæusar við líðandi stund, þar sem hann hafnar því að selja Hamborgurum landið, þó hann segist vita að þeir muni færa Íslendingum maðklaust korn og telji ekki ómaksins vert að svíkja á þeim mál og vog.

– En þegar á Íslandsströnd eru risnir þýskir fiskibæir hver er þá orðinn hlutur þeirrar þjóðar sem skrifaði frægar bækur, spyr skáldið.

Þeir íslensku mundu þá í hæsta lagi verða feitir þjónar þýsks leppríkis...

Það er Arnas Arnæus sem heillar Hið ljósa man með skáldlegum orðum sínum: „Við Breiðafjörð eru fallegar jarðir, æðarfugl í hverri vör, selur sefur á steini, laxar stökkva fossa, fugl í eyum, grundir við sjóinn, kjarrvaxnar hlíðar, grösug fjallaskörð, en efra víðlendar lýngheiðar með ár og fossa. Bæirnir standa á grænum bölum uppúr einginu og vita útá fjörðinn, og í logni hafa hólmarnir og skerin flosmjúkan skugga sem titrar, gagnsæan eins og skugga í lindarvatni."

Lýsingin á assessor Arnæusi er svo upphafin og séð í svo miklum hillingum að hún minnir helst á Gunnar á Hlíðarenda þegar hann var að spóka sig á Lögbergi í tignarklæðum sem Haraldur konungur Gormsson hafði gefið honum með hringinn Hákonarnaut jarls í Þrándheimi á hendi og menn gengu úr hverri búð til að undrast hann. Þar hitti hann Hallgerði langbrók sem var í rauðum kyrtli og hafði yfir sér skarlatsskikkju.

En það er önnur hlið Íslandssögunnar sem ekki hafði verið dregin fram í dagsins ljós af sagnfræðingum fyrr en árið1933, að prófessor Þorkell Jóhannesson stakk á þeim sulli í þjóðarlíkamanum, goðsögninni um glæsta fortíð þjóðarinnar þegar hetjur riðu um héruð og hafið var skínandi bjart.

Góðbændur stóðu gegn myndun sjávarplássa til að fá ekki samkeppni um vinnuafl frá sjávarplássum þar sem tómthúsmenn gætu búið með fjölskyldum sínum árið um kring.

Veruleikinn var að stórbændur sendu þurrabúðarmenn í verbúðir hverja vertíð til sjóróðra, þetta var í eðli sínu nokkurs konar ánauð þar sem búðsetumenn fengu ekki önnur laun en þau sem fólust í vistráðningu þeirra.

Landeigendur komu á tilskipun þar sem lausamennska var bönnuð óbreyttu vinnufólki nema með sérstöku leyfi yfirvalda.

Menn fengu ekki að njóta hæfileika sinna og mynda þéttbýli en voru ofurseldir hugmyndum sem komu í veg fyrir framþróun í líkingu við þá sem varð í nágrannalöndum.

Þetta voru raunverulegir átthagafjötrar eins og þekktust á þeim árum í mörgum löndum Evrópu.

En það voru einmitt rómantískar hugmyndir um fortíðina sem bárust hingað frá útlöndum með Jónas Hallgrímsson í fararbroddi sem vöktu þjóðina af draumheimi.

Halldór Laxness fetar í fótspor Jónasar Hallgrímssonar með upphafinni náttúrurómantík sem á að vara þjóðina við að fljóta sofandi að feigðarósi í landi sem býr yfir miklum náttúrugæðum.

Einar Benediktsson skáld átti líka margar hrífandi hugsýnir um framtíð Íslands sem fáir heimamenn tóku þó mark á, þjóðinni til mikils tjóns. Og skáldið Hannes Hafstein átti líka sína stóru drauma.

Rómantískar sjálfsblekkingar skáldanna hafa orðið kveikjan að þeirri efnahagsþróun sem hér hefur einhvern veginn slampast í gegn þrátt fyrir andstæð öfl kyrrstöðu og heimóttarskapar.

Íslenskt réttarfar mótaðist af þjónkun innlendra embættismanna við harðneskju gildra bænda gagnvart almúganum. Ótal dæmi eru þess að Danakonungar hafi mildað líflátsdóma á Alþingi sem skotið var til hans náðarsamlegasta samþykkis.

Dómsþingið við Öxará felldi öldum saman grimmdardóma yfir umkomulausu almúgafólki sem kom engum vörnum við gegn hrottaskap aldarfarsins, svo sem drekkingu ungra kvenna, hengingu þjófa og brennu á fólki fyrir upplogna galdra.

Alþingi var í augum vesals almennings kvalastaður.

Þetta kemur allt fram í Íslandsklukkunni.

Í lokaköflum Elds í Kaupinhafn verður þó raunsæið á valdi rómantíkurinnar og atburðirnir virðast reistir á hæpnum sagnfræðilegum grunni og frekar spegla þau átök sem urðu í samfélaginu við sköpun skáldverksins.

Ólafur Jóhann skáld bjó í næsta húsi við okkur í Suðurgötunni, en Anna kona hans rak prjónastofu, og systir hennar á fyrstu hæð framleiddi kókosbollur og annað gómsæti. Systirin var mjög framtakssöm og fór ekki dult með það, að Ólafur mágur hennar ætti frekar að gerast framleiðandi á athafnasviðinu en að sólunda tímanum við skriftir. Ég leit stundum við hjá Ólafi Jóhanni sem alltaf tók mér ljúfmannlega, en hann átti erfitt með svefn, einkum eftir að mágur hans hafði sett upp sjónvarpsstöng til að ná sendingum frá Kanasjónvarpinu á Miðnesheiði, en þá var ekkert íslenskt sjónvarp komið til sögunnar og nokkuð algengt að menn kæmu sér upp slíkum útbúnaði.

Ólafur Jóhann fór daglega gönguferðir kringum Tjörnina og oft lengra. Kom fyrir að ég slóst í för með honum, en hann gekk jafnan greitt.

Í Tjarnargötunni við númer 8 eða 10 stóð stundum á sumarkvöldum virðulegur maður á gangstéttinni, berhöfðaður með hátt enni og afturstrokið silfrað hár og heilsaði fyrirmannlega þeim vegfarendum sem hann bar kennsl á, en þeir virtust vera margir, þetta var Sigfús Elíasson fyrrum rakari á Akureyri, en þáverandi forstöðumaður Dulminjasafnsins. Vildi hann gjarna fræða ófróða um andleg málefni og dulminjasafn sitt sem hann fékk einhvern styrk til. En ég komst fljótt upp á lagið með að forða mér þegar ég sá til forstöðumannsins í veiðihug, en Ólafur Jóhann sem alltaf var annars hraðskreiður á göngu sýndi af sér meiri kurteisi en ég, og stóð svo lengi á tali við dulminjavörðinn, að Ólafur hefði getað farið nokkrar hringferðir kringum Tjörnina á sama tíma. Ég spurði Ólaf Jóhann einu sinni hvort hann hefði séð dulminjasafnið hjá Sigfúsi en hann sagði að þar væru engir gripir sjáanlegir, svo að vörðurinn yrði að lýsa þeim fyrir gestum safnins sem ekki væru gæddir ófreskisgáfu. Ólafur Jóhann kímdi ögn við og lýsti það vel góðsemd hans.

Jóhannes úr Kötlum kom einn daginn upp á safn til mín og tjáði mér að hann gæti ekki tekið við starfinu á Landsbókasafni fyrr en með haustinu, kom það mér ekki annað en vel, svo að ég átti kost á launuðu sumarfríi í fyrsta skipti á ævinni.

Komst ég í bíl með kunningja mínum upp að Húsafelli og fékk þar inni hjá Þorsteini bónda. Ætlaði ég að nota tímann til að leggja drög að skáldsögu sem ég hafði hugleitt smávegis eftir að prófinu lauk. Átti sú saga að vera um ungan Reykvíking sem gerir uppreist gegn uppeldi sínu í leit að hugsjón sem hann geti barist fyrir. Valið væri um tvær leiðir, en að öðru leyti var uppkastið í þoku fyrir mér. En þegar til kom sólundaði ég mestu af tímanum við að ganga um kjarrskóginn í hrauninu og finna mér bolla til að liggja í og hlusta á þrestina gefa ungum sínum varnaðartíst ef eitthvað vakti ótta þeirra.

Ásgrímur Jónsson listmálari sat jafnan þessa daga úti í skóginum með málaratrönur og festi á strigann hjá sér sinfóníur í litum, landslaginu til dýrðar, en ef rigndi sat hann inni með uppdreginn grammofón og spilaði músík eftir Mozart sem hann unni mjög. Var hann fús til þess að lofa öðrum að njóta þess með sér og spjölluðum við þá stundum saman. Þar á bænum var merk kona og skyggn sem var kölluð Gunna og sagt var að hefði farið í leiðslu yfir Hvítá án þess að vökna í fæturna. Gunna kom einn daginn með lúða afmælisdagabók, þar sem fylgdi vísa hverjum degi, bað hún mig að skrifa í bók sína sem hún hafði átt í allmörg ár, sá ég að margir höfðu skrifað nafn sitt við sinn afmælisdag, þar á meðal Nonni, Jón Sveinsson, höfundur Nonnabókanna, sem hafði borið þar að garði Alþingishátíðarárið 1930, en við báðir fæddir undir Meyjarmerkinu 11. september sem stjörnuspádómabók segir að þýði að slíkir menn séu hreinlífir að eðlisfari.

Á Húsafelli var líka merkur maður sem var kallaður Kobbi gamli, heimspekilega sinnaður og vel heima í kenningum dr. Helga Pjeturss. Kobbi hafði gengið frá erfðaskrá þar sem hann ánafnaði félagi Nýalssinna jarðneskar eigur sínar eftir sinn dag. Þótti þetta mjög höfðingleg ákvörðun og vildi söfnuðurinn auðsýna gefandanum nokkurn þakklætisvott á móti, helst á einhvern táknrænan hátt og hét honum því að heiðra minningu hans með því að varðveita höfuð hans óskemmt í væntanlegum kirkjuturni safnaðarins. Ekki er vitað hvernig Kobbi gamli brást við svo einstæðu áheiti.

Kirkja eða kapella hefur verið byggð á Húsafelli þó að hún sé ekki kirkja Nýalssinna.

Á herbergi með mér gisti langförull maður að nafni Tryggvi, mjög dökkur á hár en orðinn hæruskotinn, blakkur í framan af langvarandi sólskini útlandsins, svört augu undan loðnum brúnum og augnaráðið fjarrænt, enda hafði hann víða ratað um byggðir og óbyggðir Vesturheims, en var nú kominn aftur á æskuslóðir eftir að hafa verið áratugi á faraldsfæti í þeirri álfu þar sem spor svo margra Íslendinga hafa afmáðst og horfið með öllu. Ást í meinum hafði elt hann til ókunnugra landa og rænt hann hugarró.

Minningin um elskuna sem hann hafði kvatt á sauðskinnsskóm einn kaldan haustdag fyrir mörgum áratugum, fylgdi honum hvar sem spor hans lágu, og kallaði til hans úr miklum fjarska.

Loks eftir langa útlegð og mikla mæðu barst honum örlagabréf: Sú sem hann kvaddi og hafði þó aldrei kvatt í hjarta sínu, var orðin ekkja og beið hans hvíthærð við rokkinn sinn eins og segir í frægu kvæði.

Bók Tryggva, Árblik og aftanskin, sem út kom nokkrum mánuðum eftir að við vorum herbergisfélagar í súðarherbergi á Húsafelli fáeinar síðsumarnætur, lýsir átakanlega miklum ástarharmi sem næstum hafði yfirbugað þetta tryggðatröll á eyðigöngu sinni um sléttur Indíánalandsins, en lýkur þó á farsælan hátt í ástarsælu þó um síðir væri, og því fylgdi þakklæti Tryggva fyrir handleiðslu Guðs á grýttum götum mannlífsins sem stundum lágu tæpt og litlu mátti muna að illa færi.

Þetta var víst hin mikla ást sem öllum gengur illa að skilgreina.

Embla, fjögurra ára sonardóttir mín, heyrði í útvarpinu ámáttlegt væl í stúlku sem hún lagði smástund eyrun við en spurði síðan móður sína sem var að sýsla þar rétt hjá:

– Um hvað er hún að syngja?

– Ætli hún sé ekki að syngja um ástina, svaraði móðir hennar.

Dóttir hennar horfði andartak á móður sína til að átta sig á þessu dularfulla svari.

– Hvað er ástin?

Þá stóð í móður hennar að svara um hæl, svo að barnið spurði hikandi:

– Er ástin kannski ....kannski einskonar álög?

ÁTJÁNDI KAFLI

Líf og dauði

Á þessum árum voru mikil átök meðal skálda og áhorfenda sem höfðu átt sér langan pólitískan aðdraganda, en endurspeglaði á sinn hátt átökin milli Vesturveldanna og Sovétblokkarinnar. Róttækni meðal menntamanna hafði aukist að miklum mun, sérstaklega á sviði menningarmála, og þar voru auðvitað vinstrisinnar miklu áhrifameiri en hægri menn með endalok kapítalismans yfir höfði sér.

Í upphafi var aðeins Rithöfundafélag Íslands en þar urðu vinstrisinnar brátt einráðir en hægri menn hálfgerðar hornrekur. Halldór Laxness var sá höfundur sem ungt fólk dáði mest og vitnaði í orð hans eins og múslimir í spámanninn. Sjálfum fannst mér að Halldór Laxness og Ernest Hemingway bæru af öllum samtíðarhöfundum. Aðdáunin var svo afdráttarlaus að hún var á kostnað margra ágætra höfunda sem ég mat síðar mjög mikils þegar einsýnin hafði þokað fyrir hófsamara mati.

Heima gerðist það að móðir mín fór í fyrsta skipti eftir að stríðinu lauk í heimsókn til ættingja sinna í Danmörku. Sjón hennar var þá farin að skerðast verulega, en það dró ekki úr kjarki hennar að ráðast í ferðina. Nú þurfti hún ekki lengur að þjást af sjóveiki eins og áður fyrr þegar aðeins var um sjóleið að ræða.

Henni var mikið tilhlökkunarefni að sjá aftur gamla landið sem lifði svo sterkt í minningum hennar með vorblómum ávaxtatrjánna og drúpandi sírenum í fullu blómstri.

Töskur hennar voru fullar af ýmiss konar gjöfum, því að enn voru kröpp kjör í Danmörku eftir stríðið og skortur á mörgum sviðum.

Hálf-þýskir náfrændur mínir höfðu týnst á austurvígstöðvunum, en systir þeirra hafði haldið dönskunni svo vel við, að hún slapp sem Dani yfir landamærin með dætur sínar tvær í hópi flóttafólks frá Königsberg, sem hálf sturlað af ofbeldi rússneskra hermanna streymdi í vesturátt.

Íslendingar höfðu átt mikinn stríðsgróða í bönkum erlendis í lok heimsátakanna og slógu um sig á frægustu næturklúbbum í London, París og New York. Fjölmennar sendisveitir þeirra vöktu athygli á alþjóðamótum, og fulltrúarnir gátu með góðu móti vikið sér frá öllu pappírsflóðinu á ráðstefnunum til að aðstoða eiginkonurnar við hagstæð innkaup í tískuhúsum. Allir skemmtu sér vel, nema helst fjármálaráðherrann sem vissi að farið var að sjást í botn á ríkiskassanum. Það var ekki hlustað á tillögu gamalreynds bankastjóra, Jóns Árnasonar um að kaupa gull fyrir allan stríðsgróðann og geyma það í svissneskum bankahvelfingum, sem myndi reynast ólíkt hagkvæmara fyrir þjóðarbúið en vafasamar fjárfestingar fyrir milljarða króna.

Sjálft óskabarn þjóðarinnar, Eimskipafélagið, var rekið með bullandi tapi, það sem hélt því enn á floti voru erlend leiguskip þar sem áhöfnin var útlendur láglaunalýður, dýrtíðin ógnaði sjálfum máttarstoðum þjóðfélagsins, grátkór útgerðarmanna þuldi í sífellu gamla viðlagið: gengisfelling, gengisfelling, gengisfelling þangað til þeir höfðu sitt í gegn til að bjarga útgerðinni í bili á kostnað skattborgaranna.

Eftir að ég byrjaði á safninu færði ég föður mínum stundum ljóðabækur eftir yngri skáldin sem hann var ekki kunnugur. Tómas var sá yngsti sem hann var handgenginn og las Fögru veröld eitt aðfangadagskvöld þegar við vorum ung og sátum öll við borðstofuborðið og drukkum heitt súkkulaði með þeyttum rjóma. Þá var veröldin fögur þrátt fyrir kreppuna.

Faðir minn lifði í endurnýjuðum æskudögum við ljóðalestur ungskálda og fann þar stundum reyrilm innan um öll grösin, en auðvitað jafnaðist enginn á við Einar Benediktsson sem var kunningi föður míns áður fyrr, síðustu æviár pabba fór hann oft með vísur eftir Stein Steinarr. Hafði ég ætlað mér að kynna Stein sjálfan fyrir honum, en það fórst því miður fyrir.

Ein af vísum Steins sem faðir minn fór oft með var þessi:

Ég geng í hring
í kringum allt, sem er.
Og innan þessa hrings
er veröld þín.

Minn skuggi féll um stund
á gluggans gler.

Ég geng í hring
í kring um allt, sem er.
Og utan þessa hrings
er veröld mín.

Þá var vetur að halda innreið sína.

Tjörnin var ísilögð og endur og gæsir héldu aðeins smávök opinni þar sem börn og fullorðnir köstuðu til þeirra brauðmolum.

Það voru liðin 15 ár síðan að faðir minn varð fyrir því óláni að mænan laskaðist svo að hann gat ekki gengið framar.

Breska skáldið W. H. Auden sem ferðaðist um Ísland á sínum æskuárum kom til okkar að Kleppi, en faðir hans, sem var læknir, hafði komið til Íslands eftir fyrra stríð og kynnst föður mínum. Skáldið Auden lýsir foreldrum mínum við heimsóknina 1936 á þessa leið:

„Okkur hafði verið boðið að gista á geðveikrahælinu, en þar lenti Michael í því að brjóta svefnbedda, sem vafalaust hefur risið öndverður gegn friðarsinna eins og honum.

Geðveikrahælið er fallega í sveit sett, og það var vel við hæfi að Balbo flugmarskálkur skyldi lenda á víkinni þar fyrir framan með flugsveit sína á leiðinni vestur um haf. Strætisvagninn á leiðinni Reykjavík – Kleppur minnti einna helst á kirkju að innan, fáein sæti til hliðar, en stórt svæði í miðju, þar sem er pláss fyrir standandi fólk. Við urðum ekki mikið varir við sjúklinga, þó við heyrðum gaul í þeim af og til. Baðaðstaðan var fyrsta flokks. Gestgjafi okkar, yfirlæknirinn, var farinn að reskjast og afar aðlaðandi. Sama má segja um alla fjölskyldu hans. Hár hans var orðið dálítið hæruskotið, með gullspangargleraugu og leiftrandi augu, slæmur í fæti, á svörtum flauelsjakka í stól sínum.

Mike fannst hann minna á ljóðskáldið W. H. Yeats. Kannski er það vegna þess, að hann á sömuleiðis að vera skyggn. Spíritismi er vel að merkja, í miklu gengi á Íslandi, þótt þeir haldi andafundi aðeins á veturna – eins og veiðitíminn er hjá okkur á Englandi.

Læknirinn minntist þó lítið á spíritisma við okkur, en sökkti sér því meir í annað hugðarefni sitt, sem er latína. Í miðjum samræðum greip hann til latínunnar, og það kom okkur Mike í hálfgerðan bobba, því að við vorum satt að segja orðnir dálítið ryðgaðir í henni.

Það var ógleymanlegt, þegar læknirinn slöngvaði latneskum tilvitnunum yfir kaffið til okkar.

Hann sýndi okkur ensk-latneska málfræði frá 19. öld eftir einhvern Roby, og sagði við okkur að hún væri sér jafn kærkomin og ljóðabók."

Eftir að foreldrar mínir voru fluttir í Suðurgötuna vorum við yngri bræðurnir þrír, Gunnlaugur, sá næsti mér að aldri og Sverrir, sá yngsti, allt í einu orðnir miðbæingar og hættir að vera háðir strætisvögnum og reiðhjólum. Það var mikil frelsistilfinning.

Oft var gestkvæmt á heimili okkar, gamlir vinir föður míns komu iðulega í heimsókn. Mesta fjörið var þegar gamlir Húnvetningar litu við, og minnisstæðastar voru heimsóknir Sigurðar Guðmundssonar skólameistara á Akureyri, sem var jafnan reifur og hávær og svo skemmtilega ófríður að móðir mín hló við þegar hún sá hann fyrst með föður mínum í Kaupmannahöfn, enda var hún þá bara táningur.

Faðir minn var mikill bóndi í sér og beitti sér fyrir ýmsum jarðarbótum á Kleppi, sjúklingar störfuðu við ýmis konar störf við búið, því hann áleit að hæfileg starfsemi gæti haft ofan af fyrir geðsjúklingum, enda þekktust þá engin geðlyf. Sömuleiðis hafði hann mikla trú á heitu vatni við flestum kvillum og heitum vatnsböðum. Joð út í mjólk lét hann mig drekka við brjóstveikinni.

Sigurjón læknir Jónsson, sem var kominn á eftirlaun, leit næstum á hverjum degi við hjá föður mínum. Sigurjón var frábær námsmaður í skóla, en hafði mjög ósveigjanlegar skoðanir á mörgum hlutum. Hann var kvikur og lágvaxinn eins og bedúíni og hélt fram skoðunum sínum eins og sannur múslimi. Var hann ekkert lamb að leika sér við þegar út á ritvöllinn kom, en traustur vinum sínum.

Sú saga er sögð af Sigurjóni í Dalvík að kona kvartaði yfir því við héraðslækninn að sér liði ekki vel.

Þá hafi Sigurjón átt að svara henni heldur snubbótt:

Hver segir að yður eigi að líða vel?

Faðir minn og Sigurjón læknir ræddu oft um íslenskt mál og kveðskap.

Eitt sinn fór faðir minn með vísu,sem Sigurjóni þótti svo góð, að hann skrifaði hana í gyllta póesí-bók sína.

Daginn eftir þegar hann kom til föður míns var hann í vígahug, og þá var yfirskeggið á honum strítt.

– Nú hefurðu leikið illilega á mig, ég hef komist að því, að þessi vísa sem ég skrifaði niður eftir þér er eftir skrattakollinn hann Stein Steinarr, og hefði ég ekki haldið að vísa eftir hann myndi komast í perlubókina mína.

Faðir minn varð kampakátur.

Að sigra heiminn er eins og að spila á spil
með spekingslegum svip og taka í nefið.

(Og allt með glöðu geði
er gjarna sett að veði)

Og þótt þú tapir, það gerir ekkert til
því það er nefnilega vitlaust gefið.

Áhugamál föður míns voru mörg og margvísleg, þó að hann væri fjötraður við stólinn. Hann sagðist ferðast um heima og geima þegar hann færi út úr líkamanum í svefni.

Stundum spiluðu gamlir skólafélagar hans L'hombre. Gerði móðir mín sér mikið far um að taka vel á móti strákunum, sem hann kallaði svo. Man ég að Einar Arnórsson lagaprófessor sagði við hana, að hún væri óspilunarsöm.

Á veturna leit Sigurður forstjóri Jónasson oft inn hjá föður mínum og sat kannski rúman klukkutíma hjá honum, var þá stundum slökkt á ljósum hjá þeim og ekki önnur lýsing en utan af götuljósi, og kom þá fyrir að Sigurður féll í eins konar dá, og kom þá í gegnum hann kínverskur læknir sem var látinn fyrir meira en þúsund árum og gaf sig til kynna með eins konar vængjablaki, sem lýsti sér í því að hendurnar á Sigurði hristust ákaft, eins og um eins konar lendingaraðferð væri að ræða hjá kríu. Síðan stilltist hann og gaf mér straum með handayfirlagningu, en hendurnar á Sigurði voru hlemmistórar og brisheitar eins og straujárn svo ylur streymdi frá þeim, og þegar Sigurður lyfti upp krepptum hnefanum í myrkrinu gneistaði af honum eins og úr afli í smiðju.

Ég er ævinlega þakklátur Sigurði fyrir þá löngun að vilja veita mér aukinn lífsþrótt úr dularheimi.

Kettlingurinn, sem lá svo oft á skrifborðinu þar sem faðir minn sat með grískubækur sínar og yljaði sér undir ljósi lampans, var farinn að kanna heiminn á eigin spýtur, en þar sem hann kom úr of vernduðu umhverfi kunni hann ekki á umferðarreglur borgarlífsins og varð einn daginn fyrir bíl brunandi upp Suðurgötuna og dróst helsærður undir runna í garði Níelsar Dungals á móti til að deyja. Ég sá að föður mínum brá við þau tíðindi. Hann saknaði Gráa stráksins sem hann kallaði svo.

Kuldalegur róstublær fór eftir Suðurgötunni, það haustaði að.

Mig dreymir ruglingslega drauma um föður minn, stend í dyrum dómkirkjunnar, ljósastikan með öllum kertunum liggur brotin á kirkjugólfinu.

Ég sé föður minn hlaupa á hvítum nærklæðum í Vesturbænum. Ég er á förum, kallar hann til mín í svefni. Ég var ekkert hissa í draumnum að sjá hann svo fráan á fæti.

Við hádegismatinn féll hann skyndilega úr stól sínum en ég gat þó gripið til hans í fallinu. Mjólk úr könnu flóði yfir hvítan borðdúkinn og niður á gólfið.

Ég gat reist hann upp í sætinu.

– Hvað kom fyrir? spurði hann.

– Þú dast úr stólnum, svaraði ég.

– Það hefur liðið yfir mig, það hefur aldrei liðið yfir mig fyrr. Honum var sýnilega mikill léttir að þessari reynslu.

– Nú veit ég að það er ekki erfitt að deyja, bætti hann við.

Daginn eftir þegar Sigurjón kom til hans lá hann í rúminu, en hann endurtók hvað eftir annað við Sigurjón: Nú veit ég að það er ekki erfitt að deyja.

Um kvöldið þegar ég fór að hátta bað hann mig að skrúfa örlítið frá heita vatninu á miðstöðvarofninum, svo það yrði ekki kalt um nóttina.

Rétt á eftir kom móðir mín inn til mín með andvælum og kallaði í mig: Jeg tror að pabba er ved at dö.

Ég hraðaði mér inn til hans, þá var hann að taka seinustu andvörpin.

Eldurinn í augum hans var slokknaður, þau horfðu út í tómið.

Á hæðinni fyrir neðan heyrðust grátvípur í nýfæddu barni.

Út um gluggann á svefnherberginu sást stök blikandi stjarna þessa myrku frostnótt.

Veturinn leið og klakinn hopaði smám saman af gangstéttunum.

Á útmánuðum sáum við Halldór Jónsson saman minnisstæða leiksýningu í Iðnó sem nefndist Uppstigning eftir ónefndan höfund, en vorum í lokin sannfærðir um að væri eftir lærimeistara okkar, Sigurð Nordal.

Leikritið gerist í plássi út á landi í smáborgaralegu umhverfi.

Hetjan í leikritinu er sr. Helgi, en konsúlsfrúin hefur alla helstu tauma samfélagsins í hendi sér, og ætlar að nota klerkinn sem hrók í valdatafli sínu í bænum sem heppilegan eiginmann handa dóttur sinni.

Deila er risin upp í plássinu, þegar leikurinn hefst, milli læknisfrúarinnar og kennslukonu bæjarins út af altaristöflu til kirkjunnar, presturinn stendur í því vandasama hlutverki að finna einhverja málamiðlun. En um miðja nótt kemur óvæntur gestur inn um glugga hjá honum, það er Jóhanna listmálari, vinkona hans frá fyrri tíð, nýkomin heim eftir að hafa dvalist stríðsárin á meginlandinu og hefur hlotið frægð fyrir sýningu í Stokkhólmi. Hún kemur honum í mikið uppnám, þó að hann fagni listasigrum hennar, hún minnir hann á þegar hann í Osló trúði henni fyrir skáldadraumum sínum, er þetta þá allt og sumt sem bjó í honum, að einangrast í litlu sjávarplássi? Hafði ekki annað búið í honum? Hafði hann ekki átt miklar skáldsýnir? Eða hvað hafði farið svona með hann, því hafði hann hugsjónamaðurinn brugðist svo hrapallega köllun sinni?

Hann reynir að andmæla henni og fullvissa hana um, að enn sé skáldsagan mikla í bígerð, hún hafi allan tímann verið að gerjast í huga hans og listakonan muni sjá fyrr en varir hversvegna hann hafi lagt á sig þessa útlegð, ekkert sé eftir nema að setja þetta alskapaða lífsverk saman þegar honum vinnst tími til þess í hjáverkum.

En þessi sjálfsvörn hefur holan hljóm í eyrum Jóhönnu, hún hæðist að honum og umhverfi hans, hún er sönn listakona, frjáls, nöpur og miskunnarlaus og segir honum umbúðalaust að hann sé gunga sem sætti sig við forpokaðan lífsmáta. Nú séu seinustu forvöð að sýna að það séu einhverjir mannspartar í honum.

Hann reynir að bjarga sér með því að játa henni dulda ást sína, og segist finna að nú sé stund upprisunnar komin, hann muni brjóta af sér hlekki smástaðarins og stefna á fjallstindinn yfir þorpinu, en slík uppreist er aðeins öldugangur í tebolla, konsúlsfrúin skerst í leikinn og hann lendir aftur í snöru familíunnar, þar sem hann er flúinn upp á fjall og heldur sína miklu fjallræðu um frelsið, þar sem enginn heyrir til hans.

Í þriðja þætti er plássið búið að koma á hann böndum á ný, þó að hann brjótist smástund um. Í örvæntingu sinni játar hann læknisfrúnni ást sína, hvort hún hafi rennt grun í girndarhuga hans til hennar, en læknisfrúin rekur aðeins upp kuldalegan hlátur sem lamar hann gjörsamlega. Læknisfrúin eys yfir hann svívirðingum, að þetta flangs hans utan í henni hafi alltaf verið blóðlaust fálm, aðeins til þess eins að telja sjálfum sér trú um að hann væri dálítill kall. Þar fór síðasta hálmstráið í baráttu hans fyrir frelsi sínu, honum verður ekki bjargað frá konsúlsfamilíunni úr þessu.

Konsúlsfrúin lætur toga í strengi, og þannig er hann leiddur við hlið konsúlsdótturinnar nýgiftur til að halda vígsluræðuna yfir hinni nýju altaristöflu af Upprisunni.

Sumir litu svo á að Uppstigning væri harmleikur um svik manns við hugsjón sína og þá sérstaklega stjórnmálaskoðun sem maður hefur svikið eða þroskast upp úr, en náttúrlega getur leikurinn gilt um hvers konar svik eða sjálfsblekkingar. En fyrir mér var þetta fyrst og fremst skopleikur.

Tsékoff samdi leikrit í þeim anda þar sem skopleikurinn gilti engu síður en samúðin eða blanda af hvoru tveggja, harmi og háði eins og oft er í lífinu sjálfu. Oftast er skop undirtónninn í verkum hans. Þannig finnst mér að megi líta á Uppstigningu, ef hún er harmleikur þá er undirtónninn skop í anda Tsékoffs þó að engin tilraun sé gerð til að segja brandara, prestlingur hefur daðrað við skáldskapargyðjuna á stúdentsárum sínum í Osló en svíkur gyðjuna fyrir konsúlsdóttur sem er lítið annað en strengjabrúða uppeldis síns og velsæmis. Hugmyndin er spéspegill af smástaðarlífi sem líka má stækka, flestir eru í fjötrum umhverfis síns.

Það hefur stundum verið sagt um Nordal að skyldur vísindamannsins hafi í honum tekist á við næmi listamannsins, og víst er um það að allir sem kynntust honum voru snortnir af andríki hans og innsæi.

Hann var allra manna skemmtilegastur í samræðum og tilsvör hans snögg og smellin ef því var að skipta. Væri hægt að nefna mörg dæmi þess. Einu sinni við rannsóknaræfingu í norrænudeildinni hafði Sigurður verið að segja okkur nemendum sínum af stúdentsárunum í Kaupmannahöfn.

Prófessor Árni Pálsson hafði setið hjá en ekki lagt til málanna, loks gat hann ekki orða bundist sem reyndari maður í lífsins ólgusjó og sagði: Lengi manst þú þína einu nótt, Siggi minn.

Sigurður svaraði um hæl: Og þú þínar þúsund og eina Árni minn.

Hann var margslunginn persónuleiki og laðaði fólk að sér, sérstaklega konur sem höfðu ímyndunarafl og kunnu að meta andlega yfirburði og glettni.

Eitt sinn fór Guðni Jónsson sagnfræðingur með þýðingu eftir sig á kvæði eftir Heine sem mér fannst hljóma ágætlega. Árni Pálsson dæsti svolítið við, án þess að mæla, svo að Guðna fannst viðbrögðin heldur sein á leiðinni og sagði af nokkurri sjálfsgleði:

– Ekki hefur Heine tapað á þessu.

– Og þú ekki grætt Guðni minn, svaraði Árni góðlátlega.

Um það leyti sem Nordal skrifaði Uppstigningu var mikil gróska í öllu menningarlífi hér heima, Helgafell kom út í ritstjórn Tómasar Guðmundssonar og Magnúsar Ásgeirssonar, sem ekkert tímarit hefur síðan jafnast á við og varð of skammlíft, tónlistarlíf blómstraði og mikill áhugi var fyrir myndlist.

Unuhús stóð náttúrlega á gömlum merg og átti sína föstu gesti: alls kyns listamenn og byltingarsinnað fólk kom þar mikið saman. En víðar kom fólk saman sem hafði áhuga á listum og menningarmálum.

Unnur, kona Úlfars bróður míns, hafði um árabil opið hús fyrir fólk með slík áhugamál. Hún var víðlesin og vel að sér í tungumálum með próf úr tónlistarskólanum. Þar var klassísk músík mikið spiluð af plötum og um tíma blómstraði þar bókmenntaklúbbur sem dró að sér gesti, einkum útlendinga.

Nína Tryggvadóttir kom heim eftir námsdvöl og sýningu í New York nokkru eftir stríðið. Um tíma fékk hún vinnuaðstöðu í Háskólanum, þar sem hún kynntist Sigurði Nordal. Nína var æskuvinkona Unnar og komu þau Sigurður um tíma iðulega á Bárugötu 13 til Unnar, en Nína var þá önnum kafin við að undirbúa aðra sýningu í New York.

Jóhanna í Uppstigningu minnir um margt á Nínu, örugg í framkomu, gagnrýnin á alla tilgerð og ósnortin af hversdagslegu masi.

Í samtalinu um nóttina þegar Jóhanna hefur komið sr. Helga í uppnám með því að fara inn um glugga hjá honum, reynir sr. Helgi að verja forpokun sína í plássinu með því að hann sé eins og báran sem hver bátur getur klofið, en er jafnheil á eftir, og er þar margt eftirminnilega sagt í því samtali.

Ekki er þó alveg ljóst hvort Jóhanna í Uppstigningu málaði altaristöfluna að lokum, eins og konsúlsfrúin óskaði.

En Nína Tryggvadóttir málaði altaristöfluna í Skálholtskirkju.

NÍTJÁNDI KAFLI

Oxford-háskóli

Áður en nýsköpunarstjórnin fór frá völdum skipaði Brynjólfur Bjarnason menntamálaráðherra í bókavarðarstöðu við Landsbókasafn sem hann hafði ætlað Jóhannesi skáldi úr Kötlum en ég hafði gegnt í tæp tvö ár. Þegar til kom hafnaði skáldið stöðunni og var þá Haraldur Sigurðsson skipaður í embættið.

Það kom svo sem ekkert flatt upp á mig, enda hafði ég sótt um British Council styrk til framhaldsnáms við Oxford-háskóla.

Með tilkomu ríkisstjórnar Stefáns Jóhanns var breytt um tóntegund í pólitíkinni.

Marshall-áætlunin sem lengi hafði verið í burðarliðnum á þingi Bandaríkjamanna var nú loksins að sjá dagsins ljós ýmsum til fagnaðar en öðrum til hrellingar, sýndist þeim afkvæmið sverja sig helst í kyn orma og umlykja kringlu heims eins og Miðgarðsormur ef ekki yrði komið á hann böndum.

Alvarleg viðvörunarorð bárust að austan frá Rússum og nágrannaríkjum þeirra.

Sósíalistar sögðu að hér væri ætlunin að innleiða inn á þjóðaheimili Vestur-Evrópu hinn versta vágest með atvinnuleysi og skort í slóð sinni, og vonandi væru Íslendingar ekki svo hrekklausir að þeir létu blekkjast af gylliboðum. Þeir gætu átt kost á aukinni og arðvænlegri samvinna við lönd sósíalismans í Austurvegi, ef þeir þekktu sinn vitjunartíma.

Sendinefnd frá Íslandi hélt til Moskvu að kanna tilboð um kreppulausa framtíð og öruggan markað fyrir allar afurðir Íslendinga.

Liðu svo fram stundir.

Í Vestur-Evrópu fóru stjórnmálamenn í auknum mæli að hallast að því að rétt væri að þiggja Marshall-aðstoðina til endurreisnar efnahag hinna stríðshrjáðu þjóða, því að verkföll og upplausn juku enn á skort á öllum nauðsynjum.

Sendinefndinni fór að leiðast biðin eftir jákvæðum niðurstöðum í Moskvu og eyddu tímanum við að fara í fræðsluferðir með miklum útskýringum leiðsögufólks. Loks komu skeyti úr stjórnarráðinu heima að sendinefndin skyldi hætta öllu menningarflandri og ofáti, heldur láta niður í töskur sínar og hraða sér heim því að allar líkur væru á að Marshall-hjálpin bærist eins og Golfstraumurinn til Íslands.

Ég leiddi þessar deilur að mestu leyti hjá mér, en velti samt fyrir mér hvort hættan af aðstoð Marshall-áætlunarinnar væri jafnháskaleg sjálfsforræði þjóðarinnar, og afsal landsréttinda jafnafdráttarlaust og maður las í sumum dagblaðanna eða samþykkt var á fjölmennum útifundum.

Þetta var ekki einfalt mál fyrir sannleiksleitandi fólk sem vildi ekki láta ásaka sig um skriðdýrshátt og jafnvel landráð.

Í sumum frjálslyndum blöðum Vestur-Evrópu var því haldið fram að verslun milli Austur- og Vestur-Evrópu yrði ekki aðskilin frá kalda stríðinu.

En viðskipti var orð sem margir tortryggðu frá dögum nýlendustefnunnar á nítjándu öld, hún væri smitberi sem yrði að einangra.

Á þeim ótta þreifst Kalda stríðið eins og púkinn á fjósbitanum.

Ég gekk frá fyrstu skáldsögu minni, *Haninn galar tvisvar*, um sumarið og fór með hana til Ragnars í Smára, sem ég hafði þó ekki upp á fyrr en eftir margar atrennur og misheppnaða fyrirsát, þangað til ég í lokatilraun greip hinn umsetna menningarfrömuð heima hjá sér í hádeginu, þar sem hann var að borða grjónagraut með rúsínum í mestu rólegheitum, tók hann mér vel og bauð mér upp á kaffisopa með sér. Ekki vorum við lengi að gera því skil, síðan fékk ég far með Ragnari í jeppanum niður í bæ. Skildi ég handritið eftir hjá honum í framsætinu, en var dálítið hugsi yfir því að erfitt myndi vera að hafa upp á Ragnari áður en ég færi til Englands, en fáum vikum síðar snarstoppaði jeppi þar sem ég var á gangi við Tjörnina og maður kallaði til mín. Það var þá Ragnar í Smára með bréfmiða í munninum og sagði mér að hann myndi gefa út bók mína, með það var hann aftur rokinn af stað í jeppanum án frekari orðaskipta.

Það gladdi mig mikið að honum skyldi lítast á söguna og ég treysti Ragnari þó að enginn skriflegur samningur væri gerður á milli okkar.

Ég var vel búinn að heiman undir harðan vetur í Englandi, því sá síðasti hafði verið mjög snjóþungur og blaðamyndir voru víða af kaffenntum húsum í Suður-Englandi, sprungnum vatnslögnum utan á húsum vegna hörkufrosta, samgöngur í lamasessi vegna snjóþyngsla og svo fram eftir götunum. Bretum var mikil þolraun að verjast slíkum fimbulvetri eftir þrengingar stríðsins og kolaskort í illa einangruðum og köldum húsakynnum þar sem eini ylurinn kom úr eldhúsinu eða frá arninum sem fór að mestu upp um strompinn.

Ég hafði látið sauma á mig sérstakt dúnvesti, lopapeysur hafði ég með og flugmannastígvél fóðruð lambskinni og svo úlpu með loðfeldi.

Menn ráku upp stór augu þegar þeir sáu mig svona búinn á Reykjavíkurflugvelli og héldu að ég væri í pólarflugi.

En þegar til kom reyndist veturinn tiltölulega mildur í Oxford svo ég aflagði allan þennan heimskautabúnað, fór heldur í bíó ef veður var hráslagalegt eins og oft vill verða á vetrardögum af rakanum frá ánum sem renna í gegnum borgina.

Worcester College var upphaflega klaustur frá því á þrettándu öld, en því var breytt í menntasetur fyrir háskólastúdenta rétt eftir 1700, var þá byggð ný aðalbygging við, en gömlu munkavistirnar látnar halda sér að mestu leyti óbreyttar

Í Worcester voru eingöngu karlmenn, og þannig var kynskiptingin í öllum háskólanum, enda voru kvenstúdentar í miklum minnihluta og því mikil samkeppni að kynnast þeim fáu sem hýrar voru í bragði, hinar ófríðu sem litu ekki við öðru en fræðibókum voru kallaðar bláhosur og álitnar hafa karlmannsvit.

Í Worcester fékk ég tveggja herbergja íbúð á neðri hæð í munkaálmunni, svefnkompa með rimlum fyrir smáglugga, rúm og stóll og jafnan hrollkalt, hurð á milli svefnskonsu og stofu með arni og gömlum eikarhúsgögnum. Hver stigagangur fyrir sig hafði sameiginlegan þjón sem kallaður var skáti og sá hann um alla þvotta og ræstingu, kynti upp í eldstónni síðdegis og sinnti því ef einhverju var ábótavant eða gestavon.

Ég áttaði mig ekki á því í upphafi að venja var að bjóða sínum skáta öðru hvoru ölkollu á undan dinner í skrautlegum borðsalnum. Sömuleiðis átti að gefa skátanum fyrir aukagreiða svo sem að undirbúa tedrykkju eða hafa til glös fyrir sherryboð, en öll samkvæmisboð voru skrifleg og sérstök póstþjónusta innan háskólabygginganna sem kom öllu til skila.

Portdyrunum að byggingunni var lokað klukkan hálf ellefu og dyravörðurinn skrifaði þá upp sem komu of seint heim.

Þetta kom yfirleitt ekki að sök hjá mér því að borgin var að mestu komin í svefn um það leyti.

Dinnerinn í matsalnum var klukkan hálf sjö og þar áttu allir að vera skikkjuklæddir að gamalli hefð. Fast var haldið í allar gamlar venjur og siði.

Við háskólann voru starfandi ýmis konar klúbbar sem sumir áttu sér langa sögu að baki. Ég gerðist meðlimur í nokkrum þeirra, þar á meðal Sókratesklúbbnum. Rithöfundurinn C. S. Lewis prófessor lét mikið að sér kveða í umræðum þar, fyndinn og andríkur og bækur eftir hann hafa verið þýddar á ótal tungumál, þar á meðal íslensku, ýmsar kátlegar sögur voru sagðar af ráðskonu hans sem hafði hann til snúninga á heimilinu og hann gifti sig ekki fyrr en hún var komin undir græna torfu. Ýmsir kunnir menntamenn héldu þar fyrirlestra en skemmtilegast var oft eftir fyrirlestrana þegar menn máttu bera fram spurningar og vera með alls konar hártoganir.

Tilvistarstefna Sartre var í tísku í París og mikið rædd í Sókratesklúbbnum í Oxford. Þá var klúbbur um alþjóðamál sem var kenndur við Bryce, þekktan sagnfræðing og rithöfund, og þangað boðið sérfræðingum á sviði alþjóðamála, í eitt skipti flutti sir Turville-Petre prófessor þar erindi um stöðu Íslands eftir margra alda einangrun í stöðnuðu bændasamfélagi, sem þó varðveitti gamlan sagnaarf, gerði hann hlé í miðjum fyrirlestrinum til að fá sér prís með tilheyrandi ritúali, tók upp rauðdröfnóttan tóbaksklút, snýtti sér rækilega og braut klútinn síðan saman á sérstakan hátt. Að því loknu tók hann upp útskorna hvaltönn, sló létt í hana með tappanum og hellti síðan neftóbaki varlega á handarbakið, nasaði rétt af því áður en hann saug tóbakskornin í langri röð að sér svo augun urðu rök, fann ég að mönnum þótti þetta kúnstugt athæfi og viðeigandi við miðaldagrufl, enda var sir Turville-Petre sjálfur áþekkur mannamyndum frá dögum Shakespeares, fremur smávaxinn, með langar grannar hendur og fyrirferðarmikið nef sem kom sér vel í neftóbaksbrúkið.

Margt fleira var þar til menntunar og fróðleiks, svo sem að sjálfsögðu voldug bókasöfn, músíkklúbbar, leikhús og hvaðeina sem tók sinn tíma að kynnast.

The Union, fundarsalur fyrir kappræður stúdenta var sniðinn eftir breska þinginu, þar fóru fram kappræður um alls kyns málefni sem í brennidepli voru á líðandi stund og var oft áberandi mönnum úr þjóðlífinu boðið og urðu þá umræður oft heitar, minnisstæðir eru mér ræðumenn eins og Crossmann, Michael Foot, sem báðir voru í vinstra armi Verkamannaflokksins og aðrir skeleggir þingmenn hægri manna á þinginu við Thames. Í umræðum um heimsvaldastefnu Ameríkana urðu nokkrir ástralskir kommúnistar við háskólann mjög aðgangsharðir við virðulegan, hvíthærðan menntamann sem enn trúði á forn gildi og titraði á beinaberum höndunum við ruddafengið orðbragð dólga-marxista sem skáru allt niður sem hann sagði um heiður og sóma.

Kvenfólk hafði ekki aðgang niðri í salnum þar sem ræðuhöldin fóru fram, en konur gátu fylgst með umræðum í stúkum á svölum efri hæðar, þar gátu þær hyllt þá sem hrifu þær með mælsku sinni og þeir á móti lofsungið yndisþokka þeirra í riddarastíl.

Í slíku hlutverki sá ég fyrst Kenneth Tynan heilla kvennaskara á áheyrendapöllunum, rauðri rós var kastað til hans, hann sendi hana til baka með kossi á krónublöðin, allt eins og þau væru í Verona. Var ég þá um leið viss um að þarna sæi ég verðandi snilling. Tynan var á kafi í leiklistarlífi háskólans og setti upp leikrit. Um páskana fór hann með leikhóp til Parísar sem ég rakst á af tilviljun þar sem þau voru með einhver skrípalæti við Sigurbogann, ég kannaðist við sum þeirra en varð aldrei neitt persónulega kunnur

Kenneth þó að við gæfum hvor öðrum auga, en þar sem hann var alræmdur fyrir að slá menn út af laginu með fyndni sinni, var ég ekki nógu frakkur og fimur í enskunni til að taka neina áhættu og þagði.

Þessa páskadaga sem hann var í París rakst hann á Orson Welles sem hann þekkti aðeins í sjón, en vatt sér samt umsvifalaust að frægðarmanninum og taldi hann á að semja formála að fyrstu bók sinni um leikhúsmál. Segir Welles þar í formála sínum að honum hafi ofboðið svo ósvífni stráksins að hann lét til leiðast. Í London varð Tynan brátt einn umdeildasti leikhúsgagnrýnandi Bretlands og sömuleiðis sem leikstjóri. Hann var meðal annars höfundur og stjórnandi söngleiksins Oh, Calcutta, og var meðal leikenda sem allir voru kviknaktir. Söngleikurinn vakti geysilega athygli og Tynan varð alræmdur fyrir dirfsku sína að fjalla opinberlega um kynferðislíf á leiksviði, klám var orð sem hann vefengdi að ætti rétt á sér, sýningin vakti hneykslun en dró til sín skara áhorfenda árum saman. Samstarf hans sem ráðunautur sir Laurence Oliviers við stjórnun Þjóðleikhússins var náið, en þó ekki hnökralaust og fljótlega dálítið þanið, fáir virtust treysta Tynan til fulls, hann var of ástfanginn af sjálfum sér. Um tíma var hann orðaður við Vivian Leigh sem varð heimsfræg fyrir leik sinn í Á hverfanda hveli í hlutverki Scarlett OHara.

Tynan tókst alls staðar að vekja athygli, með góðu eða illu, en það var þó eitthvert öryggisleysi í fari hans, hvikult augnaráðið með bláum baugum var líkt og á varðbergi fyrir einhverju óvæntu. Húðin þunn og strengd í andliti hans bar vott um viðkvæmni. Hann var óskilgetinn sonur verkalýðsleiðtoga sem hafði verið aðlaður en undir niðri var Tynan olnbogabarn í hefndarhug. Ég vissi ekki fyrr en löngu seinna að hann þjáðist af lungnaþembu, sem ekki linaðist við miklar reykingar og óhófslíf sem leiddi hann að lokum til dauða liðlega fimmtugan. Seinustu árin lifði hann í hálfgerðri útlegð frá heimalandi sínu, mikið af vonum hans um glæsiferil í hópi heimsþekkts frægðarfólks í Kaliforníu höfðu brugðist og hann var nánast bugaður maður andlega og líkamlega. Neyðarköll slag eftir slag til færustu sérfræðinga gátu ekki bjargað honum frá harmkvælum köfnunardauða. Veislunni var lokið fyrir fullt og allt.

Garðurinn í Worcester er rómaður fyrir fegurð og sýnist stærri í fullum sumarskrúða en þegar laufið fellur af trjánum. Einkakennari minn, sem ég samdi ritgerðir fyrir á nokkurra vikna fresti, bjó í skólabyggingunni eins og algengt var um háskólakennara, rostungskarl með voldugt yfirskegg. Krákur skræktu mikið í skógarlundi þar eftir að lauffall gerði þær berskjaldaðar og þegar þær komu auga á veiðimanninn með byssu um öxl skræktu þær ákaft og flugu hjassalega á milli trjánna til að vara hinar við hættunni.

Kennari minn hneykslaðist á að ég kynni ekki undirstöðu í ritgerðasmíð sem er þjálfað bókmenntaform í Bretlandi en ennþá lítið sinnt hér í skólum, að ég held.

Ég reikaði oft í garðinn um haustið, horfði á fuglalífið á sléttu en gruggugu vatnsborðinu og staldraði á gangstíg þar sem tvö mikil lauftré höfðu frá ómunatíð vaxið upp saman og breitt úr greinum sínum út yfir vatnið en jafnframt spyrnst hvort frá öðru, þar til garðyrkjumaður gerði sér grein fyrir hættunni sem yfir þeim vofði og greip til þess bjargræðis að hlekkja þau saman með þungri akkeriskeðju utan um bol beggja, líkt og hjónabandið bindur fólk saman svo togist ekki sitt í hvora áttina. Kunningi minn reyndi að kenna mér að stjaka flatbytnu á milli árbakkanna en ég varð aldrei snillingur í þeirri íþrótt og kennarinn lenti sjálfur í vatninu í eitt skiptið.

Það fór að kólna í veðri, sængurfötin voru rök og ísköld þegar ég smokraði mér upp í á kvöldin, hefði ég gefið skáta mínum oftar drykk á undan mat hefði hann ugglaust skotið hitapönnu með glóð og loki undir teppin í rúmi mínu, en nú kom þessi nánasarskapur mér sjálfum í koll. Hann bætti sér raunar upp nísku mína með því að stela frá mér vasaklútum og sokkapörum, til að jafna samskiptin.

Forstöðumaður Worcester, Mastermann, hélt í heiðri þeirri venju að bjóða nýjum garðbúum upp á tedrykkju hjá sér með ristuðu brauði og appelsínumauki á hverri skólaönn. Hann var grannur maður á sextugsaldri, grár í vöngum og dálítið refslegur í framan eða það hefur mér kannski fundist af því mér hafði verið sagt að í stríðinu hefði hann verið háttsettur í njósnadeild hersins.

Honum var sýnilega skemmt að heyra að mér, Íslendingnum þættu herbergi mín köld, þar sem heimamenn kvörtuðu frekar yfir einhverju öðru. Ég skýrði honum frá því að hús á Íslandi væru vel upphituð, en á næstu önn var mér fengin hlýrri íbúð í húsi frá þessari öld og var kölluð Nýja byggingin.

Ég kynntist talsvert nokkrum stúdentum sem bjuggu í Worcester, aðallega uppflosnuðum Bretum frá nýlendunum, sérstaklega Kenýu og Suður-Afríku. Sumir þeirra voru trúaðir og vildu taka mig í sinn hóp, tók ég í fyrstu þátt í nokkrum bænagjörðum þeirra, en í eitt skipti þegar við vorum að biðjast fyrir vildi leiðtogi okkar, að við enduðum samkomuna með bæn fyrir konungshjónunum, en mér varð það á að spyrja á eftir hvort við ættum ekki frekar að biðja fyrir einhverjum sem þyrftu meira á bænum að halda. Varð þetta til þess að mér var lítið boðið á bænasamkomur eftir það.

Við tedrykkju á kvöldin ræddi ég oft við þessa landlausu Breta um sambúð hvítra og svartra og gerði mér smám saman grein fyrir að vandamálið var ekki eins auðleyst og ókunnugir héldu. Þeir voru heldur daprir í bragði þegar þetta bar á góma, en þessi vitneskja varð fyrsta kveikjan að leikriti mínu, Þeir koma í haust, um endalok norrænna manna á Grænlandi í nábýli við eskimóa. En það voru þó aðeins hugleiðingar á þessu stigi.

Ég sótti talsvert leiksýningar, bæði í Oxford og London en þar gisti ég oftast hjá Karli Strand lækni þegar ég tók mér helgarfrí.

Í eitt skipti bauð mér íslensk stúlka sem var við háskólanám í London að vera herra sinn í hófi hjá auðmanni til að halda upp á að dóttirin væri orðin fullveðja. Var það formlegt boð og gestir áttu að vera í viðhafnarklæðnaði sem ég hafði ekki, en bjóst við miklu borðhaldi og glæsilegum veitingum.

Ég fékk mér morgunmat að venju áður en ég fór frá Oxford og hugsaði mér að spara mér hádegisbita til að vera vel upplagður að njóta kræsinganna í boðinu og notaði tímann í London til að fara í bókabúðir og kaupa mér skrautlegt hálsbindi til að vega upp skort á glæsiklæðnaði, síðan fór ég til dömu minnar og þáði hjá henni einn bjór áður en við vorum sótt af langferðabíl fullum af ungu framtíðarfólki með troðnar töskur af tilhaldsklæðnaði. Allur flutningur var borgaður af gestgjafanum sem bjó á setri sínu fyrir sunnan London.

Þegar þangað kom höfðu menn fataskipti nema náttúrlega ég og síðan upphófst veislan með blíðum tónum í danssalnum.

Gestgjafinn var knálegur maður á fimmtugsaldri, rjóður í kinnum og við heilsuðum honum öll með handabandi og þökkuðum fyrir boðið, frúin var eins dísæt á svipinn og afmælistertan sem teygði sig hátt til lofts á stóru borði í glæsilegum matsal, dömurnar höfðu þjappast saman og dáðust að kjólum og hárgreiðslu hver annarrar.

Forleikurinn þagnaði.

Gestgjafinn ávarpaði gesti og bauð þá velkomna með einhverjum brandara sem sumir reyndu að hlæja að, síðan var borið fram klaret á silfurbökkum og með því þunnar hveitibrauðssamlokur með ögn af steinselju eða salatblaði á milli og farið að skera frauðtertuna sem allir dáðust að fyrir skrautlist en var greinilega meira fyrir augað en galandi garnir. Gestir fóru nú að blanda geði. Nokkur pör svifu út á gljáandi parkettgólfið. En annar matur en hveitibrauðssneiðarnar og alls kyns kökur var ekki sjáanlegur. Ungur sjóliðsforingi gaf sig á tal við mig og sagðist hafa komið nokkrum sinnum inn á Seyðisfjörð, hvíslaði hann að mér að koma upp á loft, hann ætlaði að kynna mig fyrir kærustu sinni sem ekki hefði séð Íslending fyrr, hér í þessu barnaboði væri ekkert fyrir okkur. Þáði ég það og var kærastan og þau bæði sérlega aðlaðandi, hæddist hann að þessum verðbréfasala sem þættist vera fínn maður en tímdi ekki að kaupa almennilegan veislumat á svörtum. Slíkir menn ættu ekki skilið að neinn léti lífið fyrir þá.

Tók hann upp viskífleyg og gaf mér sopa með sér og hældi íslensku kvenþjóðinni mikið fyrir fegurð.

– Það var áður en ég kynntist þér elskan, sagði hann hlæjandi við kærustuna þegar hún styggðist ögn við slíka yfirlýsingu.

Þegar við komum niður var ung stúlka að syngja og önnur lék undir á flygil og enn höfðu gestirnir ekki fengið annað en kökur og bragðlausar hveitibrauðssamlokur og meira klaret.

Ég setti lítið á minnið eftir það, en farið var í einhvers konar stólaleik og fleiri selskapsleiki sem ég var ekki kunnugur. Loks var tími til að þakka fyrir sig og fara. Hjónin stilltu sér upp á forstofusvölunum og áttu gestir að ganga í röð og kveðja hjónin með hestaskál af óblöndnu viskíi. En þá var ég kominn í slíkt stuð að ég fór aftur í röðina, kvaddi verðbréfasalann mjög innilega og fékk ríflega útilátna hestaskál að skilnaði.

Úr því man ég lítið eftir mér, ég var í aftasta sætinu og leiðin var löng í svarta myrkri, ég hef víst sofnað en vaknaði við að spýja stóð út úr mér, ég var orðinn fárveikur, allt komst í uppnám, ég heyrði eins og í fjarlægð talað um hver ég væri og hvaðan ég hefði komið en ég var eins og tunglbúi á meðal gestanna, heyrði ég þá minnst á drykkjumannahæli og rétt á eftir komu hvítklæddir sjúkraliðar með börur til að fara með mig.

Hörður bróðir minn hafði gefið mér forláta hatt sem ég notaði í þetta fyrsta og eina sinn, ég fann ekki hattinn en hafði hugsað mér að skila Herði honum aftur. Sjúkraliðarnir voru þá komnir með mig á milli sín til meðferðar, en ég kallaði upp: Where is my hat? Þá slepptu þeir mér og sögðust ekki taka mig, því að enginn alkóhólisti myndi hafa áhyggjur út af einum hatti.

Þannig slapp ég við að lenda á drykkjumannahæli. En þá var vandinn eftir hjá þeim í langferðabílnum að losna með einhverju móti við mig, ég vildi ekki láta neitt uppi um sjálfan mig, stundi aðeins af magakvölum og endirinn varð að ég var skilinn eftir á biðstöð í úthverfi Lundúnaborgar og þar lá ég á trébekk þangað til fór að birta af degi og neðanjarðarlestirnar voru farnar að ganga. Ekki var mér ljóst hvar ég var staddur í borginni, en eftir nokkurt basl og villigötur náði ég þó að lokum húsum hjá Karli Strand og lá fyrir hjá honum þangað til ég var orðinn nokkurn veginn hestfær til að fara með lestinni til Oxford en ég var marga daga að ná mér eftir þessa áhrifamiklu skilnaðarstund við verðbréfabraskarann.

Skrifaði ég svo afsökunarbréf til dömu minnar nokkrum dögum seinna en hef aldrei séð hana síðan.

Í Oxford kynntist ég Alan, bróður Barböru Árnason listakonu, sem settist að á Íslandi eftir að hún giftist Magnúsi Árnasyni listmálara. Alan vann fyrir sér með ritstörfum, einkum ljóðaþýðingum eftir að hann var leystur úr herþjónustu. Hann leigði hjá rússneskri konu sem var fráskilin og rak gistiheimili. Hún var systir Borisar Pasternaks sem seinna varð sæmdur Nóbelsverðlaunum fyrir ljóð og ljóðaþýðingar og þó einkum fyrir skáldsöguna frægu Doktor Zívagó, en verðlaununum var hann þvingaður af stjórnvöldum til að afsala sér. Kom ég nokkrum sinnum í eldhúsið til hennar, en þar stóð alltaf samovar með heitu tevatni. Á þeim árum talaði enginn opinskátt við Rússa um persónulegar aðstæður hans, stjórnarfarið var bannorð sem hver háttvís maður varð að sniðganga í samræðum, til að koma viðmælanda sínum ekki í bobba sem gæti dregið dilk á eftir sér. Systir Borisar var mjög lík honum eftir málverki föður þeirra að dæma, en hann var kunnur listmálari í Moskvu, móðir þeirra konsertleikari á píanó. Systirin hafði sömu breiðu hökuna og Boris bróðir hennar, há kinnbein og dálítið þung á svipinn, en mjög gestrisin. Foreldrar hennar höfðu oft komið til Englands fyrir byltinguna og bernska hennar stóð fyrir henni í miklum ljóma.

Boris Pasternak tilheyrði hinni frægu ljóðskáldakynslóð í Rússlandi sem kenndi sig við fúturisma. Eins og Gorki og Majakovskij hreifst hann í upphafi af hugsjónum byltingarinnar, en varð brátt fyrir sárum vonbrigðum, þegar hann sá byltinguna skipta um ham og verða að ógnandi skrímsli, og eftir að Majakovskij hafði örvæntingarfullur skotið byssukúlu gegnum hjartað sökkti Boris sér í þýðingar á verkum Shakespeares og franska ljóðskáldsins Verlaine.

Boris Pasternak flúði ekki land því honum var ljóst að skáldskapurinn er keyptur dýru verði þjáningar og útskúfunar. Eins hefur honum verið ljóst að skáld eru umfram allt utan hrings því að skáldskapurinn er eina land þeirra.

Það var áreiðanlega mikill ávinningur fyrir Alan að búa hjá systur Borisar Pasternaks, því að bæði lærði hann af henni rússnesku, og þá ekki síður vegna þess að hún hafði á unglingsárum umgengist mikið af listafólki og sérstaklega skáldsystkini Borisar sem mörg voru helstu ljóðskáld Rússa fram að fyrsta áratug byltingarinnar.

Ég hlustaði á þau tala af mikilli hrifningu um skáldskap Éséníns, sem þau voru sammála um að samsvaraði músík Mozarts í ljóðum. Alan las fyrir mig nokkrar ljóðaþýðingar á ensku. Ésénín var nánasti vinur Borisar Pasternaks. Þá var Tsvétaieva annað uppáhaldsskáld Borisar, en Alan hafði snúið nokkrum ljóða hennar á ensku. Þau skáldsystkinin hittust fyrir stríð í París, þar sem hún bjó ásamt manni sínum og dóttur. Landar hennar hvöttu hana eindregið til að snúa aftur heim eftir byltinguna, þar sem hún væri vinafá í París og einangruð frá lesendum sínum og uppruna. Hún var á báðum áttum og landflótta Rússar voru ekki á einu máli að hún stigi svo örlagaríkt spor, þó fór svo að hún sneri heim til Moskvu þar sem maður hennar var kominn á undan, en ekki leið á löngu eftir heimkomuna, að hann var ákærður fyrir njósnir í þágu Japana og tekinn af lífi, dóttirin var send í fangabúðir en hún sjálf flutti til smábæjar í Síberíu þar sem hún hengdi sig.

Þögnin yfir slíkum örlagasögum getur mörgum þótt óskiljanleg, en þeir sem til þekkja vita að fólk sem lenti í þvílíkum háska, beint eða óbeint vissi hvað gat beðið þess og þagði, því að veruleikinn var of skelfilegur til að honum yrði trúað af utanaðkomandi, og hann þá lagður út sem níð um stjórnarfarið.

Því miður var ég of fávís um rússneska ljóðlist til að geta notið þess að ráði að hlusta á þau systur Pasternaks og Alan Williams ræða um þessi höfuðskáld Rússa á öndverðri tuttugustu öld og fram að stríðinu '39.

Alan sagði mér að Boris Pasternak hafi álitið að járnvilja þyrfti til að þjálfa persónuleika sinn til að þola hvers konar píslir.

Olíumyndin af Pasternak, eftir föður hans, sem stóð þarna á stofugólfinu sýndi þennan járnvilja í svipi hans.

Kvöld eitt seint í febrúar var ég að snudda í tímaritum á bókasafni Worcesters þegar allt komst í uppnám út af leðurblöku sem hafði vaknað úr vetrardvala við hlýtt regn og var dýrið alveg ringlað, en ég hafði ekki fyrr litið leðurblöku augum og þótti merkilegt að sjá þennan sérkennilega vorboða.

Gengu nú í garð sólríkir dagar með angan úr jörðu og laukum með skrautlegum blómum sem fögnuðu vorkomunni, gamlar háskólabyggingar úr gulum steini, útflúraðar og skreyttar steindum gluggum teygðu turna sína og spírur mót sólu, alls staðar var brosandi fólk á gangi.

Ég hafði kynnst stúdentum af mismunandi þjóðerni, þar á meðal tveimur spænskum stúdínum, hét önnur þeirra Cruz og bauð ég þeim í teboð einn daginn með kunningja mínum, sem reyndist vera mjög pólitískur og fyrr en varði hafði hann komist að því að þær væru rammkaþólskar og foreldrar þeirra háttsettir stuðningsmenn Francos, höfðu þær áður boðið mér að heimsækja sig í Madrid, en þá fór allt í háarifrildi út af pólitík, ég reyndi að miðla málum, en Cruz var orðin svo æst að augu hennar skutu gneistum og hendur hennar skulfu af reiði. Gat ég ekki komið í veg fyrir að þær yfirgáfu samkvæmið í miklu uppnámi, en sumir strákanna skömmuðu þann pólitíska fyrir að flæma burt svo fallegar stássmeyjar. Varð þá ekkert úr ráðagerð minni að fara til Madridar eins og mér hafði dottið í hug að gera í páskafríinu.

Annar góður kunningi minn var norskur bókmenntamaður sem kunni utan að ýmis þekktustu ljóð John Keats í þýðingum Nordahls Grieg, sem voru svo höfug og töfrandi, að ég skildi söknuðinn í kvæðum hans til hinnar duttlungafullu Fanny Brawne sem kramdi hjarta skáldsins. Þetta kvæði snart mig á sama hátt og söknuðurinn í Ferðalokum Jónasar um stúlkuna sem hann aldrei fékk að njóta.

TUTTUGUASTI KAFLI

Yfir Ermarsund

Í Lundúnum var enn ekkert endurreisnarstarf hafið að ráði vorið 1948, götuljós voru döpur og drungaleg, víða stór skörð eftir sprengjur stríðsins og flugskeyti. Neon-auglýsingar sáust hvergi, upphaflega gulir múrsteinar húsanna voru fyrir löngu gegnsósa af sóti og óhreinindum, skömmtun á flestum nauðsynjum skorin við nögl, drungi og deyfð yfir mannlífinu: Það var þá svona að sigra í heimsstyrjöld, glata þjóðarauðnum og verða að una við þröngan kost og dapurleg vistaskipti eftir hundruð ára veislur og skálaræður. Slíkur söknuður lýsti sér helst í kvikmyndum frá horfinni glanstíð sem herraþjóð á Indlandi eða í einhverjum heillandi afkima heimsveldisins sem skilið hefur eftir sig ljúfsáran trega og andvarp af sektartilfinningu.

En að fara yfir sundið og standa í miðri ljósadýrð Bruxellesborgar var eins og að vera skyndilega kominn á æðra tilverustig.

Þarna var ekkert sem á skorti, torg borgarinnar glóðu í marglitu ljóshafi auglýsinga, köll og líf á götunum, ávaxtasalar með vagna sína hlaðna af suðrænum aldinum, hvers kyns varningur falur í búðargluggum, bjartsýni skínandi út úr snyrtum andlitum, skvaldur og gleði á hverri krá, veitingastaðir fullir af fólki sem kunni að meta munað í mat og drykk, og hafði efni á að njóta alls þessa og gleyma öðrum en sjálfum sér og sínum hagsmunum.

Ég sat við borð á útikaffihúsi og beið þess að vinafólk mitt kæmi og sækti mig, blaðsölukona í rauðum búningi stóð á götuhorni og kallaði ákaft um eitthvað, sem hljómaði fyrir eyrum mér eins og ískyggileg frétt um að farið væri að skjóta, og mér flaug helst í hug að eitthvað sögulegt kynni að hafa gerst í Tékkóslóvakíu, þar sem Benes forseti hafði orðið að beygja sig fyrir ofurvaldi ráðstjórnarinnar í Moskvu. Höfðu fregnir birst um það í Lundúnablöðunum að Benes væri bugaður maður.

Hitinn í Kalda stríðinu hafði þá enn aukist um nokkrar gráður, en sem betur fór var þessi bægslagangur í rauðklæddri blaðsölukonunni aðeins til að minna vegfarendur á að draga átti í ríkishappdrættinu um kvöldið. Stóri vinningurinn væri stærri en nokkru sinni fyrr.

Ég varpaði öndinni þegar mér varð þetta ljóst. Enginn byssugikkur hafði verið spenntur, heldur væri fávísi minni í franskri tungu um að kenna.

Andrúmsloftið milli stórveldanna var þá orðið svo hlaðið spennu að það minnti einna helst á síðsumardagana '39 í Kaupmannahöfn.

Í blöðum vinstri manna var Marshall-áætlunin kölluð hornsteinn amerískrar heimsveldisstefnu, og að Bandaríkin hefðu á prjónunum áform um að senda herlið til Grikklands til að stemma stigu við framsókn kommúnista í Norður-Grikklandi sem höfðu verið þar sigursælir.

Nokkrum dögum síðar komu fregnir af því í Bruxelles að utanríkisráðherra Tékkóslóvakíu, Jan Masaryk, hefði yfirkominn af þunglyndi kastað sér út um glugga á Hradcany-kastalanum í Prag, en flestir efuðust um að dauða hans hefði borið að með þeim hætti, heldur lægju þar að baki önnur öfl sem blaðamenn veltu fyrir sér. Benes forseti fylgdi á eftir ráðherra sínum í gröfina aðeins nokkrum mánuðum síðar.

Vinafólk mitt hafði boðið mér að fara með sér upp í Ardennafjöll í páskafríinu. Voru þau hinir mestu göngugarpar á járnslegnum stígvélum með kompása og fullkominn viðleguútbúnað en ég hafði ekki látið neitt uppi við þau að ég væri ekki mjög brattgengur, en þegar þau heyrðu másið í mér sýndu þau mér tillitssemi, þó komst ég ekki hjá því að fylgja á eftir þeim erfiðar leiðir í fjöllunum með bakpoka sem að vísu var ekki þungur en seig þó í. Þau tjölduðu en ég fékk leyfi hjá viðkomandi bónda að sofa í heyhlöðu hans. Þótti mér undarlegt páskadagsmorgun að vakna við tal tveggja karla á frönsku sem voru að láta í meisana handa kúnum.

Þetta var skemmtileg ferð en erfið fyrir mig og ég fann að það hafði gengið á þrýstiloftið á blásna lunganu sem ekki mátti dragast að ráða bót á. Mér var jafnan óljúft að láta aðra vita um aðstæður mínar vegna fordóma fólks, og vildi heldur ekki láta taka sérstakt tillit til mín, því að það gat orðið hemill á frjálslegum samvistum við aðra.

Í Bruxelles vissi ég um sýningu á verkum Klee, svissnesks listmálara og brautryðjanda í nútíma myndlist, sem nýlega hafði verið opnuð, en ég hafði heyrt ýmsa kunningja minna, listmálara heima, ræða af áhuga um verk þessa listamanns, en þar sem hann var þýskumælandi Svissari átti hann ekki upp á pallborðið hjá fólki í Bruxelles sem lifði enn í hefndarhug stríðsáranna. Þó fór ungur stúdent í listasögu með mér á sýninguna sem mér fannst stórkostleg en stúdentinn reyndi að sanna fyrir mér að Klee kynni ekki undirstöðuatriði í teikningu frekar en barn og fann honum hvaðeina til foráttu.

Nokkrum dögum seinna tók ég járnbrautina til Parísar.

Á Norðurstöðinni biðu mín Hörður Ágústsson, Thor Vilhjálmsson og Halldór Þorsteinsson, þeir þrír félagar sem Örlygur Sigurðsson kallaði Þrístirnið eftir að hann kom til dvalar á Montparnasse nokkrum vikum síðar.

Var gaman að hitta þá og mikill stuðningur við innleiðslu í listaheim Parísar. Af þeim var Thor sérkennilegastur, síðhærður, skinhoraður og klæðnaður í stíl við hugmyndir manna um listamenn í latneska hverfinu. Hörður lifði hálfgerðu munklífi hjá gamalli konu og sökkti sér niður í myndlist sem hann var mjög fróður um, var hann með hálfkarað olíumálverk á trönum sem klæði var yfir, því það var ekki afhjúpað fyrr en seinna. Olíumálverkið var af verkamönnum í kaffihléi og allt í bláum lit. Hörður var mjög vandvirkur, lagði mikla hugsun í verk sín. Halldór Þorsteinsson var heimsmaður hópsins, mikill málamaður, talaði reiprennandi frönsku og ítölsku og virtist í fasi vera nýkominn frá Kaliforníu, enda hafði hann dvalið um árabil í Hollywood og fleiri draumastöðum á Vesturströndinni, sérfræðingur í öllu sem við kom leiklist og kvikmyndum.

Hörður bjó í gömlu og grónu hverfi við Pasteur-torgið. Skammt frá var matsölustaður þar sem hann gat fengið soðna ýsu beint frá Bretagne-skaganum, sem átti betur við meltingarfæri hans en franskt bras. Herbergi hans var rúmgott auk vinnustofunnar. Yfir sóffa hans var rautt veggteppi úr flosi og á því miðju útflúraður róðukross úr kopar.

Thor lagðist á sóffann með pappírsblokk í hendi og fór sem óðast að skrifa, en Hörður bað okkur að hafa ekki hátt meðan andinn væri yfir honum.

Síðan var farið upp á Montparnasse til að útvega mér herbergi, varð það úr að ég fékk inni á smáhóteli í hliðargötu fyrir lítinn pening.

Andspænis hótelinu var veitingastaður, Bar Dominique, rekinn af rússneskum hvítliðum frá keisaratímanum og því flestir af léttasta skeiði. Voru þar á boðstólum rómaðar lauksúpur, sérlega bragðmiklar og næringarríkar og ódýrara að borða við barinn en láta þjóna sér til borðs. Starfsfólkið talaði sín á milli rússnesku og maður komst fljótt upp á lagið með að panta coitseh-súpur á því máli. Eins var óhætt að eiga þar dollaraviðskipti sem voru stunduð leynilega, en gátu verið áhættusöm svo að menn gátu lent í þeirri súpu að hafa ekki annað eftir viðskiptin en búnt af verðlausum úrklippum, sem litu fljótt á litið út eins og dollaraseðlar. Rússarnir á Bar Dominique ætluðu ekki að verða innlyksa í París, ef Rauði herinn legði undir sig Vestur-Evrópu sem margir voru farnir að óttast.

Í fyrstu sló París mig sem dimm og drungaleg eftir ljósadýrðina í Bruxelles. Ég gekk niður á árbakka Signu og horfði á dauf götuljósin draga skammt á dimman vatnsflötinn, en það liðu ekki nema fáir dagar að mér opnaðist heimsborgin með sínum margföldum glaum. Síðan vorið 1948, eftir að viðreisnarárin tóku við, hafa París og London og fleiri stórborgir Vestur-Evrópu verið flikkaðar upp, hreinsaðar af sóti og óhreinindum svo þær eru nú ólíkt bjartari yfirlitum en þá, múrsteinarnir gulir og gráir húsveggir orðnir bjartir.

Montparnasse er borgarhluti þar sem ég undi mér strax vel. Við búlivarðann eiga sum gangstéttarveitingahús að baki langan frægðarferil í bókmenntunum, sérstaklega frönskum og amerískum í slóð Ernest Hemingway, Scott Fitzgerald og þeirra félaga sem hlotið hafa heitið Glataða kynslóðin í bókmenntasögunni. Á einu götuhorninu stendur mikilúðleg stytta eftir Rodin af Balzac sem virðir fyrir sér fljót borgarlífsins líða framhjá eins og hann gerði fyrir tæpum tvö hundruð árum þegar hann sat við fastaborð sitt og þambaði sleitulaust kaffi meðan hann magnaði fram persónur í skáldsögum sínum, sem lifa áfram í París miklu fremur en fólkið sem skundar hér framhjá á líðandi stundu og hverfur nafnlaust út í buskann öllum gleymt.

Kristján Albertsson rithöfundur sem þá starfaði við sendiráð Íslands í París bauð okkur Svavari Guðnasyni, Einari Pálssyni og mér að borða með sér í Latneska hverfinu þar sem eru elstu byggingar Sorbonne-háskólans og urmull af veitingahúsum og smáhótelum fyrir stúdenta, listamenn og auralítið ferðafólk.

Kristján var frábær sögumaður svo að hann átti vart sinn líka. Hann hafði búið langdvölum erlendis og kynnst ýmsum andans mönnum og víðkunnum skáldum. Sagði hann sögur af þeim af slíkri snilld og aðdáun að maður heillaðist af innlifun Kristjáns og skarpri eftirtekt. En hann naut sín best eins og margir góðir sögumenn með fáum og góðum hlustendum sem örvuðu frásagnargleði hans.

Við fengum skelfisk og hvítvín, sólin glampaði á röndóttum tjöldum veitingahúsanna við breiðgötuna Saint Michel þar sem alltaf er ys og þys, stræti hins eilífa stúdents og gáskans. Eftir langa og ógleymanlega máltíð fór Kristján með okkur og benti okkur á húsið þar sem skáldjöfurinn Knut Hamsun skrifaði Pan, nakinn niður að mitti í svellandi sumarhita stórborgarinnar og kallaði fram í minnið skóga og berghamra Hálogalands þar sem nóttlaus sóldagur norðursins lét náttúruna óma af dulúð og kynngi sköpunarinnar. Við gengum gegnum Lúxemborgargarðinn þar sem leigðar eru smáskútur handa börnum til að sigla þöndum seglum um tjörn í stóru steinkeri og regnbogi glitrandi í úðanum frá gosbrunni í miðju tjarnarinnar. Þar voru pálmatré í grænmáluðum timburstokkum. Kristján fór með okkur að dálitlu rjóðri milli laufmikilla trjáa þar sem tvær styttur stóðu hvor á sínum stalli sem farið var að molna svolítið úr og nam hátíðlega staðar fyrir framan þær, lyfti fagnandi upp höndunum líkt og hann væri að heilsa lifandi tignarmönnum, sem hann var á vissan hátt að gera, því að þetta voru þjóðhöfðingjar frakkneskrar ljóðlistar á nítjándu öld, upphafsmenn symbólismans, haldnir óslökkvandi lífsþorsta, óhömdum ástríðum og hyldjúpri svartsýni. Kristján fór með hendingar eftir Verlaine og vitnaði sömuleiðis í Une Saison En Enfer eftir Arthur Rimbaud. Þeir ortu hvor til annars um kvöl sína og ást. Í ofskynjunum eiturlyfja hófst Rimbaud ýmist til himna eða hrapaði í neðsta víti. Hann skynjaði allt í senn: gleðina, óttann, drambið, háskann og örvæntinguna. Í æði ástar og haturs skaut Verlaine af byssu á Rimbaud elskhuga sinn og særði á hálsi. Hlaut Verlaine tveggja ára fangelsi fyrir verknaðinn framinn í örvilnun.

En við urðum að kveðja skáldin á stöplum sínum í þessum fagra garði við gleðiköll barna að leik og gamalt fólk á bekkjum. Seinasta sagan sem Kristján sagði okkur að skilnaði var saga um ungan bókmenntafræðing sem spurði Verlaine á efri árum, hvaða álit hann hefði á symbólisma.

– Symbólismi, svaraði Verlaine og velti vöngum smástund, hvað er nú það? Er það ekki þýskt orð?

En nú þurfti Kristján Albertsson að hraða sér til að hitta einhvern diplómat.

Við gengum í djúpum þönkum aftur út úr Lúxemborgargarðinum og upp á Búl. Mich, framhjá tóftabrotum frá tíð Svartaskóla þar sem Sæmundur fróði var í læri.

Niður aldanna bergmálar hvarvetna á fornum slóðum Parísarborgar, sérstaklega ef maður er svo heppinn að njóta leiðsagnar slíks förunautar sem Kristjáns Albertssonar sem kunni þá töfra að láta steinana tala.

Á Montparnasse voru íslenskir námsmenn hagvanir, einkum eftir að tók að kvölda og skuggar húsanna fóru að teygja sig yfir göturnar. Næturlífið tók við með sínum bleiku og hvítu neonljósum og allri sinni margbreytni, yfirlæti og dul.

Íslenskir rithöfundar hafa margir orðið fyrir áhrifum af sögunni um Raskolnikov og glæp hans, nú síðast Ólafur Jóhann Ólafsson, eins og bent hefur verið á í ritdómum amerískra og breskra gagnrýnenda.

Kannski væri hægt að útskýra Raskolnikov í samræmi við existentialismann, það er að segja að með drápi kellingarinnar hafi hann svipt sjálfan sig frelsi, vegna þess að upp frá því sá hann sig fyrst og fremst sem morðingja, en ekki frjálsan til að verða það sem hann vildi. Með athöfn sinni hafi hann hneppt sjálfan sig í óleysanlega fjötra, þannig skapi maður sér örlög. Raskolnikov lítur stöðugt um öxl til þess atburðar sem skópu honum þau örlög að verða morðingi, og getur ekki losnað við þá sálarangist.

Hver tilfinninganæmur maður hefur stundum á andvökunótt átt að stríða við angistina í einhverri mynd, vegna dauðabeygs eða einhvers dapurleika í lífinu.

Um þessa nauð mannsins við örlög sem hann hafi sjálfur skapað sér finnst mér að sagan Glæpur og refsing fjalli í höfuðatriðum.

Í Biblíunni hrópar saklaust blóð til himna:

Morðingi, morðingi.

En erum við ekki öll morðingjar samkvæmt erfðasyndinni?

Eða samkvæmt frumgerðarkenningu Carls G. Jung?

Segir ekki Dostojevskí okkur:

Leiðin til andlegs frelsis liggur burt frá sjálfsréttlætingu og sjálfsdýrkun. Kenningar eru tól Djöfulsins til að afvegaleiða menn frá kærleikanum sem einn getur gert manninn frjálsan?

Í annarri af skáldsögum Dostojevskís, Djöflarnir, er stjórnleysingjum lýst sem djöflum sem hika ekki við að fremja verstu glæpi til að ná markmiði sínu og réttlæta gerðir sínar með því. Slík sannfæring leiðir til tortímingar alls þess sem siðrænt er í lífi mannsins. Og kærleikurinn er lýstur í bann.

Náttúrlega getur hver sem er útskýrt existentialisma Jean-Pauls Sartre eftir eigin höfði, þannig varð það mikið blaðamál þegar nokkrir úrvalsnemendur í menntaskóla tóku einn félaga sinn af lífi og vörðu ódæði sitt fyrir rétti með heimspekilegum ívitnunum í tilvistarstefnu Jean-Paul Sartre, það væri hann með kenningum sínum sem bæri öðrum fremur ábyrgðina á gerðum þeirra. Sartre harmaði og ofbauð þvílík mistúlkun hjá þessum ungu menntamönnum sem vitanlega væri siðlaus afskræming og glæpsamleg.

Undirgefni og þjónkun við ríkjandi menningarhætti heldur aftur af fólki við að treysta eigin dómgreind og hefur lamandi áhrif á alla viðleitni þess að forðast deyfilyf vanans og kyrrstöðunnar. Í þróunarsögu mannsins hafa margar tegundir hans liðið undir lok af því að þær hafa ekki kunnað að bregðast við breyttum aðstæðum, en einhverjir hópar hafa samt haft meiri aðlögunarhæfileika og haldið þróuninni áfram.

Neanderthalsmaðurinn aðlagaði sig ísöldinni. En hann vék síðan fyrir þróaðri manngerð eða blandaðist henni að einhverju leyti.

„Við lifum í hinum allra besta hugsanlega heimi," sagði Voltaire í háði um ríkjandi hugmyndir samtíðar sinnar, sem trúði þessu sem heilögum sannleika.

Þetta sagði snillingurinn sem lét engar siðvenjur og þagnarskyldu hefta sig. Hann vissi að maðurinn hefði ekki þróast til æðri meðvitundar ef hann hefði ekki stöðugt orðið að bregðast við ýmis konar ögrunum á lífsferli sínum.

Þróun mannsins byggist á því að kunna að bregðast við aðsteðjandi áföllum og hvers kyns hamförum.

TUTTUGASTI OG FYRSTI KAFLI

Á Heiðríkjuströnd

Vinafólk mitt í Bruxelles hafði ráðlagt mér að fara suður að Miðjarðarhafi og sjá ótrúlegan bláma hafsins, mæltu þau sérlega með Saint-Raphael, smábæ á ströndinni vestur af Cannes. Ég hafði lesið grein í tímariti um Albert Camus og fengið áhuga á því að kynnast honum nánar, ég varð mér því úti um skáldsögu hans, Útlendinginn, til að lesa á leiðinni suður eftir með hraðlestinni, sem var nú engin hraðlest þegar til kom, ferðin tók um 16 klukkutíma.

Ég fór á þriðja farrými, klefinn næstum fullur af fólki og bekkirnir harðir. Ég reyndi að lesa í bókinni en bæði var varla lesbjart með eina týru í loftinu og eins var umgangurinn mikill alla leið til Lyon en þar fóru margir úr um nóttina svo ég gat hallað mér á bekknum þegar við fórum suður Rhone-dalinn. Það var fallegt að sjá sólina koma upp og skína yfir friðsælan dalinn og stök ský á bláum himni, víða stóð reykur beint upp úr strompum sveitabýlanna í logninu,

Ekki leið þó á löngu að maður fór að sjá til fólks á ferli, vinnan við vínekrurnar var að hefjast, konur með rauðan klút um höfuðið komu út undir bert loft tilbúnar undir annir dagsins.

Ég hafði ekki getað lesið mikið í bókinni, en hún var lítil og á einföldu máli og var fyrsta franska skáldsagan sem ég las á frummálinu. Síðan þá hefur hún verið ein af uppáhaldsbókum mínum. Hún er til í ágætri þýðingu eftir Bjarna Benediktsson frá Hofteigi.

Camus og Sartre voru báðir vinstrisinnar, eins og algengast var um menntamenn í Frakklandi á þeim árum, en reynsla þeirra af æskuárum sínum var með ólíkum hætti. Camus bjó með ekkju, móður sinni, við bág kjör í fátækrahverfi Oranborgar í Alsír, en þrátt fyrir skort og erfiðleika minntist hann margra gleðistunda á uppvaxtarárunum, átti góðan kennara að í unglingaskóla og var þakklátur fyrir styrk og samhjálp þess snauða fólks sem hann deildi kjörum með. En Sartre átti aðeins bitrar minningar úr bernsku sinni við strangar siðareglur og undirgefni sem hann varð að þola umyrðalaust í heimahúsum. Hann gat ekki fyrirgefið auðmýkinguna sem honum fannst hann hafa verið beittur í uppeldi sínu. Hefndarhugurinn var slíkur hjá Sartre að hann gaf út svohljóðandi yfirlýsingu í tímariti sínu, Les Temps Modernes: „Stétt mín er óvinur mannkynsins."

En eftir því sem andstæðurnar í kalda stríðinu skerptust gerði Sartre sér grein fyrir því að von hans um sósíalíska byltingu fjaraði út, að minnsta kosti í bili, og honum og skoðanabræðrum hans fannst þrýstingur Bandaríkjastjórnar á frönsk stjórnmál vera dulbúinn yfirgangur og ógnun.

Camus leit svo á að hvorki einkavæðing og neysluþjóðfélagið né svo kölluð sósíalistísk þjóðfélög gætu leitt til betra og réttlátara þjóðfélags. Það sem honum sárnaði þó mest var tregða manna til að horfast í augu við veruleikann án litaðra glerja, lífið væri flóknara en svo að hægt væri að leysa vandamál þjóða eftir fyrirfram gerðri formúlu, slíkt hugsæi myndi aðeins leiða til meiri ófarnaðar og kúgunar.

Það var í upphafi þessara deilna þeirra fornvina Jean-Paul Sartre og Albert Camus sem ég lauk við að lesa Útlendinginn í Saint-Raphael.

Ég hafði lítið annað að gera en að sitja í sólstól á ströndinni og horfa á dökkblátt hafið sem var eins og litarefni hefði verið hellt í það. Ferðamannastraumurinn var ekki kominn í gang enda ekki orðinn iðnaður eins og fáum árum síðar. Þjóðin var að sleikja sár sín eftir stríðið.

Það var ákaflega fábreytilegt og rólegt á ströndinni, varla mannhræða á gangi, bárur féllu hljóðlega á hvítan sandinn, eilífðartal. Stundum gerði steypiskúr svo maður gat orðið gegndrepa á örskömmum tíma. Ég talaði ekki við nokkurn mann þá þrjá daga sem ég var í Saint-Raphael.

Ég ákvað því að fara með áætlunarbílnum sem ekur eftir ströndinni og hefur viðkomu í Cannes og fleiri bæjum á leiðinni sem er stórkostleg. Úfnir rauðir hraunklettar og björg sem standa bæði upp á ströndinni og ganga í sjó fram, sýndust enn rauðari í tæru vorloftinu eftir skúrirnar.

Mér var ekki vel ljóst hvernig ég ætti að skilja söguna eftir Camus um manninn sem skaut Arabann á sandströndinni án greinilegs ásetnings, en einmanakennd hans er mjög átakanleg og sambandsleysi hans við umhverfi sitt næstum algjört. Tilviljanir virðast ráða mestu um ferli hans þennan brennheita örlagadag á gulri sandströndinni, ytri athafnir hans við fráfall móður sinnar eru túlkaðar sem tilfinningaleysi og vitna gegn honum. Tómlæti hans við réttarhöldin og viljaleysi til að verja sig er talið sýna lítilsvirðingu á réttarfari þjóðfélagsins og útleggst sem móðgun við siði og venjur löghlýðinna borgara. Þar sem ekkert kemur fram honum til málsbóta er ekki hægt annað en dæma hann til dauða af réttvísi bókstafsins. Þegar ég kom aftur til Parísar átti ég ekki eftir nema nokkra daga af páskafríinu.

Ég flýtti mér því að skoða helstu sögustaði borgarinnar sem nátengdir voru frönsku byltingunni, en hún hafði lengi verið mér hugleikin og allur sá glundroði sem fylgdi í kjölfar hennar og olli straumhvörfum í lífi frönsku þjóðarinnar. Ég gekk um Byltingartorgið eins og það hét þá, sá fyrir mér fallöxina sveipaða svörtum klæðum og pallinn með höggstokknum. Þarna var sú óforsjála drottning Frakklands leidd upp þrepin en múgurinn uppæstur af hatri og hefndarhug fylgdist með hverri hreyfingu hennar, hún lagðist á hné, böðullinn með rauða húfu kom hálsinum á henni fyrir í gróp stokksins svo að axarblaðið kæmi rétt niður, síðan greip hann í handfang, því að vélin var tæknilega fullkomin, blikandi stálblaðið rann niður á höggstokkinn og sneið á hálfu andartaki höfuðið með ljósa lokka af búknum um leið og blóðið gusaðist úr strjúpanum yfir höggstokkinn og aftökupallinn.

Múgurinn tók andköf af hryllingi, böðullinn beygði sig niður og lyfti upp blóðugu höfðinu á hárinu svo allir gætu séð að réttlætinu hafði verið fullnægt. Andartak varð dauðaþögn líkt og múgnum væri ofboðið, en svo brutust út fagnaðarlæti og um allt Byltingartorgið glumdu köllin: Lifi lýðveldið, lifi lýðveldið.

Sýningunni var lokið, fólkið stóð upp af bekkjum sínum í hálfhring kringum höggstokkinn, á andlitunum sást að allur múgurinn hafði upplifað æsilega stund.

Það eru til margar lýsingar á aftöku Maríu Antoinettu, en öllum ber þeim saman um að á dauðastund hafi þessi veiklundaða drottning, rægð og ofsótt, hafið sig upp í æðsta hlutverk harmleiks þegar hún skynjaði á aftökupallinum þennan hrollkalda októbermorgun að komið var að leiðarlokum og nú væri ekkert eftir nema það eitt að sýna þessum morðóða Parísarlýð að þó að hægt væri að hafa angist hennar að háði og spotti þá myndi tign hennar og æðruleysi rísa upp af spjöldum sögunnar og sýna að á dauðastundu getur umkomulaus og niðurlægð kona orðið að hetju sem aldrei gleymist.

En fallöxin hélt áfram að sneiða höfuðið af fórnarlömbum sínum, fyrst af aðalsmönnum og efnuðum borgurum, síðan af byltingarmönnunum sjálfum sem sátu á svikráðum hverjir við aðra. Þá var sagt að byltingin æti börnin sín eins og Satúrnus, en að baki þeirrar líkingar liggur ævaforn goðsögn ættuð frá Babýlon tengd greftrun dauðra manna á laugardegi og ótta við að hafast eitthvað að á þeim degi sem kenndur er við Satúrnus á mörgum tungumálum, en hann er enn helgur dagur hjá gyðingum.

Skynsemistrú Voltaires og Diderots hafði skilið eftir sig tómarúm með gagnrýni sinni á kristindóminn svo hann var orðinn máttvana kenning.

Guðlegur uppruni konungsins væri ekki lengur annað en þjóðsaga frá myrkum öldum og aftaka hans tákn þess að slíkar bábiljur væru tímaskekkja sem ekki var lengur hægt að una við fyrir upplýst fólk.

Hugsjónir hafa oft snúist í andhverfu sína í rás tímans, kenningar verið settar ofar en lífið sjálft og menn hafa unnið hin verstu verk í nafni þeirra.

Þegar tilgangurinn á að helga meðalið glata menn öllu siðferðilegu mati og blindast af ofstæki svo að ógnarstjórn tekur við. Samsæriskenningar kveikja tortryggni milli vina og samherja sem ekki aðhyllast ákveðna framkvæmd hugsjónarinnar. Fangelsin fyllast af sakfelldu fólki, enginn treystir öðrum, enginn veit lengur hver er sekur eða saklaus og þá endar réttarfarið með rannsóknarrétti þar sem sá er sekur sem ekki getur ótvírætt sannað sakleysi sitt.

Þannig enduðu framtíðardraumar hugsjónamanna frönsku byltingarinnar við skröltandi hljóð hálmvagna, sem fluttu þá eins og fénað til slátrunar undir þá öxi sem þeir höfðu reist réttlæti sínu til dýrðar á Byltingartorginu en reyndist óseðjandi skrímsli sem að lokum drakk blóð þeirra sjálfra.

Að lokum gekk ég frá Byltingartorginu sem nú heitir Concorde-torgið upp breiðgötuna miklu Champs-Élysées eða Ódáinsvelli, sem Napóleon skapaði með nokkrum bláum krítarstrikum þvert yfir önnur hús og einkalóðir og endaði við Sigurbogann, þar sem sífellt tórir blágul glæta í kolu til minningar um óþekkta hermanninn. Þar hefur vonin sigrað angistina.

TUTTUGASTI OG ANNAR KAFLI

Myrkur um miðjan dag og Atómstöðin

Eftir rúman mánuð átti ég von á Hildigunni svo ég flutti frá Worcester og tók herbergi á leigu ásamt morgunverði hjá frú Ballinger nokkurri í Parkerstreet, sem var bústin kona á sextugsaldri með stór glampandi augu af forvitni og liðugt málbein, svo að ekki stóð á hverskonar upplýsingum ef leitað var til hennar. Eiginmaðurinn stjórnaði sportvöruverslun í miðborginni af röggsemi, en sýnilega valdalítill á heimilinu við milda kúgun sem lýsti sér með brosi í smágerðu andliti hans. Þetta var sem sagt lukkulegt par eins og fluga og könguló.

Hjá þeim leigði feitlaginn stúdent í þýsku, dálítið bólugrafinn í framan sem frú Ballinger kenndi kvenhræðslu hans um, sem hún útskýrði seinna fyrir Hildigunni.

Ég hafði þó lítið af því kærleiksheimili að segja meðan Hildigunnur var enn ókomin, nema blíðuköllin sem bárust upp til mín þegar hún var að stjórna manni sínum við húsverkin.

Í London hafði ég keypt mér bók sem ég hafði heyrt talað um, en kom óvænt auga á í bókaverslun, höfundur hennar var Arthur Koestler, ungverskur gyðingur að uppruna, og hafði vakið talsverða athygli með skáldsögu sinni Darkness at Noon, eða Myrkur um miðjan dag í íslenskri þýðingu.

Bakgrunnur sögunnar er að miklu leyti réttarhöldin miklu í Moskvu árin rétt fyrir stríð, þegar Stalín lét ganga á milli bols og höfuðs allra þeirra fornu samherja sinna sem stofnað höfðu Sovétríkin og verið í fararbroddi innan flokksins allt frá upphafi Októberbyltingarinnar.

Koestler, sem lengi hafði verið útsendari flokksins á Vesturlöndum, var þaulkunnugur öllum innviðum hans, hafði verið fréttaritari í borgarastyrjöldinni á Spáni og perónulega kunnugur helstu forystumönnum kommúnista víðvegar í Evrópu og þá ekki síst í Þýskalandi og Frakklandi.

Í þessari bók glímdi hann við eina þá höfuðspurningu, sem vakti hvað mesta furðu meðal menntamanna á Vesturlöndum um réttarhöldin í Moskvu, nefnilega þá, hvernig í ósköpunum væri hægt að fá alla þessa sakborninga á ákærubekk til að játa á sig hvers kyns glæpi og svik við flokkinn, sem þeir höfðu barist fyrir í borgarastyrjöldinni og ekki hikað við að fórna lífi sínu fyrir?

Svo meistaralega tókst þessi grimmúðlega réttarrannsókn á opnu sviði fyrir heimspressunni að jafnvel ambassador Bandaríkjanna lét sannfærast um að allir þessir eldheitu hugsjónamenn hefðu, allt frá því í borgarastyrjöldinni undir forystu Leníns og Trotskýs, alið þá einu ósk í brjósti að svíkja hugsjón sína og baráttuna fyrir betri heimi.

Koestler hefur gert nánari grein fyrir þessu fyrirbrigði. Hann bendir á að hvert tímabil sögunnar er mótað af ákveðinni trúarstefnu og eftirvæntingu, og sósíalisminn var á sinn óljósa og ótiltekna hátt ríkjandi óskhyggja í upphafi þessarar aldar.

Sjálfur Roosevelt Bandaríkjaforseti trúði því seinustu árin sem hann lifði að meiri hætta myndi stafa af heimsvaldastefnu Breta að stríðslokum en af útþenslustefnu Sovétríkjanna.

Það gat lýst sér á margvíslegan hátt.

Koestler segir: „Á meðan ég var flokksbundinn naut ég vináttu og andríkis margra frjálslyndra manna sem voru á annarri skoðun en ég í stjórnmálum, en létu mig ekki gjalda þess, en eftir að ég rauf öll tengsl mín við flokkinn gjörbreyttist þetta, þessir sömu menn sýndu mér andúð, jafnvel fjandskap og hatur. Ég bjóst ekki við öðru af fyrrum flokksfélögum mínum, en afstaða hinna særði mig djúpt.“

Það yrði allt of langt mál að rekja inntak þessarar merku bókar Koestlers sem var brautryðjandaverk í vissri tegund bókmennta á árunum eftir stríð, sérstaklega þó í Frakklandi, þar sem áhrif kommúnistaflokksins voru hvað mest á Vesturlöndum um þær mundir.

Öllum kunnum ráðum var beitt til að hefta útbreiðslu bókarinnar, hótunum, bönnum og hörðum dómum þar sem Koestler voru valin hin verstu orð fyrir sviksemina við trúnað flokksins, en þegar ekkert af öllum þeim rógi dugði til að kveða bókina í kútinn var gripið til þess ráðs sem hefur reynst öðrum betra: Þögninni.

Hér á landi kom bókin út í þýðingu Jóns Eyþórssonar veðurfræðings en hún fór framhjá öllum þorra góðra lesenda, þar sem hennar var varla að neinu getið.

Eftir Koestler liggur mikið af bókum af ýmsu tagi. Koestler kom til Íslands til að skrifa um skákeinvígi þeirra Fischers og Spasskýs, en hafði þó áður litið Ísland augum, nefnilega um borð í Graf Zeppelin sem flaug hér yfir borgina eins og ég hef áður vikið að.

Það var komið fram yfir miðjan maí þegar mér barst skeyti frá Hildigunni að hún væri á leiðinni með togara til Hull.

Nokkrum dögum síðar tók ég á móti henni á járnbrautarstöð í London. Það var glampandi sólskin og mitt fyrsta verk var að kaupa handa henni gulan stráhatt með svörtum borða sem fór henni einkar vel.

Í London gisti ég á smáhótelinu Victoria Hotel sem þýðandi Sjálfstæðs fólks, A.Thompson, rak að nokkru leyti og var sérvitur en skemmtilegur náungi, sem ég fór einu sinni með í skemmtilega ferð aftan á mótorhjóli hans til að kynnast ýmsum bjórstofum sem hann stundaði.

Hildigunnur sagði mér þau tíðindi af Hananum, skáldsögu minni, sem Ragnar í Smára ætlaði að gefa út, að enn myndi útgáfa hennar dragast, en hún færði mér Atómstöðina sem Halldór Laxness hafði nýlokið við og mikill styr hafði staðið um heima.

Um kvöldið fórum við út að borða með Einari Pálssyni sem þar var við leiklistarnám og Helga Sæmundssyni ritstjóra, var þetta ánægjuleg kvöldstund, en daginn eftir héldum við Hildigunnur svo af stað til Oxford.

Frú Ballinger var í fyrstu dálítið efins á svipinn þegar ég kom með konu mína og virti fyrir sér hönd hennar, sem var án giftingarhrings, en lét þó gott heita því að nú borgaði ég henni tvöfalt fyrir herbergið og sjálf hafði hún mikinn áhuga á ástalífi fólks. Húsmæður, sem leigðu stúdentum á seinni hluta námsins, höfðu með sér yfirgripsmikið njósnanet og báru saman bækur sínar þegar þær hittust á kvöldin á bjórstofum með eiginmönnum sínum. Hafði

Hildigunnur gaman af kynnum sínum við frú Ballinger. Þau hjónin áttu þrjár dætur, tvær þeirra löngu flognar úr hreiðrinu en sú yngsta, augasteinn foreldra sinna, nýfarin að heiman og töluðu þær mæðgur mikið saman í síma, fylgdu því oft mikil hlátrasköll. Frú Ballinger sagði okkur að hún hefði ákveðið að eiga ekki fleiri börn en þær tvær eldri systurnar og sett eiginmann sinn í algjört ástalífsbann, svo að hann fékk ekki að koma nálægt henni frekar en hún væri með skírlífisbelti, en eitt sumar höfðu þau verið á baðströnd í Suður-Englandi og hún verið dálítið dösuð eftir heitan sólardag, svo hún lagði sig þegar þau komu á hótelherbergið og rann í brjóst smá stund, en þá vaknaði hún við að karlinn var kominn í gang eins og kanína. Þar kom yngsta dóttir þeirra undir og hlaut nafnið Joy því sannarlega hafði þetta verið unaðarstund og allar stundir frá fæðingu þessarar dóttur hafði fylgt henni unaður og gleði fyrir foreldrana.

Aldrei sáum við Joy nema á mynd því að hún vann fyrir sér á skrifstofu í London.

Á sunnudagsmorgnum leyfði frú Ballinger sér að sofa fram úr og lét manninn sjá um morgunverðinn sem hann færði henni upp í svefnherbergið á bakka. Hafði hún saumað á hann sérstaka svuntu úr grænum dúk með rauðum bryddingum sem raunar var heldur síð fyrir svo stuttan mann til hnésins, en á ská efst á svuntunni hafði hún ísaumað nafnið Mary en svo kallaði hún mann sinn þegar hann vann að húsverkum og ryksugaði allt hátt og lágt, en frúin setti upp þykk gleraugu til að kanna hvort nokkurt kusk eða dust hefði orðið eftir.

Í byrjun júní eru árlega haldnar Ascot veðreiðarnar sem er mikill viðburður í lífi Englendinga, og þangað streymir fólk hvaðanæva að til að sjá glæsilega klætt fólk, karlmenn í hefðbundnum skrípabúningi, gráu vesti, pípuhatt osfrv. Hestarnir eru leiddir fram svo að fólk geti skoðað þá nánar áður en það fer til veðsalanna.

Frú Ballinger hafði fengið sér svarta dragt af þessu tilefni, en þá var vandinn eftir að velja sér viðeigandi hatt, og hafði hún fengið lánaða nokkra hatta heim til að skoða sig betur með í spegli, fékk hún Hildigunni í lið með sér til að fá úr þessu skorið, tók það heila kvöldstund áður en niðurstaða fékkst en það var svartur hattur hlaðinn glitrandi blómaskrauti og glansandi kirsuberjum.

Ekki var veðrið með besta móti þennan merkisdag, en frú Ballinger var í sjöunda himni yfir að hafa komið auga á margt fyrirfólk og verið í góðum félagsskap, en ég sá á manni hennar að ekki hefðu þau hjónin veðjað á rétta hesta. Hún hældi samt manni sínum fyrir að vera „good looser“.

Um kvöldið fóru hjónin í þessu stássi sínu á bjórstofu til að halda upp á daginn með samferðafólki sínu.

Daginn eftir yfir morgunverðinum rakti hún aftur fyrir okkur viðburði gærdagsins, sem hafði endað með því að hún bauð slátraranum upp á viskí með sér, meðan maður hennar varð að láta sér nægja bjór. Fyrir bragðið hafði slátrarinn lofað henni stærri skammti af beikoni en fékkst út á skömmtunarseðla, svo að nú nutum við Hildigunnur þess við morgunmatinn auk feita þýskusérfræðingsins.

Á kvöldin las ég Atómstöðina sem vakti hjá mér nokkra furðu. Mér fannst bókin nokkuð losaraleg og sumir þættir verksins koma aðalsöguþræðinum lítið við og þar með veikja byggingu sögunnar.

Sagan virðist í fljótu bragði vera natúralistísk lýsing ungrar saklausrar sveitastúlku í spillingarbæli höfuðborgarinnar, þar sem borgaraleg menning er í upplausn. Sagan sver sig dálítið í ætt við leikrit Brechts, þar sem persónurnar eru í hvítu eða svörtu og þjóna pólitískum tilgangi í baráttuhita skáldsins.

Lýsingar á lífi heldra fólksins í borginni eru röð skopmynda sem maður kannast við úr dönskum skrípateikningum. Landsölumennirnir eru svartir djöflar sem vilja manga við fjandann Nató að næturlagi til að sammælast um myrkraverk sín og hvernig best sé að blekkja og ljúga.

Satan hefur lengi verið yrkisefni með misjöfnum árangri.

Búi Árland sem flæktur er í net Natósinna efast ekki um að kommúnisminn sigri í heiminum og ætlar að taka endalokum stéttar sinnar af æðruleysi. Hann hefur misst trúna á það skipulag sem hann á stöðu sína að þakka.

Lýsingin á Búa Árland er sannfærandi manngerð og sker sig úr í bókinni. Þar sannar Laxness hvílíkur meistari hann getur verið þegar hann hefur blendnar tilfinningar gagnvart sköpunarverki sínu og persónan er séð frá fleiri en einni hlið og verður ekki flöt fyrir bragðið.

Organistinn, ein aðalpersóna sögunnar segir undir lokin: „Þegar kjarnorkuspreingjan hefur jafnað borgirnar við jörðu í þessari heimsbyltíngu sem nú stendur, af því þær eru orðnar á eftir þróuninni, þá hefst menníng sveitanna, jörðin verður sá garður sem hún aldrei var fyr nema í draumum og ljóðum.–“

Atómstöðin er skrifuð á sama tíma og seinustu leifar lýðræðisins í Tékkóslóvakíu voru fótum troðnar og hið nýja hagkvæma samfélagsform var orðið alls ráðandi inn í miðja Evrópu, en nýjar hreinsanir, fangelsanir og ofsóknir voru í uppsiglingu til að festa flokksræðið sem best í sessi.

Í niðurlagi ritdóms síns um Atómstöðina kemst Karl Ísfeld skáld svo að orði, að það sé eins og höfundur hafi hugsað með sér allan tímann meðan hann var að semja söguna, hvort hann eigi „að fara inn með þessa súpu“, en það er einmitt upphafssetning Atómstöðvarinnar, spurningin sem Ugla spyr matseljuna á heimili Búa Árlands fyrsta daginn.

TUTTUGASTI OG ÞRIÐJI KAFLI

Írland

Það var komið fram í júní og tími minn á enda runninn í Oxford, við Hildigunnur fórum í nokkrar skoðunarferðir um nágrennið með tveimur félögum mínum undir lokin. Eina slíka ferð fórum við að skoða Blenheimhöll, ættaróðal hinna voldugu Marlboroughjarla, sem mörkuðu spor í sögu Englands á öldum áður. Í síðari heimsstyrjöldinni hafði þar aðsetur gagnnjósnadeildin MI-5 sem stjórnaði hinni vel heppnuðu blekkingarherferð gegn þýskum njósnurum þar sem þeir voru mataðir á röngum upplýsingum sem þeir svo sendu til Þýskalands. Við fórum líka á flatbytnu eftir Cherwell með kunninga mínum Derrick sem var sérfræðingur í að stjaka slíkum fleytum án þess að detta í vatnið, enda hafði hann sagt mér mikið af bátsferðum sínum yfir morgunmatnum um veturinn án þess að taka eftir því að ég hafði takmarkaðan áhuga á þessari sérgrein hans. Hildigunnur hallaði sér aftur í með púða við bakið og gula stráhattinn í glampandi sólskini, en þá í miðjum klíðum gerði hellidembu og þrumuveður svo við urðum að leita skjóls undir laufmiklum trjám á árbakkanum og komum holdvot heim.

Við hittum bæði Turville-Petre, háskólakennara á norrænum fræðum og Ursulu Brown, sem hefur komið hingað og haldið fyrirlestra við háskólann um rannsóknir sínar í íslenskum fornbókmenntum.

Prins Caza var frá Eþíópíu sem eitt sinn hét Abyssinía. Hann stundaði nám í stjórnmálafræði og hafði áhuga á að koma á umbótum í landi sínu. Hann bauð okkur nokkrum sinnum til sherrydrykkju og spurði okkur margs frá Íslandi og fannst athyglisverð sú framþróun sem þar hafði átt sér stað. Þetta var grannur, fremur lágvaxinn maður með andlitsdrætti sem minntu á afa hans, Haile Selassie keisara. Hann sagði afa sinn eiga við ramman reip að draga í umbótaviðleitni sinni. Lénsskipulaginu væri erfitt að hrófla við og klerkastéttin stæði gegn róttækum breytingum. Menntastéttirnar í landinu væru harðsnúnastar í andstöðu sinni. Prinsinn bjó í keisarahöllinni Ghebba í Addis Ababa og sagði okkur að hafa samband við sig ef við ættum leið um þær slóðir!

Eftir að einræðisherrann, marxistinn Mengistu, náði völdum í landinu var keisarinn tekinn af lífi eftir langa og illa fangavist. Um örlög prins Caza má geta sér til.

Evelyn Waugh ferðaðist um þetta frumstæða land snemma á fjórða áratugnum, áður en Mussolini lagði það undir sig í mikilmennskubrjálæði sínu að byggja annað Rómaveldi. Um ferðir sínar skrifaði Waugh bækur, bæði staðreyndir og skáldsögur. Ein þessara bóka heitir Waugh in Abyssinia og kom út árið 1936.

Ég hafði auglýst eftir dvalarstað hjá írskri fjölskyldu í bænum Galway, á suðvesturströnd Írlands og fengið nokkur tilboð, sem við völdum eitt úr af því að það var einna ódýrast. Heimilisfaðirinn hét mr. Tierny og var barnakennari og bíleigandi og bauðst til að taka á móti okkur í bíl sínum á járnbrautarstöðinni í Galway. Þetta hljómaði mjög rausnarlega. Bréfinu fylgdu líka holl ráð um hvernig væri heppilegast fyrir okkur að haga ferðinni og hvað væri helst að varast. Við vorum mjög glöð yfir að hafa komist í samband við svo umhyggjusaman mann.

Ég hafði líka skrifað Hermanni Pálssyni sem var við framhaldsnám í keltneskum fræðum í Dublin og við hlökkuðum til að hitta hann þar.

Áður en við fórum frá London keypti ég mér bók sem ég hafði heyrt stúdenta í Worcester deila mikið um, það var skáldsagan Animal Farm eftir George Orwell sem særðist í borgarastyrjöldinni á Spáni gegn Francosinnum og byggir á þeirri reynslu í bókunum Homage to Catalonia og síðar pólitísku satírunni Animal Farm.

Orwell hafði gengið frá bókinni í miðju stríðinu en fékk ekki útgefanda að henni fyrr en 1945, andúð höfundar á kommúnismanum þótti ekki heppileg afstaða á þeim árum. Þó fór svo að sagan vakti mikla athygli og hefur hlotið sess meðal klassískra satíruverka.

Við Hildigunnur tókum dekkpláss með ferjunni í dumbungsveðri frá Holyhead í Wales yfir Írska kanalinn til Kingstown. Ferjan var mjög fornleg og spúði miklum kolareyk upp úr háum strompi og þilfarið fullt af farþegum, konum með sofandi smábörn vafin í svört sjöl, eiginmennirnir í gömlum sparifötum og svarta skeggrót, sumt var sjóveikt af veltingnum í röstinni og lá á trébekkjum og spýjulykt í loftinu.

Græna eyjan sem Karl Finnbogason lýsti svo skemmtilega í landafræði sinni kom smám saman í ljós í súldinni og litirnir skýrðust grænir og brúnir.

Í Kingstown var frekar sviplaust um að litast, tollskoðunin gekk fljótt fyrir sig og okkur var smalað upp í lúna eimlest sem lestarþjónarnir læstu að utan þegar vagnarnir voru orðnir fullir af fólki. Við mjökuðumst af stað en lestin komst ekki úr sporum hraðar en heysjúkur klár, enda mór notaður til kyndingar.

Dyflinni heitir á keltnesku Baile Atha Cliath sem útleggst svarti pollur og dregur sennilega nafn af ánni sem rennur í þröngum og slýjugum stokki gegnum borgina.

Hermann hafði fengið inni fyrir okkur hjá frú O'Connor, spölkorn frá miðborginni, bústinni konu, rauðhærðri og bláeygðri sem bauð af sér góðan þokka.

Dublin er að mörgu leyti skemmtileg borg og þar er mikið götulíf. Á hverju götuhorni stóðu ræðumenn á fjalakassa og boðuðu lýðnum frelsun hver eftir sínu höfði, en fæstir veittu þessum predikurum mikla athygli. Hempuklæddir prestar og munkar voru áberandi með silfurkross í festi framan á sér, hjólreiðafólk var fjölmennt enda borgarstæðið á jafnsléttu. Talsvert bar á ungum mæðrum í svörtum sjölum sem hömpuðu framan í mann hálfberum og vanhirtum börnum með gröft í augum eða eyrum: Have mercy, have mercy, kvökuðu þær með angist í augum og kannski lét einn og einn vegfarandi penný falla í lófa þeirra.

Í O'Conolly stræti var hvert vöruhúsið af öðru með útstillingarglugga sína fulla af alls kyns munaði.

Um kvöldið fórum við á bjórstofur með Hermanni þar sem allir virtust vera í rosastuði og sumir vel slompaðir og vildu syngja, en hastað var á þá svo að menn rifust í staðinn um fótboltafélög og borgarmálefni. Einn gekk til okkar og spurði okkur hvaða mál við töluðum en þegar Hermann svaraði honum að við töluðum keltnesku virtist hann skammast sín og gekk frá okkur.

Um kvöldið ljómaði O'Conolly-stræti í ljósadýrð auglýsinga.

Daginn eftir skoðuðum við miðborgina og litum inn á Þjóðbókasafnið. Fyrir framan þinghúsið voru menn með rafmagnsbora að brjóta niður heljarmikla styttu af Viktoríu drottningu, matrónulega í margföldum pilsum og með barnaskara sinn.

Voru verkamennirnir kímileitir þegar þeir tóku eftir því að við fylgdumst með því að steinbrotunum af þessari voldugu drottningu frá veldistíð breska heimsveldisins var ekið burt á rykugum vörubílum og grjótið notað í hafnaruppfyllingu.

Fræg stytta af Nelson aðmírráli sem sigraði franska flotann við Trafalgar stóð þó enn á hárri granítsúlu í miðju O'Conolly-stræti, en dramb er falli næst.

Í Dyflinni eru ýmsar veglegar byggingar frá liðnum tímum og flestar gluggalausar nema á þeirri hlið sem vissi út að portinu, því að hættulegt gat verið að gefa höggstað á sér með gluggum út að götunni.

TUTTUGASTI OG FJÓRÐI KAFLI

Galway

Daginn eftir vorum við komin til Galway og gestgjafi okkar tók á móti okkur á járnbrautarstöðinni sem var áþekkust stóru pakkhúsi nema þar voru blöð til sölu, þó sum dálítið á eftir tímanum, og sælgætissala.

Þar á vegg hékk stórt viðvörunarspjald þar sem ungar stúlkur voru eindregið varaðar við að ferðast einsamlar og ráðlagt að leita ásjár siðferðisnefndar kaþólsku kirkjunnar og kvennaskjóls til að eiga ekki á hættu að lenda í tálsnörum karla.

Mr. Tierny var mjög ræðinn og þegar honum tókst að koma bíl sínum í gang ókum við af stað með allan farangurinn. Þetta var gamall smábíll af Austin gerð og hafði sýnilega fyrir löngu þekkt fífil sinn fegri.

Á leiðinni tók mr. Tierney mörgum sinnum ofan þó að við mættum engum vegfaranda, en það var ekki fyrr en seinna að við áttuðum okkur á því að það var kirkjum og klaustrum sem hann vottaði þannig virðingu sína.

Veðrið var mjög milt, fjörðurinn speglaði blá fjöll í fjarska. Mr. Tierney sagði okkur öll örnefni og kennileiti á leiðinni. Við spurðum hvernig veðrið hefði verið undanfarið en hann sagði að það hefði verið vætutíð fram að þessu, en nú væri greinilega veðurbreyting í aðsigi. Þótti okkur gott að heyra það.

Hann sagði að við gætum farið í sjóinn og legið í sólbaði á ströndinni.

Hús hans var um fimm kílómetra utan við Galway og tuttugu mínútna gang frá sjó. Kona hans kom út á tröppur til að taka á móti okkur og barnahópur með kött og hvolp í fanginu. Konan var öll í gúlum og mér varð á í fyrstu að segja móðir yðar við mr. Tierney þegar ég átti við konu hans. Hún gekk alltaf í blárri peysu, ranghverfri nema sneri henni við á sunnudögum þegar hún fór til skrifta.

Við vorum leidd í stofu og sonur hjónanna sótti grammófón með sveif sem halda varð við meðan leikið var á plötuna. Þetta voru þjóðkvæði og gamanvísur sungnar á írsku, því að Tierney lagði áherslu á að töluð væri írska á heimilinu, eins og írskum barnakennara sæmdi, þó að börnin gripu oft til enskunnar.

Unglingarnir vildu helst leika fyrir okkur argentínskan tangó sem eldri systir þeirra hafði unnið á tombólu um veturinn, en pabbi þeirra hristi höfuðið yfir svo óþjóðlegri músík. Okkur voru líka sýndar fjölskyldumyndir og á vegg í stofunni héngu litmyndir af þeim hjónum með bleikan æskuroða í kinnum og gulan runna í baksýn.

Um klukkan tíu spurði húsmóðirin okkur hvort við vildum kvöldmat. Náttúrlega vorum við glorhungruð eftir ferðalagið, en það þurfti fyrst að mjólka kýrnar á stöðlinum áður en kvöldmaturinn var fram reiddur. Aðalfæðan var jafnan egg og flatbrauð, smjör og niðursoðnar baunir í tómatssósu. Stundum kartöflur og kjötbitar, aldrei fiskur.

Okkur var ætlað að sofa í svefnherbergi þeirra hjóna. Fúkkalyktin var dálítið megn meðan við vorum að venjast henni, og þó að ég keypti daginn eftir appelsínur og banana og úðaði með Kölnarvatni út í hvert horn þá vann það ekki á nema stutta stund.

Seint um kvöldið þegar við vorum háttuð heyrðum við þrálátt suð sem ég hélt í fyrstu að væri frá vatnsrörum, en kona mín komst að því að fjölskyldan fór aldrei í rúmið fyrr en allir meðlimir hennar voru komnir inn og þá var sest á moðkassa og bekki í eldhúsinu til að lesa Maríubænir í kór. Þær voru lesnar á hverju kvöldi, ein bæn við hverja perlu í festinni og tók um tíu mínútur að ljúka þeim af.

Tengdafaðir mr. Tierney, sem bjó í hvítkölkuðu steinhúsi með stráþaki í brekkunni fyrir neðan og var orðinn ekkjumaður, kom á hverju kvöldi til að taka þátt í bænagjörðinni, því hann gat ekki hugsað sér að lesa bænirnar einsamall.

Á morgnana þegar ég vaknaði gáði ég til veðurs en það var alltaf sama veðurlag, útsynningur blés skýjabólstrum utan af hafinu svo að sólin sýndist eins og svellbunga í grárri brælunni, kyrkingsleg og hreggbarin grenitré á stangli um holtin þrjóskuðust við að halda barri sínu fyrir ásókn vinda, sumsstaðar hölluðu sér rytjulegar skógarleifar undan linnulausri vestanáttinni, svo að þær sýndust eins og skakkar myndir á vegg.

Annars voru holtin aðallega vaxin þyrnum og þistlum sem bændur reyna að útrýma með sinubruna en vannst þó lítið á. Suma dagana fórum við á berjamó og tíndum villt jarðarber og við heyrðum asna sem eru helstu burðardýr írskra kotbænda hrína ámáttlega, kannski yfir netlunum, en geiturnar báru sig betur og bræktu góðlátlega þegar þær komu auga á okkur.

Miklir grjótgarðar lágu um landið, en á þeim voru engin hlið, en þarlendir láta sig ekki muna um að lyfta nokkrum hnullungum úr hleðslunni þegar stórgripir eru reknir um garðana eða ef ungur ástfanginn maður vildi sýna af sér riddaramennsku.

Allur búskapur var þar mjög frumstæður og amboðin fornleg, enda voru eyðibýli upp um allar sveitir.

Gamall maður sem kom stundum í heimsókn til mr. Tierney sagði okkur að allir synir hans hefðu sest að í Kanada. Það kemur enginn þeirra aftur, bætti hann við, og það er þeim kannski fyrir bestu.

Mr. Tierney gerði sér mikið far um að láta okkur ekki leiðast þrátt fyrir tíðarfarið. Hann lét konu sína bera okkur móflísar á arineldinn svo að alltaf var notalegt í stofunni. Börnin voru sí og æ að sýna okkur ungviði, kalkúnaunga, og kálf með hvíta stjörnu í enninu. Einn sonanna sem átti að verða prestur lék fyrir okkur á orgel, en ein dóttirin á munnhörpu.

Þess á milli fræddi mr. Tierney okkur um Írland. Hann hafði barist á móti Bretum í borgarastyrjöldinni og hafði rautt ör rétt við gagnaugað vinstra megin eftir breska byssukúlu sem sýnilega hafði verið mjög hættuleg. Bróðir hans, sem hafði verið ákafur baráttumaður í Sinn-Fein-hreyfingunni, hafði verið dæmdur til dauða af breskum herrétti, en komst undan til Ameríku. Stundum sendi hann þeim grænan dollaraseðil í umslagi, því hann varð orðinn ríkur eins og allir verða í Ameríku.

Mr. Tierney kenndi okkur að Írar væru hinir eiginlegu Forn-

Grikkir og meðan Írland hefði verið sjálfstætt hefði menning þess borist út um Evrópu og flutt með sér mildi og margfalda blessun fyrir mannkynið. En þegar Hinriki II. Englandskonungi hefði tekist að ganga á milli bols og höfuðs á sjálfstæði Íra, hefði hann ekki aðeins leitt mikla óhamingju yfir Írland heldur hefði evrópsk menning jafnframt orðið fyrir miklu áfalli.

Nú með endurheimtu sjálfstæði sínu gætu Írar á ný farið að rækja heimssögulegt hlutverk sitt í þágu alls mannkyns eins og forðum. Hann harmaði innilega að írsk tunga væri að líða undir lok þrátt fyrir allar tilraunir til að endurvekja hana í öllum unglingaskólum.

Og hann benti okkur á Araneyjar sem sáust eins og sker út við sjóndeildarhringinn, þar sem írska væri enn töluð. Dóttir væri þar í eins konar pílagrímsför eftir stúdentspróf ásamt vinkonu sinni. Þessi vinkona ætlaði að ganga í klaustur um haustið, og væri sú regla svo ströng að jafnvel mr. Tierney hraus hugur við tilhugsuninni. Eru nunnurnar ævilangt luktar bak við háa klausturmúra án nokkurs samneytis við umheiminn, ganga í hrosshársbolum næst sér, berfættar árið um kring og vinna daglega að því að grafa gröf sína með múrskeið, því að orðtak reglu þeirra er: Mundu að þú átt að deyja.

En stúlkurnar voru engu heppnari með veðrið en við heiðingjarnir. Að lokum var Hildigunnur komin með vont höfuðkvef. Frú Tierney vildi að við færum til prests. Og þau hjónin héldu áfram að þrástagast á því þar til við samsinntum að fara með þeim. Fannst mr. Tierney viðeigandi að fara með okkur til prests sem hafði verið trúlaus á unga aldri og hinn mesti syndaselur, en gengið suður til Rómar og falið sig páfanum.

Tók þessi prestur okkur tveim höndum, sagðist alltaf hafa haft mætur á Íslendingum sem hann því miður þekkti ekki nema af afspurn, hann hefði heyrt að heilagur Patrekur og dýrlingurinn Kólumkilli væru þekktir á Íslandi og kinkuðum við kolli. Að lokum gaf hann okkur sálmabók, mynd af heilögum John Sullivan aftan á kverinu og lánaði okkur flís úr krossi Krists í silfurumgerð.

Áttum við að biðja til heilags Sullivans á kvöldin og nudda flísinni á auma bletti.

Tierneyhjónin biðu á biðstofu klaustursins á meðan við vorum hjá prestinum og voru heit í kinnum af eftirvæntingu þegar við komum til baka. Þau spurðu hvað hefði gerst og sögðum við þeim allt af létta. Á eftir fóru Tierneyhjónin með okkur í klaustrið þar sem systurnar grafa daglega gröf sína með múrskeið og fengum við að tala við príorinnuna sem ein hafði samband við umheiminn. Hún lofaði að systurnar skyldu biðja fyrir konu minni, og það myndi ugglaust hafa sín áhrif því að Guð væri sérlega nákominn þessum stað. Hún sagði okkur sögu af ungri stúlku sem hafði dáið fyrir fáum árum og væri nú orðin dýrlingur. Að endingu gaf hún okkur pjötlu úr kufli þessarar stúlku sem kona mín átti að halda í lófa sínum þegar hún bæðist fyrir.

Tierney-hjónin léku á als oddi þegar við höfðum yfirgefið klaustrið eftir svo vellukkaða ferð og við fórum öll í kirkju á heimleiðinni. Þar söng svarthærð stúlka mjög fallega Panis angelicus eftir César Franck. Einn menningarviðburð upplifðum við þegar við sáum farandsýningu á einu kunnasta og jafnframt umdeildasta leikriti John Synge, The Playboy of the Western World. Sá sem fór með hlutverk Christy Mahon var hreint óborganlegur. Fyrsta leikrit Synge, The Riders of the Sea, er látið gerast á Araneyjum um aldamótin 1900. Það er J. M. Synge sem var leikhússtjóri við Abbey leikhúsið í Dublin, lést langt um aldur fram.

Mér var vandi á höndum að komast í blásningu án þess að skjóta hjónunum skelk í bringu, en hafði þó að lokum upp á hæli fyrir utan Galway og varð ég að fara fótgangandi seinustu kílómetrana. Flest lækningatæki virtust þar heldur á eftir tímanum, ég var ekki deyfður eins og sums staðar og ekkert gegnumlýsingartæki við höndina, en aðeins hlustaður og blásningakassinn var áreiðanlega heimasmíðaður, en það kom ekki að sök. Heimskringlu hafði ég haft meðferðis að heiman og lásum við hana spjaldanna á milli þessa rigningardaga í Galway. Önnur náttúra bókarinnar var sú, að í spjöldum hennar var falinn fjársjóður í gjaldeyri, varasjóður, sem Tryggvi, bókbindari á Landsbókasafni hafði bundið inn í hana af mikilli list. Átti þessi fyrirhyggja eftir að koma sér vel fyrir okkur.

Dagarnir liðu.

Við fórum í gönguferðir um nágrennið, komum í lítið sveitaþorp með hvítkölkuðum steinhúsum með þykka veggi og inndregna glugga og stráþökin farin að síga af ágangi regns og vinda, brenninetlur, fúxíur og villtar lísur virtust eiga þar góða daga við húsin en matjurtagarðar í órækt. Hvarvetna blasti niðurníðslan við.

Gamall maður kom gangandi niður traðirnar til okkar. Sagði hann okkur að íbúar þorpsins væru varla annað en gamalmenni, unga fólkið væri allt farið til að freista gæfunnar annars staðar. Synir hans þrír væru búsettir í Kanada.

Benti hann okkur vítt og breitt um sveitina og nefndi kennileitin. Hundur lötraði til húsbónda síns og gamlar tannlausar konur færðu okkur göngumóðum mysu að drekka. Síðan kvöddum við gleymda sveitaþorpið.

TUTTUGASTI OG FIMMTI KAFLI

Í Dyflinni

Sá atburður gerðist í Galway meðan við dvöldumst þar að bát með manni og dreng frá heimili nágrannanna hvolfdi á firðinum og drukknuðu báðir. Við vorum á gangi, þegar við sáum hóp manna með biskupinn hempuklæddan í fararbroddi halda til sjávar með strábrúðu sem menn báru á milli sín og nokkrir fylgdu á eftir. Biskupinn fór með bænagjörð í fjörunni með signingum og þátttöku mannanna, síðan fól hann þeim brúðuna og gerði krossmark yfir bátnum en fjórir menn reru skammt út á leguna og vörpuðu síðan brúðunni út fyrir borðstokkinn á bátnum og fylgdust síðan með henni fljótandi á sjónum langa stund, uns við gáfumst upp á því að gefa þeim gætur. Var okkur sagt að með guðlegri vísbendingu myndu líkin finnast á botni sjávar þar sem brúðan hætti að berast fyrir straumum.

Þeir leituðu allt kvöldið og seinast með olíulukt eftir að fór að dimma. Sennilega hafa þeir leitað eftir vísbendingu fram á rauðanótt, fólk var líka með lukt í landi.

Um kvöldið sáum við menn og konur með svarta höfuðklúta tínast inn í hús nágrannans, þar sem sorgin hafði tekið sér bólfestu, til að vaka og biðja með fjölskyldunni, fórum við í kvöldgöngu í rökkrinu og gengum framhjá sorgarhúsinu. Bak við gluggatjöldin sáum við skugga blaktandi kertaljósa og heyrðum óminn af bænasöngli syrgjendanna

Leitinni að líkunum var haldið áfram næstu daga, en straumar hafsins höfðu borið þau ofan í djúp sitt og þaraskóg.

Vegir Guðs eru aðrir en mannanna.

Það var orðið áliðið sumars og þegar við fórum upp til okkar á kvöldin höfðum við með okkur olíulampa.

Við fréttum á skotspónum að Togliatti, foringja ítalskra kommúnista hefði verið sýnt banatilræði og að borgarastyrjöld væri yfirvofandi á Ítalíu, auk þess sem Berlínardeilan var enn í hörðum hnút.

Ég sagði mr. Tierney eitt kvöldið að við værum á förum.

Hann sagði: Það verður aftur stríð. Og hristi höfuðið yfir fyrirætlun okkar að fara yfir til meginlandsins.

Um kvöldið heyrðum við að bænaþulan tók óvenjulangan tíma.

Svo kom dóttir þeirra heim frá Araneyjum, þangað sem við höfðum ætlað en linnulaus súldin fældi okkur frá.

Mr. Tierney ók okkur á stöðina og tók mörgum sinnum ofan á leiðinni.

Ég kallaði til hans þegar við siluðumst af stað í lestinni að við myndum senda honum póstkort af Hans Heilagleika í Róm.

Við fengum á ný inni hjá mrs. O'Connor þegar við komum aftur til Dublin og vorum mjög fegin að njóta gestrisni hennar á hlýlegu heimili og viðmóti sem okkur hafði fallið svo vel.

Þegar faðir hennar lést nokkrum árum áður hafði hún erft þriggja hæða hús miðsvæðis í höfuðborginni en fjárfest hluta af eigninni í að koma fótunum undir mann sinn, sem var þá ungur slátrari, með því að setja á stofn kjötbúð sem dafnaði vel fyrstu árin, en maður hennar fór að eyða of miklum tíma á krám með félögum sínum, svo að nú var svo komið að hún átti aðeins hálft húsið, maður hennar hafði misst kjötbúðina úr höndunum og var orðinn afgreiðslumaður í þjónustu fyrrverandi aðstoðarmanns.

Frá þessu sagði hún konu minni án ásakana í garð manns síns eins og það væri ekki annað en náttúrulögmál að hann færi jafn illa og félagar hans á pöbbunum sem voru kvöld eftir kvöld stríðshetjur í Páskauppreisninni frægu gegn Bretum.

Við borðuðum hádegismat hjá frú Egan með miðaldra verkfræðingi, margfróðum á ýmsum sviðum, en alltaf kom fram í viðræðum mikill kali til Englendinga fyrir hroka þeirra og yfirgang við Íra. Hann tók sem dæmi um skammsýni Churchills að ganga ekki að tilboði Hitlers sem Rudolf Hess hefði komið með um frið við Bretland en í stað þess stinga sendiboðanum í svarthol. Hitler hefði ekki viljað brjóta breska heimsveldið á bak aftur heldur viljað bjarga því frá launráðum amerískra gyðinga sem vildu sölsa undir sig eignir Breta um víða veröld. Því hefði farið svo að Bretar stæðu uppi rúnir inn að skinninu og héldu að þeir væru sigurvegarar þar sem þeir væru í rauninni ofurseldir bandarískum gyðingum og heimsveldið þjóðsaga og draumur sem þeir endurlifðu í kvikmyndum. Bandaríkjamenn héldu áfram að sjúga merginn úr beinum Vestur-Evrópu með því að spenna upp gengi dollarans og þykjast vera Sam frændi með gjafafé handa þurfalingum í gamla heiminum.

Ég spurði hann um Marshall-aðstoðina en hann svaraði að hann tryði frekar á góðverk Al Capone og þeirra kumpána en á spekúlantana í Wall-Street.

Eitt kvöldið bauð hann okkur á bjórstofu með sér og kynnti okkur fyrir ýmsum kunningjum sínum en það var of hávaðasamt í kringum okkur til að við gætum talað nokkuð af viti við þá.

Við fórum heim klukkan um ellefu eða um það leyti sem kránum var lokað og þá stóðu konur í hópum fyrir utan krárnar að heimta sína svörtu sauði heim í háttinn.

Það eru ekki nema tvö tökuorð úr írsku sem hafa orðið rótgróin í enskunni, annað þeirra er viský, hitt er shamrock, smári, sem er þjóðartákn Íra.

Á daginn sat ég mest í Þjóðbókasafninu í Dublin, ýmist við lestur bóka eða skriftir sem lítið kom út úr.

Mér hafði lengi þótt merkilegt hvað miðaldabókmenntir hafa verið margræðar, þar sem þær gátu falið í sér ýmsar túlkanir sem hver um sig eru sjálfstæðar innbyrðis.

Þar er sagan í fyrsta lagi historía, frásögn af atburðum eins og þeir koma flestum fyrir sjónir.

Í öðru lagi felur frásögnin í sér allegoríu, líkingamál, þar sem höfundur hefur jafnframt annað í huga en sagt er berum orðum.

Í þriðja lagi er hún tilfinningaleg kveikja í hugskoti lesandans, t.d. hjarta, kross, ljón og fleira sem vekur ákveðin tilfinningatengsl.

Í fjórða lagi varð frásögnin að fela í sér siðferðilegan boðskap, moralíu, líkingamál til æðra lífs og himneskra hluta.

Það hefur kostað höfundana óhemju yfirlegu að semja svo margræð ritverk, en munkarnir í klaustrunum höfðu ótakmarkaðan tíma í eilífðinni.

En síðan er langt um liðið. Með prentlistinni gjörbreyttust bækur og það skapaðist smám saman markaður fyrir prentaðar bækur sem gengu kaupum og sölum.

Með siðaskiptum Lúthers var lagt bann við flestu sem kaþólska kirkjan hafði haft í hávegum, eins og allegoríunni. Líkingamál miðaldakirkjunnar átti ekki upp á pallborðið hjá mótmælendum, svo bókmenntirnar hjá þeim urðu grynnri og glötuðu dýpri skírskotun sinni að miklu leyti.

Einföld frásögn tók við.

Eggert Ólafsson vildi á Upplýsingaröldinni að bækur væru lesendum til fróðleiks og skemmtunar.

Seinna urðu bókmenntir að miklu leyti blaðamennskunni að bráð. Bækur og blöð eru nú fyrst og fremst léttmeti í þjónustu skemmtiiðnaðarins. Afþreyingarbókmenntir verða að mestu alls ráðandi á bókamarkaðnum og aðeins mikill minni hluti lesenda kærir sig um bækur sem þurfa nokkra umhugsun og hafa dýpri skírskotun en í fljótu bragði virðist.

Ég velti þessu dálítið fyrir mér og leitaði til höfunda sem gætu vísað mér leiðina.

Einkum þótti mér Kafka öðrum merkilegri að þessu leyti. Eins þótti mér Carl C. Jung áhugaverður rithöfundur með analýsur sínar á hinni sameiginlegu djúpvitund mannsins sem er dýpsti og torræðnasti hluti persónuleikans. Í þessu hólfi sálarlífsins búi erkitýpur sem Jung kallar svo, arfgeng forrit sem öllum mönnum eru sameiginleg og móta viðhorf einstaklingsins til grundvallarfyrirbrigða lífsins.

Kafka lýsir á áhrifamikinn hátt t.d. í skáldsögunni Réttarhöldin firringu mannsins og dulinni angist, sem enn býr í djúpvitund kynstofnsins frá tímum ógnvekjandi myrkviða fortíðarinnar, og lýsir sér í martraðarkenndum réttarhöldum yfir manni sem er saklaus en á þó dauðadóm vofandi yfir sér. Hann veit og að sá dómur verður ekki umflúinn, til hverra ráða sem hann kann að grípa.

Í Útlendingnum fjallar Camus um magnleysi mannsins gagnvart því umhverfi, sem hann er staddur í og hefur ekkert vald yfir, en getur ekkert forðað sér þegar það snýst gegn honum. Öreigabókmenntirnar höfðu runnið sitt skeið og tilvistargrufl tekið við þar sem leitað var víðtækari og dýpri raka en áður, en lausnir ekki lagðar á borðið eftir ákveðinni formúlu. Tsékoff svarar ekki þeim spurningum sem hann vekur með kímilegum lýsingum sínum á samskiptum manna, fyrir honum skiptir mestu máli að sýna þá flækju sem fólk ratar í með lífi sínu. Þetta voru hugleiðingar sem ég glímdi við á safninu í Dublin. En nú leið að brottfarardegi okkar yfir til Englands. Ég hafði aflað mér heimildar til að stunda British Museum og okkur var mikil tilhlökkun að kynnast því sem efst var á baugi í menningarlífi heimsborgarinnar næstu vikurnar.

Við Hildigunnur dvöldum í London næsta mánuðinn og höfðum fengið leigða íbúð hjá lögregluþjóni sem hafði selt hús sitt og var senn að flytja búferlum til Ástralíu.

Bar hann okkur mjög fyrir brjósti og varaði okkur mjög eindregið við vasaþjófum sem hann þekkti betur til en flestir aðrir, og þegar við sögðum honum að við hefðum falið varafé okkar í ýmis konar valútu í ferðatöskunum sagði hann að annað kæmi ekki til greina en að við fengjum þetta fé geymt á öruggum stað, t.d. í sendiráðinu. Féllumst við á að fara að ráðum hans en þetta var á föstudegi og sendiráðið búið að loka, svo að mér hugkvæmdist að snúa mér í staðinn til konu sem lengi hafði búið í London og ég treysti fullkomlega.

Var það auðsótt mál hjá konunni og stakk hún peningaseðlunum í merktu umslagi í hólf hjá sér.

Á laugardagskvöldið lentum við í mikilli afmælisveislu þar sem lögreglumaðurinn hélt upp á það að dóttir hans var orðin lögráða. Var þar vel veitt af klaret og lögreglumaðurinn sá til þess að gestirnir voru úttroðnir af kökum.

Daginn áður en við fórum af stað fórum við að sækja peningana, en þegar konan ætlaði að sækja þá í hólfið voru þeir horfnir með öllu. Komumst við þá öll í mikið uppnám, en það var far eftir eggjárn í hurð hólfsins. Hringdi ég þá umsvifalaust í Scotland Yard, eins og í sögu um Sherlock Holmes. Kom rannsóknarlögreglan að vörmu spori, en þegar hún fór að yfirheyra konuna og næturgesti sem voru staddir hjá henni, sá ég að ég hafði hlaupið á mig og bað leynilögreglumennina frá Scotland Yard að hlífa frúnni og gestum hennar við yfirheyrslum. Sögðust þeir aðeins vera að gera skyldu sína til að upplýsa málið.

Við sögðum gestgjafa okkar, lögreglumanninum, frá þessu og var hann mjög sleginn yfir því að við skyldum hafa verið hlunnfarin og það óbeint fyrir hans tilstilli, en ég vildi fyrir engan mun að hann liti þannig á málið, þetta væri ekki annað en óhapp sem alla gæti hent. Við héldum þó okkar striki og var okkur hjálpað um skyndilán. Það gerði raunar Georgía Björnsson forsetafrú, vinkona móður minnar, þegar við hittum hana nokkrum dögum síðar í París.

TUTTUGASTI OG SJÖTTI KAFLI

London – París

Eina ágætiskonu, Nohru Gurlie, hitti ég á breska bókasafninu, en hún hafði komið á Landsbókasafnið tveim árum áður við að setja saman bók um fornsögurnar. Hún vílaði ekki fyrir sér að fara á reiðhjóli á alla helstu sögustaði fornbókmenntanna og lagði á sig að þola skammdegið heilan vetur á Íslandi til að kynna sér allt hér heima sem til var á ensku um íslensk fræði. Þetta var hetjulunduð kona og drengskaparmanneskja, og ég hafði í rauninni lítið gert annað á Landsbókasafninu en að bera í hana bækur sem hún bað um. Ég er hræddur um að hún hafi verið mjög einmana þetta tæpa ár sem hún dvaldist í Reykjavík og notið skammarlega lítillar fyrirgreiðslu annarra, því að þessa pílagrímsferð lagði hún á sig fyrir eigið frumkvæði og á eigin kostnað. Hún hafði ung hrifist af kenningum Íslandsvinarins Williams Morris skálds og fræðimanns sem hafði mikil áhrif á breska híbýlaprýði á sínum tíma.

Bauð hún okkur Hildigunni að vera eina helgi á heimili sínu í Suður-Englandi, var það mjög ánægjuleg dvöl í gömlu húsi með stórum garði og ávaxtatrjám. Veðrið lék við okkur og við fórum með henni í berjatínslu í glampandi ágústsól.

Gaf hún okkur heimilisfang tveggja vinkvenna sinna sem bjuggu skammt frá Sigurboganum í París. Reyndust þetta vera menntakonur, vel heima í frönskum og enskum bókmenntum, og var okkur boðið upp á kaffi, konfekt og koníak. Sátum við þar dagstund. Spurðu þær um Íslandsför Nohru Gurlie og fannst sýnilega í mikið ráðist hjá henni að leggja í slíka svaðilför og það á reiðhjóli um næstum vegalaust land, þar sem hún varð sums staðar að vaða straumharðar ár upp í mitti eða fara með reiðhjólið og farangur á kláfferju yfir óbrúuð jökulfljót. Þótti þeim sem hún hefði teflt á tæpasta vaðið. Ég tók undir það að hún væri mikil hetja, en því miður held ég, að henni hafi ekki tekist að fá útgefna bók sína um menningu Íslands og þjóðlíf.

Talið við gömlu konurnar barst að franska rithöfundinum Pierre Loti og bók hans, Á Íslandsmiðum, sem segir frá söguhetjunni Jóhanni sem aldrei kom aftur úr norðurhöfum: „Því að það var eina nótt í ágústmánuði að brúðkaup þeirra Ránar og hans fór fram langt norður í höfum úti við Ísland, en þar var skuggalegt umhorfs og hamfarir á alla vegu. Rán, sem lengstum hafði verið fóstra hans, hafði látið dætur sínar vagga honum í uppvextinum og síðan gert úr honum mikinn mann og sterkan, en nú hafði hún endurheimt hann aftur í öllum æskuþrótti sínum, því að engri annarri gat hún unnt hans. Dimmur dularhjúpur grúfði yfir þessari ægilegu brúðkaupsnótt. Kolsvört skýjatjöldin voru alltaf á slæðingi í loftinu, skekin og hrist, og til þess ætluð að hylja þessa hátíð. Brúðurin lét og til sín heyra. Með ógurlegum dunum og dynkjum þaggaði hún niður neyðaróp þeirra félaga."

Þessi tilvitnun úr verki Lotis hefur verið meitluð í grásteinsdrang í Gamla kirkjugarðinum í Reykjavík sem reistur hefur verið til minningar um franska sjómenn sem drukknað hafa á þeim tímum þegar frönsku duggurnar veiddu hér undan ströndum landsins.

Konurnar spurðu mig um hvaða enskum samtímahöfundi ég hefði mest dálæti á og svaraði ég að sennilega væri það Graham Greene, en þær könnuðust ekki við annan Greene en Julian Green, sem raunar er Ameríkani að uppruna en skrifaði á frönsku, og er helst kunnur fyrir lýsingar á átökum milli hreinlífis og lífsnautna en ég hafði ekki fest mig við að lesa nema lítið eftir hann.

Þær rifjuðu upp þegar Gallimard hafnaði hinu fræga skáldverki Marcel Prousts, A la recherche du temps perdu, en af því að Proust var auðugur gat hann gefið út verkið á eigin kostnað en það kom ekki að fullu út fyrr en að honum látnum.

Í París höfðum við fengið inni á gistihúsi, Pension de famille, með einni máltíð á dag. Gistiheimilið var andspænis Luxemborgargarðinum, sem við sátum oft í og sóluðum okkur í haustsólinni, en lauf trjánna var rétt byrjað að litverpast og sölna.

Þar á sama gistihúsi voru fyrir tvær glæsilegar stúdínur sem lögðu stund á frönskunám og voru orðnar liprar í tungunni og sýnilega fljótar að aðlaga sig umhverfinu, nöfnin Björg og Sigrún vita á gott samkvæmt draumráðningabók og svo reyndist við nánari kynni.

Við máltíðir sátu allir gestirnir við langt sporöskjulagað borðstofuborð eins og ein stór fjölskylda, þar voru meðal annarra þrír fyrrverandi hermenn úr ameríska hernum sem voru á styrkjum til frönskunáms en ennþá mjög loppnir í frönskunni, hafði ég ýmislegt saman við þá að sælda síðar meir. Þar var líka rauðhærður Frakki með rauðþrútna augnahvarma og græn augu. Hann sóttist mjög eftir því að fá að leiðrétta frönskustíla hjá íslensku stúlkunum og hefði getað unað sér við það öll kvöld ef hann hefði átt kost á því.

Hann hét Maurice og tefldi ég stundum við hann, en hann þoldi illa að vera mátaður svo það dró úr baráttuhug mínum. Hann var áberandi freknóttur á höndunum. Tvíburabróðir hans var bankastjóri, en mágkona hans bannaði Maurice að koma þar á heimilið svo að hann var þarna í mötuneytinu í nokkurs konar útlegð.

Skammt frá þar sem við bjuggum var ameríski bókasafn sem ég sótti stundum og blaðaði í bókmenntatímaritum, einkum í Partisan Review, sem var gefið út í New York og stjórnað af gyðingum, bröttum í hugsun svo að stundum var erfitt að fylgja þeim eftir.

Þá var Örlygur Sigurðsson kominn til dvalar í París og barst það eins og frétt af hvalreka um Montparnasse, enda setti hann svip sinn á umhverfið, jafnan hávær eins og Húnvetningum ber, fullur af lífsþrótti og kátínu og þekkti ættarmótin á hverjum Íslendingi sem fyrir hann bar. Það var alltaf gáski í kringum Örlyg en maður hafði stundum ekki umfram þrek til að samstillast slíkri lífsorku.

Hann málaði ýmsar myndir af okkur sem vorum á þessum slóðum, þar á meðal olíumynd af Hildigunni þar sem hún stendur á götuhorni í bláum kjól með gula stráhattinn á höfði og virðist vera orðin dálítið þreytt af að bíða eftir næsta viðskiptavini.

Í öllum þessum myndum kemur kímni hans vel fram. Eitt sinn þegar við sátum á Bar Norland kom þar Guðmundur Daníelsson rithöfundur og hafði gengið suður á fund páfa og gleðikvenna, hafði hann frá mörgu ævintýralegu að segja, tók það sinn tíma svo að Örlygur var farinn að deila við einhvern landann um nútímamyndlist, settist þá Guðmundur út í horn og skrifaði allt hvað af tók það sem Örlygur hélt fram um nútímalist og notaði það síðar í ferðarollu sinni.

Þá var mikið um að vera út af Berlínardeilunni. Fyrsti fundur Sameinuðu þjóðanna var í París. Schuman utanríkisráðherra Frakka hét á Sameinuðu þjóðirnar að fyrirskipa að samgöngubanninu við Berlín yrði aflétt. Vishinský, aðalfulltrúi Sovétríkjanna var á annarri skoðun og fór ekki dult með álit sitt á Vesturveldunum. Það var fróðlegt að virða fyrir sér úr áhorfendastúkunni þennan alræmda saksóknara Stalíns í Moskvuhreinsunum miklu 1938, þar sem hann auðmýkti þá ákærðu og fékk þá til að úthúða sjálfum sér fyrir moldvörpustarfsemi og landráð í von um að dómurinn yfir þeim yrði mildaður, þó að þeir heilaþvegnir að leikslokum krefðust þess að vera skotnir eins og hundar fyrir ódæðisverk sín.

Vishinský var fremur lágvaxinn maður með ístru og þykkan svíra, gráhærður með há kollvik, hakan stór og skagandi fram og munnurinn samanbitinn eins og á karfa, það var greinilegt að þessi maður hafði aldrei orðið andvaka yfir þeim mannslífum sem hann hafði á samviskunni.

Hann hélt langa tölu og notaði hægri höndina til áherslu með höggum út í loftið líkt og hann væri að ryðja sér leið gegnum vafningsvið, en fulltrúar Vesturlanda skildu þennan táknleik sem hrollvekjandi hótun um að verða klofinn í herðar niður, öllum viðstöddum var ljóst að maðurinn væri til með að láta kné fylgja kviði svo að loftið í salnum var þrungið spennu og lævi blandið.

Vishinský sagðist leggja svo mikla áherslu á höfnun Sovétríkjanna á þessum undanbrögðum Vesturveldanna að jafnvel fulltrúi Hollands sem dormaði í sæti sínu myndi heyra hana endurhljóma gegnum svefninn. Hrökk þá fulltrúi Hollands upp af værum blundi við hlátrasköll í salnum líkt og hjarðsveinninn af sæludraumi um ungmeyna, en menn fóru hjá sér yfir léttúðinni að hlæja á slíkri örlagastundu.

Tillaga Schumans var síðan felld með neitunarvaldi Rússa í Öryggisráðinu. Það myndaðist kví þegar fulltrúar Austurblokkarinnar ruddu sér braut með Vishinský háðslega glottandi í fararbroddi,

Manuilski, fulltrúi Úkraínu, næstur á hæla honum svipbrigðalaus bak við dökk sólgleraugu, en þögn sló á mannsöfnuðinn fyrir utan anddyrið þegar austantjalds-forkólfarnir stigu upp í svartar límúsínur og óku með stórri bankastjórabeygju af vettvangi með rauða smáfána blaktandi á gljáandi króminu framan á bílum þeirra í molluhita haustdagsins.

Breskir diplómatar með súran maga stóðu krangalegir út við dyrnar í svörtum síðjökkum sínum og gráteinóttum buxum og muldruðu næstum niðurbrotnir: Shocking, shocking og hristu höfuðið framan í slegið fólkið, sem beið í ofvæni eftir einhverjum huggunarorðum gegn þriðju heimsstyrjöldinni, sem kölluð hefur verið Kalda stríðið þó að blóði væri ekki úthellt á þeim vígvelli.

Þegar bílalest austanmanna var úr augsýn þyrptust blaðamenn með margar myndavélar hangandi í leðurólum framan á sér eins og tröllaukin kynfæri, til að spyrja ráðþrota diplómatana hvað tæki næst við.

TUTTUGASTI OG SJÖUNDI KAFLI

Glaðir dagar í París

Íslenska sendinefndin var mætt á fyrsta fundi Sameinuðu þjóðanna í París. Voru þar ráðherrar, fulltrúar stjórnmálaflokkanna og ýmsir aðstoðarmenn, þá var forsetafrúin Georgía Björnsson komin aftur til borgarinnar eftir dvöl sér til hressingar í Suður-Frakklandi. Efndi Pétur Benediktsson sendiherra til síðdegisveislu af þessu sérstaka tilefni.

Hittum við, Íslendingarnir af vinstri bakkanum, þar marga af ráðamönnum þjóðarinnar og eiginkonur þeirra. Voru þau öll ánægð með dvölina í París, útlendur gjaldeyrir stóð hátt gagnvart frankanum og innkaup hagstæð í tískuhúsunum.

Örlygur var í miklu stuði og gat rakið ættir viðstaddra til fornra höfðingja og þegar veislunni lauk héldu menn áfram að gera sér glaðan dag fram eftir kvöldi.

Ekki hækkaði frankinn við harða afstöðu Sovétríkjanna í Berlínardeilunni. Í blöðum og tímaritum birtust greinar um hvert yrði hlutskipti Frakklands í þriðju heimsstyrjöldinni. Nær helmingur þjóðarinnar myndi standa með Rússum leynt eða ljóst og Rauði herinn flæða yfir Frakkland eins og herskarar Þjóðverja áður. Námumenn í Norður-Frakklandi hefðu enga ástæðu til að verja gamla kerfið, sem ekkert færði þeim nema verkföll, sult og seyru. De Gaulle var stimplaður fasisti í blöðum vinstri manna og rithöfundurinn Malraux kallaður svikari við þá hugsjón sem hann hafði skrifað frægar bækur um. Sérfræðingar í hernaðarlist skrifuðu í blöðin um leiðir til að bjarga Frakklandi frá stríðseyðileggingu. Kannski yrði þá að draga víglínuna um Pyrenneafjöll eða gera jafnvel alla Norður-Afríku að varnarvirki til gagnsóknar. Skárra væri að sprengjur lentu í eyðimerkursandi Sahara en á friðsælum borgum Frakklands, svo að ekki væri minnst á sjálfa París.

Friðarhreyfingar voru hvarvetna á faraldsfæti með fjöldafundi á torgum, flaggandi áskorunum til yfirvalda að bjarga heimsfriðnum á úrslitastundu.

Í slíkri friðarvímu snaraði sér ungur maður að nafni Gary Davies uppá skyggni yfir anddyri Sameinuðu Þjóðanna og ávarpaði mannfjöldann fyrir neðan með þeim orðum að hann afsalaði sér hér með amerísku ríkisfangi sínu til að gerast fyrsti Alheimsborgarinn. Reif hann því til sönnunar vegabréf sitt í pappírssnepla sem dreifðust niður til áhorfendanna við mikinn fögnuð.

Parísarblöð slógu upp þessari fregn með mynd daginn eftir, en þó mátti lesa á milli línanna að þeim þætti ekki mikið til slíks háttalags koma og varla fimm fiska virði.

Um einn félaga okkar meðal íslensku stúdentanna sem ferðaðist mikið um Austur-Evrópu á þessum misserum var haft fyrir satt að hann aflaði sér framfæris með því að selja vegabréf sitt á svörtum markaði og fengi það síðan endurnýjað þegar hann tilkynnti glötun þess í sendiráði eða á konsúlötum. Gengið á amerískum vegabréfum hefur verið hátt austantjalds á þeim tíma.

Við Hildigunnur sóttum tíma hjá Alliance Francaise og urðum brátt hagvön á slóðum Montparnasse þar sem Select varð miðpunktur tilveru íslenskra námsmanna um árabil og þar sem sagnir lifðu enn um Hemingway og allan þann félagsskap sem varð frægur í skáldsögu hans Og sólin rennur upp. Þar var jafnan urmull af fólki, margt listamanna sem sátu við hringborð á breiðri gangstéttinni undir grænröndóttum sóltjöldum.

Hinumegin við breiðgötuna var annar frægur staður í franskri bókmenntasögu, Coupole sem var í skugga og sérlega eftirsóttur síðdegisstaður í miklum sólarhita, þar fékkst afbragðs lauksúpa og ekki amalegt að fá sér disk á heimleið frá skemmtistað á miðnætti.

Veturinn fór smám saman að minna á nálægð sína, fyrst með fallandi blöðum frá miklum lauftrjám beggja vegna búlivarðans og svo einn morguninn var handriðið niður í Metró hrímað. Hildigunnur byrjaði að prjóna á mig ermalanga peysu.

Þegar ég fór í blásningu var læknirinn í vetrarfrakka utan yfir hvítan sloppinn, reykti sígarettu meðan ég lá á bekknum hjá honum ber að ofan með nálina á kafi milli rifjanna, en hann kunni sitt fag og hélt uppi fjörugum samræðum við glæsikonu í heimsókn sem sat í stól með krosslagða fótleggi svo að sást upp fyrir kúpt hné hennar. Hann lét mig fá tilvísun á mjólkursopa sem Hildigunnur sá um að afla í mjólkurbúð, þar sem á hverjum morgni var dálítil biðröð fyrir utan, því að mjólkin var skömmtuð.

Músagangur hafði aukist í herbergi okkar kringum ónothæfa kamínu, eina nóttina datt mús ofan á koddann hjá Hildigunni svo við urðum að grípa til þess ráðs á kvöldin þegar við komum heim að hafa með okkur kött hússins sem sat jafnan við útidyrnar og mjálmaði værðarlega þegar kunnugir stigu framhjá honum.

París var dimm og drungaleg vegna sparnaðar götuljósa, suma daga eins og íslenskt skammdegi hefði breitt sig yfir borgina, húsin niðurnídd, gaflar þeirra sums staðar studdir viðamiklum sperrum til þess að þau hryndu ekki undan sjálfum sér, múrsteinsveggirnir gegnsósa af sóti og margra ára slaga, enginn hiti í húsum nema af sameiginlegum líkamshita í bíósölum, fundarstöðum eða æsingasamkomum.

TUTTUGASTI OG ÁTTUNDI KAFLI

Nice

Við ákváðum að halda suður á Heiðríkjuströndina til að hafa þar vetursetu og bíða snemmvorsins í Suðurlöndum þar sem sítrónan glóir.

Nokkrir vinir kvöddu okkur á járnbrautarstöðinni Gare de Lyon, hálfhulin í gufumekki um leið og járnbrautin seig þunglamalega af stað með púströrum og stunum líkt og heysjúkur klár fyrir þungum vagni og hefði slík upptaka átt vel við í dramatískri kvikmynd af flóttafólki.

Klefinn var fullsetinn af hálfgerðum landshornalýð, andlitin tekin og þreytuleg og farangur þeirra í lélegu ástandi, hálfónýtar töskur bundnar aftur með snærum og ótal pinklar bundnir saman á klútshornum og troðið í hverja smugu á farangursgrindunum, en sterk lykt af svita og hvítlauk barst frá þessu tötralega fólki, sem reyndi að sofna í alls konar stellingum og tókst það lítið betur en okkur, enda var alltaf stöðugur umgangur, farþegar að koma og fara og gustur frá kaldri nóttinni í hvert sinn, sem opnað var fram á ganginn eða einhver reyndi að bæta loftið með því að skrúfa niður rúðuna.

Eldsnemma sunnudagsmorgun sáum við rauða morgunsólina rísa gegnum dalalæðuna og skína yfir snotur bændabýlin í Rhonedalnum, þar sem smáreykur lyppaðist upp um strompa og gaf til kynna að komið væri að rismálum.

Brátt sáum við sparibúna vínbændur koma út á hlað og litast um, konur með svarta höfuðklúta stinga saman nefjum með sálmabók í hendi og við sáum smáhópa af fólki í pússi sínu á leið til morgunmessu í sveitakirkjunni.

Loks blasti Miðjarðarhafið við í fjarlægð eins og blá rönd og þegar nær dró ströndinni fóru döðlupálmar að koma í ljós með tígulega svignandi pálmablöð úr krónunni.

Á brautarstöðinni náðum við í karl með handvagn undir farangur okkar og fylgdum honum gangandi að sama smáhóteli og ég hafði gist á um páskana, Hótel Cavallero. Maddama Duvert rak út úr sér tunguna af gleði við að sjá mig á ný, en ég hafði verið fyrsti gestur þeirra þegar þau opnuðu hótelið við Blómsturgötu um vorið.

Það voru gleðileg umskipti að vera kominn í þessa sólskinsparadís frá hrollkaldri súldinni í París, og menguðum skýjum með naktar greinar trjánna meðfram götunum við linnulausan dyn umferðarinnar, sem fylgir manni inn í svefninn eins og válegur fyrirboði.

Nú gátum við notið þess að sjá heiðan himin og brosleitt fólk. Ungar konur báru þungar byrðar á höfðinu eins og þær væru að stíga dansspor á gangstéttarhellunum.

Á hverjum morgni fengum við okkur göngu meðfram sjónum fyrir neðan okkur sem braut bárur sínar á strönd, þar sem glæsileg breiðgata liggur meðfram víkinni: Promenade des Anglais, víðfræg á póstkortum löngu áður en bílaöldin hélt innreið sína, en léttikerrur á götunum og hárprúðar glæsikonur reyrðar í lífstykki til að hefja upp þokkafullan barminn, hvítklæddar upp í háls með vaggandi strútsfjöður í barðamiklum stráhatti.

Það var á tímum friðar og sáttfýsi í Evrópu, og enn var allt með sama yfirbragði þó að velmegunin hefði hopað af hólmi.

Á aðra hönd við þessa rómuðu breiðgötu risu kalkhvítar hótelbyggingar, en úr gluggum þeirra blasti Miðjarðarhafið við, dimmblátt af pensli Skaparans og röð tígulegra pálmatrjáa skipuðu sér eins og varðliðar yfir fólk sem sólaði sig í haustsólinni. Það er erfitt að tengja þetta umhverfi eilífs aðgerðarleysis vísindastarfsemi, enda fellur háskólabygging staðarins í skugga glæsihótelanna, heimur út af fyrir sig bak við þykkan gróður eins og í ævintýrinu um Þyrnirós.

Við fengum að reyna það að á strönd veðursældarinnar getur skipast veður í lofti. Eitt sinn gerði, eins og hendi væri veifað steinóða að sunnan, svo að pálmablöð slitnuðu úr krónum og lágu niðurbrotin á víð og dreif um búlivarðann en fólk forðaði sér undan grjótkasti brimsins upp á breiðgötuna.

Þegar veðrið gekk niður kom í ljós að pálmablöð voru verpt af sjávarseltu og blómskrúð bælt í lystigörðum, en gróðurinn hresstist furðu fljótt eftir regndembur og hlýindi. Þó blésu stundum, einkum um nætur, kaldir vindar niður Rhonedalinn, sem þarlendir kalla Mistral. Slík áhlaup geta unnið skaða á viðkvæmum vínviði bænda í hjöllum upp af dölum og hlíðum.

Í saloninum á Hótel Cavallero ræddum við oft við hótelgesti og fengum þar meiri æfingu í frönskunni en í París.

Við sátum mikið á ströndinni á daginn, Hildigunnur að prjóna rauða peysu handa mér, en ég að lesa í Nice Matin með hjálp vasaorðabókar.

Oft hafði Hildigunnur félagsskap af belgískri konu af hótelinu, svarthærðri og hláturmildri, skreyttri dinglandi skarti. Maður hennar dálítið feitlaginn var kabaretteigandi í Bruxelles. Buðu þau okkur oft í bílferðir með sér upp um fjöllin að skoða ævagömul þorp með þröngum götum og sundum.

Sjórinn var nú tekinn að kólna og orðið strjálla af fólki á ströndinni. Sólarupprás var þá rúmlega sjö og mistur yfir sjónum sem gufaði upp eftir að sólin fór að skína og komst hitinn upp í 20 stig á hádegi, en 18 stig í skugga. Sjórinn var aftur á móti 16 stig. Um sólarlag rétt eftir fimm snöggkólnaði í lofti.

Jólahald er ekki mjög hátíðlegt hjá frönskum.

Hildigunnur vildi endilega elda hrísgrjónagraut og tókst að herja út hrísgrjón í lúku en við gátum ekki fengið næga mjólk svo að við urðum að drýgja grautinn með vatni, en jarðarberjasaftin sem Hildigunnur hafði keypt til að hafa út á reyndist minna á einhverskonar hóstameðal.

Við höfðum fataskipti, Hildigunnur kveikti á tveim kertum og ég sat á rúmstokknum með grautardiskinn. Síðan fórum við niður í saloninn þar sem gestirnir voru að setjast að borðum, enginn sérstakur hátíðarmatur var þó fram borinn, forrétturinn nokkrar radísur. Mæðgur frá Sviss settu þó nokkurn svip á kvöldið með gjöfum hvor til annarrar, móðirin gaf tvítugri dóttur sinni stóra brúðu sem hún sýndi öllum gestunum og sagði að væri dóttir sín.

Aðfangakvöldið virtist vera haldið svipað og gamlárskvöld heima, hálffullir unglingar fóru með söngli og ærslum um götur og sendu vegfarendum tóninn, en við fórum í bíó án þess að athuga hvaða kvikmynd væri til sýningar.

Rétt fyrir miðnætti þegar við komum aftur út heyrðum við kirkjuklukkur hringja til tíða, nóttin helga var upprunnin með jólabarn og englasöng. Við ákváðum að halda til kirkju heilags Péturs sem þar var skammt frá, en hún var næstum full af sparibúnu messufólki, altarisgangan stóð yfir, en við tróðum okkur ekki alveg að grátunum til að hljóta blessun biskupsins og fá oblátu á tungubroddinn, en létum okkur nægja ilminn af reykelsi og mirru og tónaflóðið bergmálandi í háum hvelfingum kirkjunnar. Bráðið vax af kertum við fótstall dýrlinga rann saman við bænaþulur og sífelldar signingar svartklæddra kvenna með trúarglóð í augum.

Kyrrlát jólanóttin tók á móti okkur með svölum andblæ þegar við komum út undir bert loft og skartaði stjörnum sínum á svartri himinfestingunni, en þegar við litum til baka blasti við uppljómuð kirkjan á hæðinni.

Menn stóðu málþola í röðum undir kirkjuvegg og léttu á sér.

Daginn eftir höfðu heimilisfeðurnir verið sendir út í lystigarða með börn sín og leikföng þeirra, en voru þá svo timbraðir að þeir héngu hálfsofandi á stólum og bekkjum í jólasólinni.

Albert Guðmundsson átti leið um Nice og snæddum við með honum hádegisverð á Merle Blance við Prómenaðinn.

Ekki vissum við fyrr en glæsivagni opnum að ofan, af gerð Alfa Romeo, var rennt mjúklega upp að gangstéttarbrúninni þar sem við sátum. Við stýrið sat sólbrúnn maður með dökk gleraugu og röð af hvítum tönnum í andlitinu, steig hann út úr reið sinni hvítklæddur og spurði af mikilli kurteisi hvort honum sýndist ekki rétt að þarna væri sjálfur Albert, uppáhaldskappi hans í Mílanóliðinu. Albert reis á fætur og hneigði sig á móti af lítillæti og tókust þeir þétt í hendur eins og á frægri mynd þegar Stanley fann Livingstone landkönnuð, sem lengi hafði verið talinn af í frumskógum Afríku, og allur heimurinn óttaðist að hefði verið étinn af blámönnum.

En þessi glæsilegi heimsmaður frá Mílanó bar upp þá ósk að fá að taka mynd af Alberti sem var auðsótt mál, en Albert stakk upp á því um leið að þeir skyldu vera myndaðir saman. Hitti Albert þar í mark eins og jafnan með boltann, en mér brá svolítið við því ég þóttist skilja að mér myndi vera ætlað hlutverk ljósmyndarans, en ég var alveg reynslulaus á því sviði nema á gamaldags kassamyndavélar frá Hans Petersen sem fyrir löngu voru orðnar úreltar. Myndavél Ítalans virtist aftur á móti vera háþróað vísindatæki með leiðslum og tökkum, en hér tjóaði ekki annað en að herða upp hugann því að á augabragði var apparatið komið í hendur mér með tilheyrandi græjum og útskýringum. Varð ég að leggja mig allan fram við að botna í þessum útlistunum, en þeir félagar höfðu stillt sér upp í látlausar hetjustellingar meðan ég reyndi að láta ekki þetta flókna galdratól fipa mig í höndunum. Til vara tók ég tvær myndir í viðbót af þeim. Í bæði skiptin voru tennurnar jafn áberandi í sólbrúnu og brosandi andliti heimsmannsins, en um varir Alberts lék hógvært bros. Síðan kvaddi milljónamæringurinn okkur með handabandi og hneigði sig fyrir Hildigunni sem brosti til hans á móti í stól sínum. Arrivedersi. Jafn brosandi snaraði hann sér upp í gullreið sína, hagræddi brúngulum kamelsullartreflinum um háls sér, steig bensínið í botn og var horfinn með miklum þórdrunum.

Steiktir sniglarnir voru orðnir hálfkaldir á diskum okkar og Albert afsakaði átroðninginn en ég bað hann að afsaka ekki það sem fylgdi frægðinni.

Áður en Albert ók af stað áleiðis til Mílanó bauð hann okkur að heimsækja þau hjónin í Mílanó þegar við færum þar um.

Seinna í París færði hann í tal við mig hvort ég væri ekki til með að skrifa bók um feril sinn, en ég sagði honum sem var að ég treysti mér ekki til þess, en benti honum hinsvegar á Geir Kristjánsson rithöfund sem mikinn stílista.

Á gistiheimilinu kynntumst við ýmsu fólki, þar á meðal tékkneskum flóttamanni sem bjó í næsta herbergi við okkur. Hann var lítið skárri í frönskunni en við svo að samræður voru dálítið skörðóttar. Hann hafði átt stóran búgarð sem tekinn hafði verið undir samyrkjubú og honum boðið að vera þar verkstjóri, sem hann afþakkaði, síðar var hann grunaður um moldvörpustarfsemi gegn kommúnistastjórninni, svo hann ákvað að flýja land en lifði þó í þeirri von að stjórninni myndi verða steypt á næstu mánuðum og hann fengi þá bújörð sína aftur í hendur.

Við heyrðum gegnum þilið á milli okkar að hann hlustaði öllum stundum á útvarpsfréttir, sérstaklega á tékknesku frá London. Hann var sífellt kvalinn af hugarangri, lá tímunum saman á rúmi sínu og starði út í loftið. Einu sinni fórum við með honum á spilavíti í Monte Carlo og hann vann talsvert af peningaseðlum, ég hélt hann myndi bjóða upp á drykk í tilefni þessa, en hann stakk öllum seðlunum í veski sitt og sagði að hann myndi eyða þeim næst þegar hann færi að spila á rúlettu.

Síðla vetrar fréttum við gegnum vinnukonu frú Duvert, sem alltaf var annaðhvort að strauja eða skipta um rúmföt, að Tékkanum hefðu borist tíðindi um lát dóttur sinnar, en ég sá hann ekki eftir það.

Geir Kristjánsson hafði skrifað mér frá Uppsölum þar sem hann las kirkjuslafnesku og spurt hvernig væri að vera þarna suður frá, ég hvatti hann til að koma og það liðu ekki margar vikur að Geir birtist í dyrunum og við hjálpuðum honum að fá inni á smáhóteli skammt frá okkur.

Við Hildigunnur höfðum farið margar bílferðir með belgísku hjónunum, á milli jóla og nýárs höfðum við komið við á hlýlegu hóteli í Vance og drukkið heitt súkkulaði. Þar sáum við skreytt jólatré og þótti okkur það mjög heimilislegt.

Við fórum líka með þeim í spilavíti í Monaco en hættum engum peningum okkar.

Í annað sinn var með okkur ungur, fölleitur og hljóður maður, frændi frú Duvert, hann hafði verið tvö ár á heilsuhæli í Pyrenneafjöllum en vildi komast á eitthvert heilsuhælanna sem voru þarna í fjöllunum. Hann var blásinn eins og ég en hitt lungað var líka sýkt. Ég var ekki viss um hvað ég ætti að láta blása mig lengi enn eftir rúm fjögur ár, en fannst þó dálítil áhætta að hafa ekki ráðfært mig við lækni og ákvað því að bíða með það þangað til ég kæmi til

Danmerkur og fengi nóg af mjólk og smjöri, en læknirinn á hælinu áleit áhættusamt að halda blásningunni áfram úr þessu. Var ég líka feginn að verða laus við þá kvöð að láta blása mig hvar sem ég var staddur. Ég fór með unga manninum að skoða nánar hælið, sem var frá aldamótum, þar sem lækningin fólst helst í því að liggja í skinnpoka á svölum og anda að sér fjallaloftinu með keim af harpís og barrnálum. Hver sjúklingur hafði herbergi fyrir sig og fannst mér það myndi vera einmanalegt að liggja þarna án félagsskapar og horfa á fururnar dreifðar um hæðadrögin og djúp gil, en þá minntist ég frægrar skáldsögu Thomasar Mann, Töfrafjallsins, sem ég hafði lesið fyrir löngu. Þar rekur höfundur andríkar samræður sjúklinga á matmálstímum og eins í setustofum yfir sterku kaffi og koníaksstaupi. Hafði ég lagt mig allan fram við að fylgjast með viðræðum um kenningar Oswalds Spengler um hnignun og endalok vestrænnar menningar með skírskotun til heimspeki og sálarfræði, en allar þær samræður voru fullstrembnar fyrir mig. Vöktu þær grun um víðfeðmi andans og þá lífsfyllingu, sem fylgdi slíku hugarflugi, enda bjó ég yfir þeirri reynslu að dvöl á berklahæli þarf ekki að vera algjörlega glataður tími.

Fjallaferðirnar með belgísku hjónunum urðu strjálli en áður, því það gat verið dálítil togstreita að velja á milli þeirra, eða sitja með Geir á Promenaðinum með glas af öli og ræða um djúpvitundina og skáldskap. Það varð því úr að við tókum hann með okkur í tvö skipti.

Sólin hélt áfram að skína dag eftir dag. Við ókum um hæðardrögin milli smáþorpa sem öll voru eins, með blómstrandi mímósutrjám í görðum og grænmáluðum hlerum fyrir gluggum.

Kjötkveðjuhátíðin var í aðsigi og mikill undirbúningur í borginni fyrir Carnivalið í Nice sem lengi hafði verið víðfrægt um Suður-Evrópu.

Í margar vikur hafði mátt sjá menn í húsasundum önnum kafna við alls konar smíðar, þykkur pappi og litadósir um allt. Heljarmiklar ófreskjur og skrímsli voru í sköpun í höndum listræns fólks sem kunni handbragðið frá foreldrum sínum aftur í aldir og málaði kynjamyndir í ýmsum litum. Konur unnu að hannyrðum á búningum og skrauti.

Sérstöku kjötkveðjubakkelsi var útstillt í kökuhúsum og bolluvöndum skreyttum gervirósum og gljápappír.

Bekkjum var raðað upp á misháum pöllum þar sem áhorfendur sátu þegar öll kynjahersingin hélt innreið sína, dansandi púkar, grænir froskar leikandi falskt og skerandi á blásturspípur, alls kyns skrímsli og ferlíki fylgdu á eftir og síðan allur borgarmúgurinn, unglingar á litklæðum og málaðir sterkum litum í framan.

Þegar sýningunni lauk urðu göturnar eitt mannhaf og allir tóku þátt í gleðilátunum. Unga fólkið grýtti hvert annað með konfettí og hrísgrjónum til ásta og hafði í frammi aðrar ögranir til lífsnautna.

Með föstunni fannst okkur við eiga að ljúka dvöl okkar í Nice. Vorið bjó enn í kvistum þó að mímósan væri farin að skjóta upp gulum kollum sínum. Við sendum vetrarfatnað okkar lítt notaðan aftur til Parísar og héldum í sólarátt með léttar töskur. Sú bjartsýni kom okkur þó síðar í koll, þegar kaldir vindar næddu niður Ítalíuskagann á berangri þar sem engin Alpafjöll voru til skjóls eins og á Heiðríkjuströndinni.

TUTTUGASTI OG NÍUNDI KAFLI

Til Ítalíu

Við höfðum heimilisfang á gistihúsi í Róm sem ýmsir íslenskir listamenn höfðu á árum áður átt samastað, svo sem Einar Jónsson myndhöggvari, Gunnar Gunnarsson og fleiri, en þar var þá fullbókað, en okkur var bent á ágætan gististað þar skammt frá sem hét Penzione Pinciana við Via Vittorio Veneto, á eftirsóttum stað en ódýrum eins og gengið var á svarta markaðnum. Þetta var gamalt hús, hátt til lofts í herbergjunum og gólfið ískalt á morgnana þegar við stigum fram úr, maturinn afbragð og eftir allt annarri kokkabók en hjá frú Duvert. Pensíónatið var við eina af glæstustu götum borgarinnar og sérlega vel í sveit sett.

Þar blasti fornt borgarhlið, Porta Pinciana við en handan þess var lystigarður Borghese-ættarinnar með frægu listasafni og tignarleg kyprustré.

Neðar eru hinar stórkostlegu flúruðu spönsku tröppur sem túristar sækjast eftir að láta mynda sig fyrir framan. Við gengum þær niður á Via Condotti en þar er kaffihús kennt við málarann El Greco sem var samtímamaður Shakespeares. Innanhúss eru veggirnir þaktir myndum af mörgum frægustu listamönnum liðinna alda sem þar voru fastagestir á sínum tíma, borðin voru þrífætt úr snúnu smíðajárni en plata úr marmara. Við fengum okkur Café Negro og reyndum að láta fara vel um okkur í dálítið bakháum sætum. Neðst við Spönsku tröppurnar á aðra hönd stóð tvílyft steinhús á horninu í ljósrauðum lit með skilti sem á var letrað að í þessu húsi hefði ljóðskáldið John Keats látist. Við fórum upp þröngan stiga á efri hæðina þar sem íbúð hans hafði verið. Allt var þar enn með sömu ummerkjum og hann hafði skilið við það, fornlegt eikarrúm og skrifborð við gluggann með skriffærum og bréfapressu, nokkur ljóð hans voru rituð á elligulan pappír undir gleri. Á borði upp við vegg lá hvít helgríma hans á svörtum flauelsdúk. Það var hátíðleg stund að standa við beð og borð þessa dáða snillings, finna kyrrðina yfirbuga dyninn utan af götunni eins og hjarta manns sem nýhætt er að slá undir volgri sænginni í rúmi hans. Vinur Keats, Severn, sat hjá honum til hinstu stundar í þessum dapurlegu húsakynnum.

Hvít helgríman fylgdi í huga okkar niður stigann þar til ys og þys götunnar tók á móti okkur eins og bumbusláttur samtímans.

Við gengum eftir Via Condotti og rákumst inn í fornminjaverslun. Var þar mikið af alls kyns munum sem höfðu verið grafnir upp úr vikurlögum frá tíð Etrúra, mörg hundruð árum fyrir Krists burð. Gátum við ekki stillt okkur um þann munað að kaupa hálsmjóan etrúskan vasa með útflúri og stimpluðu vottorði frá fornleifafræðingi.Það var komið kvöld og stefnumótið við skáld fegurðarinnar fyrr um daginn lifði enn innra með mér. Ég tók úr pússi mínu ljóðabók Keats, sem ég hafði keypt í Oxford, handlék hana og staldraði við eina af perlum ljóðlistarinnar, sem hann orti til næturgalans. Til þessa ljóðs sótti F. Scott Fitzgerald titil að bók sinni; Tender is the Night, sem kom fyrst út árið 1934.

Vorið lét enn standa á sér, en hvern morgun rak Hildigunnur mig á fætur til að fara í skoðunarferðir með sér þó að ég væri óupplagður og kulvís þótt sólin skini á milli gluggatjaldanna.

Það var svo mikið af frægum stöðum í Róm sem hún vildi skoða og áríðandi að láta ekki tækifærið ganga okkur úr greipum.

Eftir að við höfðum drukkið heitt súkkulaði á bar við Via Veneto drifum við okkur af stað. Og fórum víða.

Á danska sendiráðinu hittum við fröken Nielsen sem hafði áður starfað heima á Íslandi. Hún þekkti íslenska konu í Róm, sem var orðin þeim hálfgerð plága, en hafði fyrr á ævinni lifað hátt í ýmsum stórborgum en átti á þessum tímum í málaferlum við seinasta mann sinn, ítalskan greifa, sem hafði rekið hana burt allslausa. Vildi hún fá danska sendiherrann til að skerast í leikinn, en hann hafði þekkt þau hjónin bæði þegar allt lék í lyndi.

Heim til Íslands vildi hún ekki fara fyrir nokkurn mun.

Fröken Nielsen bauð okkur í hádegisverð til sín og kynnti okkur fyrir tveim mönnum, var annar blaðamaður á stuttri ferð í Róm, mjög vel heima í dönskum bókmenntum, en hinn var virðulegur

Englendingur með brúskmikið yfirskegg og kuldabláar kinnar. Hann var mjög uppveðraður af Hildigunni og heillaði hana með frægðarsögum af sjálfum sér á refaveiðum með blóðhunda, en uppáhaldshundur hans hafði farið með húsbónda sínum sjö sinnum yfir Atlantshaf og hafði verið náskyldur hundi Bretakonungs.

Síðdegis buðum við frökeninni á kaffihús, en þær Hildigunnur voru mjög sólgnar í ítalskt bakkelsi.

Við fórum seinna út með henni að skoða næturlífið í Róm og komum í mjög fornan vínkjallara, Guðmundur Baldvinsson söngvari var með okkur og tók eftir því að hún gekk við staf, örlítið hölt, söngvarinn spurði hana samúðarfullur hvort hún hefði meitt sig í fæti nýlega, en hún gaf ekkert út á það.

Fröken Nielsen sagði okkur ljótar sögur af kvensemi Ítala svo að þau á sendiráðinu höfðu oft orðið að bjarga dönskum stúlkum úr alls konar klípum þar sem litlu hefði mátt muna. Tók hún dæmi af eigin reynslu að ítalskur karlmaður sæti oft um að veita henni eftirför á heimleið úr vinnunni, oft stæði hann lengi fyrir utan húsið og ef hún gáði út um gluggann þegar hún var komin upp til sín hafði hann haft dónalegt látbragð í frammi. Hún hafði klagað yfir þessu við lögregluna en það væri ekki til neins.

Seinna, þegar ég las The Roman Spring of Mrs. Stone eftir Tennessee Williams, hvarflaði hugurinn ósjálfrátt til fröken Nielsen. Í Róm hittum við auk frk. Nielsen nokkra listmálara við opnun sýningar þeirra. Einn þeirra sem átti júgóslavneska konu bauð okkur upp á drykk á vinnustofu sinni.

Hann hafði áhyggjur út af Marshallhjálpinni og stofnun Atlantshafsbandalagsins, en við höfðum ekkert fylgst með fréttum undanfarið og gátum því lítið sagt honum um afstöðu íslensku stjórnarinnar, en málarinn sagði að Ameríkanar væru að múta öllum ríkisstjórnum á Vesturlöndum, jafnvel Tékkóslóvakíu.

John Ardagh félagi minn í Oxford hafði skrifað mér í Nice að hann vildi gjarnan verða samferða okkur til Rómar, en dagsetningin var óákveðin svo ég hafði sent kort til madam Duvert með adressu okkar á Penzione Pinciana.

Þar beið Ardagh okkar sýnilega í nokkru uppnámi svo ég hélt í fyrstu að hann hefði tapað farangri sínum en það reyndist þá vera út af kvenmanni, sem hann hafði kynnst á Hótel Cavallero og væri stúlkan íslensk og hafði verið á flótta undan Ameríkana, sem hafði elt hana frá París og hótaði að skjóta sig ef hún vildi ekki þíðast hann. Maddama Duvert á hótelinu hafði komist í snoðir um vanda kynsystur sinnar og vildi duga henni sem best.

Lagði maddama Duvert á ráðin hvernig brugðist skyldi við þessum ástsjúka vonbiðli. Charles var settur í varðstöðu við lúguna á afgreiðslunni til að hafa beint samband við lögregluna ef óhræsið sýndi sig, því þó að Charles væri einhentur var vinstri handleggurinn þeim mun sterkari. Eins máttu menn vara sig á járnkróknum sem festur var á hægri handlegg honum og gat verið hið skæðasta vopn.

En nú gerðist allt í senn. Maðurinn var kominn hálfa leið upp stigann þegar þau urðu vör við hann, Ardagh tókst að ná taki á þrjótnum og halda honum þar til að liðsauki barst. Tókst Ardagh þá smám saman að sefa manninn, og fá hann til að taka sönsum svo að hann lofaði að gera stúlkunni ekkert mein ef hann aðeins fengi að segja orð við hana í einrúmi, sem Ardagh gat auðvitað ekki fallist á, og þrættu þeir um þetta í návist hinna en þá kallaði herbergisþernan upp að stúlkan væri á bak og burt, töskur hennar horfnar af herberginu. Maddama Duvert fórnaði höndum og hrópaði á Charles.

Í uppnáminu hafði stúlkan horfið út í buskann, án þess að nokkur hefði orðið þess var nema Charles sem hafði séð hana hverfa upp í límúsínu við gangstéttina fyrir utan hótelið.

Við gengum saman um Forum Romanum.

Hildigunnur tók mynd af okkur Ardagh á tröppum Senatsins sem Cæsar lét byggja tíu árum áður en hann var myrtur af öfundarmönnum sem töldu sér trú um að þeir væru að bjarga lýðveldinu frá einveldi Cæsars. Stóðum við Ardagh á tröppum þeirrar fornu byggingar og heilsuðum að rómverskum sið en sólin skein í heiði á nákvæmlega sama stað og þann mikla örlagadag sögunnar, Idus Martie eða 15. mars, fjörutíu og fjórum árum fyrir Krists burð þegar Cæsar stóð á hátindi lífs síns, en fjöri rændur um nónbil

„Ég var að koma úr annarskonar stríði, langvinnu stríði við skæðan vágest.“ (bls. 6)

„Stúlkan hét Amilda Kyoks Tachibana, eina dóttirin af fjórum systkinum . . .“ (bls. 10)

„Þá varð starsýnt á ljóshærða stúlku með svarta flauelsslaufu um hárið í hnakkanum." (bls. 9)

„Svo heppilega vildi til að nokkrum dögum síðar hélt ég til dvalar til Armands móðurbróður míns í Árósum . . ." (bls. 14) Júlía kona Armands á milli okkar.

Í boði hjá Howard Smith sendiherra Breta 29.6.1942: Aftast f. miðju Thorolf Smith blaðamaður, sendiherrann fyrir framan hann og framan við sendiherrann sinn hvorum megin Mc. Kensie, blaðafulltrúi sendiráðsins og Einar Olgeirsson. Bak við Einar er t.h. Ívar Guðmundsson blaðamaður, Dr. Grace Thornton með gleraugu, bak við hana Sigfús Halldórsson frá Höfnum, neðst t.v. Skúli Skúlason blaðamaður og A.Þ.

Dr. Vevers, Ólafur Björnsson og höf. skoða æðarvarpið á Bessastöðum 1942. „Hafði henni stjórnað breskum vísindaleiðangri til Íslands sumarið 1939 til að telja súlur í Eldey.“ (bls. 32)

„Það var mikil gleðistund þegar ég kom upp til foreldra minna, faðir minn á flauelsjakka sínum og kettlingur sofandi á skrifborðinu.“ (bls. 67)

Í garði frú Ballinger, 6 Parker Street, Oxford.

„Vinafólk mitt hafði boðið mér að fara með sér upp í Ardenna-fjöll í páskafríinu.“ (bls. 139) Prófessor Cécile Potulige og höf.

„Við fórum í gönguferðir um nágrennið, komum í lítið sveitaþorp með hvítkölkuðum steinhúsum með þykka veggi og inndregna glugga . . .“ (bls. 165)

„Dublin er að mörgu leyti skemmtileg borg og þar er mikið götulíf." (bls. 159)

„Ég hafði aflað mér heimildar til að stunda British Museum . . ." (bls. 171)

„Í París höfðum við fengið inni á gistihúsi, Pension de famille, með einni máltíð á dag. Gistiheimilið var andspænis Luxemborgargarðinum . . ." (bls. 174) Helga Matthíasdóttir og Sigrún Laxdal auk okkar.

„Hann málaði ýmsar myndir af okkur sem vorum á þessum slóðum . . ." (bls. 175) Örlygur hjá málverki sínu af Guðmundi Elíassyni, Thor Vilhjálmssyni, Örlygi, Halldóri Þorsteinssyni og höf.

Hildigunnur og Unnur Eiríksdóttir kona Örlygs á svölunum hjá Örlygi í Rue Odessa.

„Það voru gleðileg umskipti að vera komin í þessa sólskinsparadís frá hrollkaldri súldinni í París . . .“ (bls. 182) Með Sverri bróður mínum.

„Promenade des Anglais, víðfræg á póstkortum löngu áður en bílaöldin hélt innreið sína . . .“ (bls. 182)

„Það er erfitt að tengja þetta umhverfi eilífs aðgerðarleysis vísindastarfsemi . . .“ (bls. 182) Í garði hjá háskólanum með Geir Kristjánssyni.

„Í Flórens rákumst við af tilviljun á fornvini okkar . . .“ (bls. 199) Jóhannes Jóhannesson, Valtýr Pétursson, höf., Kjartan Guðjónsson, Gerður Helgadóttir.

„Í þessum götum og húsasundum áttu sér stað alls kyns viðskipti . . .“ (bls. 236)

„Þau höfðu pantað sér hótelgistingu á rómuðu hóteli frá tímum Habsborgaranna á fallegri eyju . . . Varð það úr að ég slóst í förina með þeim . . .“ (bls. 276)

„Hópum friðarvina og nefnda var boðið í kynningarferðir til Sovétríkjanna . . .“ (bls. 289) Rússneskur krítíker, Ísleifur Högnason, Leifur Þórarinsson, standandi, höf. og Steinn Steinarr.

„Tiblisi er ævaforn menningarborg.“ (bls. 297) 1600 ára gömul kirkja.

„Heimssöngvarinn Eggert Stefánsson er á fornum slóðum." (bls. 324) „En sú mynd er ég nú greini frá var sérstök. Þessi ljósmynd var af úngum manni með upplitníngarsvip og sá á vanga honum. Hann virtist sjá í draumleiðslu einhverja undrasjón áleingdar; en einkum léði þó klæðaburður hans myndinni andblæ sem var óskyldur lífi okkar hér; hvítsterkjað hálslín, skínandi skyrtubrjóst og lafafrakki með silkikraga sem steindi á; . . ." (úr *Brekkukotsannál*)

Á götu í Madríd 1950.

Með Ugga og Úlfi. „Það var mikil hamingja fyrir syni okkar, Ugga og Úlf að tengjast vináttubönd- um við þessa gulu hnoðra með mjúk nefin . . .“ (bls. 317)

„Um helgar skrapp ég stundum til New York og gisti þá oftast hjá Halldóru Rútsdóttur . . .“ (bls. 334) Halldóra og Guðrún Á. Símonar með eiginmönnum og höf.

„Eyþór Dalberg var þá búsettur í St. Louis, yfirlæknir á stórum herspítala og átti ég hjá honum heimboð.“ (bls. 344)

„Páll Schach tók á móti mér . . .“ (bls. 345) Lincoln, Nebraska.

„Daginn eftir fór prófessor A.J. Lindgren deildarforseti með mig í ökuferð um hæðir og ása umhverfisins . . .“ (bls. 347)

flakandi í sárum og gaf upp öndina með nafn Brútusar, eins samsærismannanna á vörunum: Og þú líka Brútus sonur minn ...

Cæsar var sannkallað ofurmenni, sigurvegari á orrustuvelli, við stjórnvölinn sem og í ástum eins og vel kemur fram í leikritinu Cæsar og Kleopatra eftir Shaw, en jafnan sáttfús og auðsýndi sigruðum andstæðingum oft mildi, var yfir það hafinn að taka móðganir alvarlega frekar en óvitatal.

Hann hlífði sér á engan hátt þótt hann fengi stundum að kenna á andarteppu, og ótrauður hafði hann á prjónunum að leggja upp í nýjan herleiðangur í austurveg þegar hann var lagður ótal hnífstungum 56 ára gamall.

Við héldum eftir Via Appia til að skoða katakombur sem varðveita gulnuð bein þúsunda munka frá dögum frumkristninnar í löngum jarðgöngum og mörgum lögum höggnum inn í móbergið. Er þeim raðað í alls kyns mynstur á syllum og smáhvelfingum fyrir kerti og verndargripi. Kaldur súgur blæs á móti í þessum óheimlegu göngum sem aðeins rottur una sér í. Okkur var sagt af sænskum ferðamanni sem hafði orðið viðskila við hópinn undir stjórn fararstjórans og fannst ekki fyrr en daginn eftir hálfbrjálaður af hræðslu og blóðugur á höndum og fótum af rottubiti.

Raðir af hauskúpum munka með tómar augnatóftir og glottandi skörðótta tanngarða virtust hæðast að manni holdiklæddum og hendingar Gríms áminntu mig:

Lágt þótt þeir hafi, heyri' ég alt,
sem hvísla þeir í eyra mjer;
segja þeir: „Verða svipur skalt
þú sjálfur líkt og vér;
kvöldroði lífsins kenni þjer,
að kemur skjótt
en svala nótt
og svefn í skauti ber."

Eyjan Capri rís sæbrött upp úr rjómalogni Napólíflóans og laugar tinda sína í aftanroða sólar um það leyti sem bátsferðum lýkur með ferðamenn milli lands og eyjar. Capri vakti enduróm í minni mínu um bók sem hafði heillað mig á unglingsárum. Sagan um San Michele eftir sænska lækninn Axel Munthe. Hann var þekktur taugalæknir í London og París og síðar í Róm. Sagan um San Michele kom út í London 1930 og varð á augabragði heimsfræg fyrir hinn þýða hljóm sinn og djúpu mannúð sem var undirtónninn í öllu verkinu. Sumir hafa kallað San Michele endurminningar, en höfundurinn segir sjálfur að sér hafi aldrei dottið í hug að skrifa bók um sjálfan sig. En sagan gerist á því hættulega landi, sem liggur á mörkum veruleika og ímyndunar.

Hann lýsir lífinu eins og það er og reynir ekki að fegra það með glansmyndum, heldur sýnir dul þess um mannlega harma og gleði. Fyrst er komið að landi í litlu plássi við sjávarborð þar sem ferðamannaiðjan er í gangi allt árið, en frá sjávarplássinu liggja steintröppur í krákustígum upp brattar hlíðar uns komið er að hvítri verönd að höll sólguðsins frá tíð Rómverja, en Munthe reisti á efsta tindi eldfjallsins hús, en hann var mikill sóldýrkandi og þaðan sér vítt yfir Napólíflóann með Vesúvíus í fjarlægð æðri öðrum fjöllum.

Húsið er hvítkalkað og tignarlegt, en þar er nú opinbert safn með öllum munum rithöfundarins eins og hann gekk síðast frá þeim.

Ein lýsing frá kólerufaraldri sem geisaði í Napólí er mér sérlega minnisstæð úr lestri bókarinnar, en það var þegar „Munthe" verður að tilkynna eiginkonu kollega síns að sá hafi orðið kólerunni að bráð, en andlitið var svo afskræmt af þjáningum að vinur hans hafði beðið hann á dauðastundinni að koma í veg fyrir að konan fengi að sjá lík hans svo hörmulega útleikið.

Við það stóð „Munthe":

„Þér höfðuð engan rétt til þess að taka hann burt án þess að ég fengi að sjá hann, hrópaði konan óð af geðshræringu. Hann var ljós augna minna, og þér hafið slökkt það. Þér eruð lygari. Morðingi. Heilaga Lucía, taktu frá honum ljós augna hans, eins og hann hefur tekið burt ljós augna minna. Rífðu út augu hans eins og þú reifst út þín eigin augu. Heilaga Lúcia.

Gömul kona kom hlaupandi inn í stofuna. Hún rétti út hendurnar eins og hún vildi klóra mig í andlitið.

Verði þú blindur, verði þú blindur, hrópaði hún á loftskörinni þegar hann reikaði niður stigann.

Þessar hræðilegu formælingar, hinar hræðilegustu sem nokkru sinni hafa dunið yfir mig ómuðu fyrir eyrum mér alla nóttina, minnist hann, ég þorði ekki að fara heim. Ég var hræddur við myrkrið ..."

Þegar Axel Munthe var að ljúka við söguna um San Michele var hann að missa sjónina og missti hana alveg um árabil.

Hann skrifaði:

„Drottinn dagsins; Gjafari ljóssins; Geturðu ekki dvalið hjá mér lítið eitt lengur? Nóttin er löng þeim sem ekki þorir að láta sig dreyma um sólarupprás? Nóttin er löng þeim sem ekki sjá stjörnurnar. Getur þú ekki gefið mér fáein augnablik af geislandi eilífð þinni? Getur þú ekki leyft mér að sjá ennþá einu sinni hina dásamlegu veröld, ólgandi hafið, reikandi skýin, dýrleg fjöll, dynjandi elfar, skuggsæl tré, blómið og grasið; fugla himinsins og dýr merkurinnar, bræður mína og systur í loftinu, skógunum og á ökrunum? Geturðu ekki að minnsta kosti gefið mér fáeinar villirósir sem ég get lagt að brjósti mér?"

Axel Munthe dó fjörgamall í Rómaborg, en í hvítu sólskini á San Michele lifir áfram sögnin um málsvara lítilmagnans og vin allra hunda.

ÞRÍTUGASTI KAFLI

Burt frá Rómaborg

Við fórum að skoða uppgröft borgarinnar Pompei, skammt undan rótum eldfjallsins Vesúvíusar sem ofbauð svo ólifnaður borgarbúa fyrir næstum tvö þúsund árum, að eldguðinn jós glóandi vikri úr skálum reiði sinnar og kæfði allt kvikt í eiturgufu á svipstundu. Hraunafsteypur af heimafólki í alls kyns stellingum við störf eða lífsnautnir komu í ljós við uppgröftinn, svo að seinni tíðar menn hafa fengið glögga mynd af margbreytilegu líferni íbúanna. Kynlíf þeirra hefur verið háþróað á nútíma vísu, hundar verið elskhugar hefðarkvenna og afsteypa af manni að hafa kynmök við geit hefur varðveist á kafi í vikrinum eins og um nútímahöggmynd væri að ræða.

Veggskreytingar hafa verið í hávegum hafðar og mosaikmyndir af fyrirfólki. Skipulag borgarinnar var þaulhugsað og húsin ekki í ósamræmi hvert við annað eins og hér tíðkast. Opinberar byggingar með súlum og mynstrum, göturnar steinlagðar og vatnsleiðslur úr blýi um alla borgina sem margir sagnfræðingar hafa kennt um ófrjósemi Rómverja.

Þegar ánauðugu fólki fjölgaði langt umfram yfirstéttina urðu Rómverjar æ meir að skipa málaliðum í hersveitir sínar, svo að hnignun og hrun rómverska heimsveldisins varð ekki umflúið.

Að aflokinni þessari skoðunarferð þáðum við far hjá ungum manni með léttikerru.

Þegar við vorum búin að aka með honum nokkra hríð bauðst hann til að fara með okkur upp í efstu hlíðar Vesúvíusar, en við sögðum honum að nóg væri að fara dálítið nær fjallinu svo við gætum haft góða útsýn yfir héraðið. Tjáði hann okkur að við gætum treyst sér, því að hestur hans væri sterkastur allra hesta ökumannanna þar um slóðir, enda kominn af frægu kappaksturskyni. Vildi hann að vel færi um okkur og bauð okkur ódýrar Lucky

Strike sígarettur, sem hann hafði til sölu, sennilegar stolnar úr birgðum ameríska hersins, en ég sagði honum að við værum ekki í bransanum og hló hann við. Á leiðinni sagði hann okkur að hann ætti mjög fallega systur sem hann skyldi kynna okkur fyrir ef við vildum, eyddi ég því, en þá sagði hann að mamma sín væri reyndar alveg eins falleg frá vissu sjónarmiði, hún talaði reiprennandi amerísku. Ég bað hann að einbeita sér heldur við aksturinn því mér fannst hann fara full glannalega, en við værum stúdentar í náttúruskoðunarferð. Hann sagðist líka vera stúdent, við værum hér fimm saman stúdentar á ferð og hesturinn í rauninni sá sjötti, því að hann væri lang gáfaðastur okkar, hló hann þá hátt að fyndni sinni og sló í klárinn með písknum svo að bikkjan tók viðbragð af sársauka.

Við förum nú að efast um að við hefðum valið heppilegasta ökumanninn, Ardagh var orðinn órólegur og sagði að maðurinn væri vís til að leiða okkur í einhverjar ógöngur og heimta síðan lausnargjald fyrir, talaði ég þá við kúskinn í alvörutóni og sagði honum að við hefðum alls ekki óskað að hann færi með okkur upp á tind Vesúvíusar, enda væri vegurinn þangað sennilega ófær með öllu fyrir farartæki, en hann sagði mér að vera rólegur, hann þekkti sveitina betur en nokkur annar og vissi um auðvelda leið sem enginn annar þekkti.

Ókum við síðan þögul nokkra stund, loks komum við að hliði með hvítri stöng fyrir með áletrun á ítölsku, stöðvaði hann þá kerruna en ég sagði honum að snúa við, á skiltinu stæði áreiðanlega að vegurinn væri lokaður.

Í því sem við vorum að þrátta um þetta kom til okkar miðaldra herramaður í háum leðurstígvélum með einhvers konar skátahatt á höfði, sýnilegt að maðurinn fann nokkuð til sín, ávarpaði hann okkur á nokkurs konar amerísku og spurði hvert ferðinni væri heitið, en eins og við gætum séð væri vegurinn ekki ökufær lengra. Við sögðum honum að við værum aðeins að leita að góðum útsýnisstað þar sem við gætum tekið myndir með Vesúvíus í bakgrunni. Sagði þá þessi fyrirmannlegi maður að auðvelt væri að leysa úr þeim vanda, benti okkur á hvítkalkað tvílyft hús sitt með háum kýprustrjám í garðinum.

Hvergi fáið þið betri útsýn að Vesúvíusi en af flötu þakinu hjá mér.

Við þökkuðum honum boðið en sögðumst ekki vilja gera honum slíkan átroðning.

Hann fullvissaði okkur um að ánægjan væri sín megin og gestrisni mannsins var svo yfirþyrmandi að annað kom ekki til mála en að þekkjast þetta góða heimboð. Fræddi Guðmundur manninn á því að við værum Íslendingar og vanir eldfjöllum. Glaðnaði þá yfir gestgjafa okkar sem sagðist eiga vin á Írlandi sem kæmi á hverju sumri til að horfa á Vesúvíus. Það væru engin eldfjöll jafn falleg á Írlandi. Eftir þessa upplýsingu féll tal okkar niður um eldfjöll í Evrópu, en Ardagh lýsti því yfir að hann væri Breti svo að enginn ruglingur kæmist frekar á landakortið.

Síðan gengum við upp að húsi signorsins. Ég sagði honum að við vildum ekki þiggja neinar góðgerðir heima hjá honum, en hann bandaði hendinni frá sér fyrir að minnast á slíkt smáræði, nú myndum við fá að sjá Vesúvíus í allri sinni dýrð, og benti okkur upp slitinn tréstiga, börn hlupu berfætt um í garði og reyndu að ná sér í fjöður úr stéli hænsfugla sem kroppuðu úr skarni fyrir neðan.

– Njótið nú útsýnisins, bauð húsbóndinn þegar við komum upp á flatt þakið og breiddi út faðminn svo við hefðum sviðið allt fyrir okkur. Hann bauðst til að smella af okkur mynd með Vesúvíus í baksýn til að sýna vinum og ættingjum þegar heim kæmi.

En þá var konan hans komin færandi á bakka glóandi vín í háfættum glösum og bauð okkur að smakka á guðaveigunum.

Ég tjáði frúnni að við værum aðeins komin til að njóta útsýnisins í boði manns hennar, en húsbóndinn greip fram í fyrir mér og sagði, að við mættum fyrir engan mun misvirða drykk hússins, Lacrima Christi eða tár Krists og væri af vínviði þeirra sjálfra. Ellihrum svartklædd kona með hvítan, heklaðan kraga um hálsinn og herðakistil kom tinandi til okkar út á svalirnar með myndir af Frelsaranum og Maríu með Guðsbarnið í fanginu sem hún otaði að okkur riðandi hendi, rök um augun og hvarmarnir bólgnir og rauðir.

– Þetta er móðir mín, sagði signorinn, hún vill að allir sem hér koma þekkist þessar helgimyndir sér sjálfum til sáluhjálpar og guðs miskunnar.

Við neyddumst þá til að kaupa af henni nokkrar helgimyndir og leit sonurinn með velþóknun á kristilega framkomu okkar.

Vildi ég nú hafa hraðann á og kveðja áður en við ynnum fleiri kærleiksverk með vafasömu hugarfari. Gerði ég upp við signoruna og reyndist hvítvínið í dýrara lagi enda tár Frelsarans.

Fylgdi signorinn okkur út að kerrunni með kúskinn hálf sofandi í sæti sínu sem hafði víst búist við lengri dvöl hjá okkur á þessu kristilega kærleiksheimili.

En eitthvað sýndist mér á öllu að þetta myndi ekki vera í fyrsta skipti sem kúskurinn hefði fært hinum gestagleiða signor einfalda og hrekklausa túrhesta eins og okkur.

Nokkrum dögum síðar héldum við Hildigunnur í áföngum norður fjalllendi Ítalíu og komumst að raun um að eitthvað kynni að vera hæft í veðurlýsingum af hretviðrum sem ameríski herinn barðist við á fjöllum eftir innrásina á Ítalíu og virtist hafa gengið í lið með Þjóðverjum gegn innrásarliðinu, því að réttlæti veðurguðanna er alltaf óútreiknanlegt. Við Hildigunnur urðum sömuleiðis fyrir barðinu á duttlungum þeirra og fengum ótæpt að kenna á umhleypingum og hryðjum skjólfatalaus þar sem við höfðum sent allan vetrarfatnað til Parísar, samt gaf Hildigunnur ekkert eftir að fara skoðunarferð um miðaldaborgir á hálendi Toscana-héraðs. Ferðin til Assisi var hálfgerð hrakningaferð fyrir éljum svo við gerðum áheit með kertum til Heilags Franz í kirkju hans og báðum að þetta yrði aðeins stutt él. Við vorum bænheyrð, því þegar við komum út úr kirkjunni skein heit sól úr suðri og við hresstumst vel við bænheyrsluna.

Í Flórens rákumst við af tilviljun á fornvini okkar, listmálarana Jóhannes Jóhannesson, Kjartan Guðjónsson en Valtýr Pétursson lá í rúminu á vinnustofu þeirra með trefil um hálsinn vegna kvefpestar. Síðar bættist Gerður Helgadóttir myndhöggvari í hópinn en hún hafði dvalist í Flórens rúmt ár og bar rauðbláa kalbletti í kinnum eftir húskulda.

Skoðuðum við ýmis söfn með þeim, borðuðum spaghetti á ódýrum listamannakrám með ómældu rauðvíni og ræddum heilmikið saman. Þeir höfðu komið með saltfiskskipi til Genúa og verið eitthvað á snærum Hálfdánar Bjarnasonar konsúls sem lifði í stíl kalífa í Þúsund og einni nótt, þó að listmálararnir kynntust aðeins einni slíkri nótt í fylgdarliði konsúlsins í Genúa. Hvarvetna var konsúlnum sýnd mikil lotning af buktandi þjónaliði og allt það besta haft til reiðu þessa einstöku töfranótt.

Við Hildigunnur náðum Mílanó fyrir myrkur laugardaginn fyrir páska og héldum rakleitt til Alberts sem bjó á sjöttu hæð í blokk. Albert var að heiman og Brynhildur kona hans hafði ekki átt von á okkur, en tók okkur samt vel. Hún var með unga dóttur sína í reifum og vinkonu að heiman.

Kom nú í ljós að þær vissu ekkert um nálægð páskanna, en daginn eftir fórum við með vinkonu hennar og keyptum í matinn. Albert var ekki væntanlegur fyrr en að nokkrum dögum liðnum. Við skoðuðum okkur um í borginni og fórum í dómkirkjuna frægu sem varð Einari Benediktssyni að yrkisefni:

> Kórinn sveipar bergmál hljóðra bæna;
> brimhvít enni drúpa að altars skörum.
> Augu dauð og auð í hvelfing mæna;
> andvörp steingerð hvíla á köldum vörum.

Páskadag fengum við saltfisk að borða og þótti hann sérstakt ljúfmeti.

Einn daginn sáum við fréttir utan úr heimi á strengdum borða þvert yfir fjölfarna götu og rak okkur í rogastans þegar við heyrðum Reykjavík nefnda og um leið birtist kvikmynd af götubardaga, fólk flýjandi undan hvítum reykbólstrum frá táragassprengjum rétt eins og þetta væri af róstunum í París eða öðrum óróastöðum. Ég hafði eitthvað séð um það í dagblöðum undanfarna daga að víða hefði komið til átaka á milli fylgjenda Vesturveldanna og vinstrisinna og kommúnista. En að slík átök hefðu orðið í Reykjavík eins og þessar fréttamyndir báru með sér hafði ekki flögrað að okkur.

Á þriðja degi þökkuðum við fyrir okkur og kvöddum, stöldruðum daglangt í Genf og skoðuðum byggingar Þjóðabandalagsins sáluga, en héldum síðan áfram með Parísarhraðlestinni til að frétta hvort búið væri að steypa ríkisstjórninni á Íslandi.

Alltaf koma byltingar mönnum á óvart, og því skyldi bylting ekki geta átt sér stað heima eins og annars staðar í veröldinni þegar múgsefjunin gerir fólk hamslaust svo að stutt getur orðið í voðaverk.

Í París frétti ég brátt hvað gerst hafði fyrir framan Alþingishúsið í Reykjavík þegar samþykkt var á Alþingi að ganga í Atlantshafsbandalagið. Dagblöð lágu frammi í sendiráðinu. Stjórnarblöðin lýstu ófögrum skrílslátum og grjótkasti á æðstu stofnun þjóðarinnar, en í málgögnum stjórnarandstöðunnar var sagt að alþýða landsins hefði þjarmað að þjóðníðingum fyrir landráð, en þjóðin myndi sameinast í voldugri þjóðfrelsisbaráttu og leysa þá hlekki sem 37 glæpamenn hefðu lagt á þjóð sína.

ÞRÍTUGASTI OG FYRSTI KAFLI

París, London, Jótland

Mesta spennan í París og víða í Vestur-Evrópu var þó enn út af Berlínardeilunni sem var orðin heitt deilumál.

Tilraunir með atómsprengjur héldu áfram á fjarlægum eyðistöðum beggja vegna Járntjaldsins og gamlar spásagnir um eyðingu heimsbyggðar við háan Surtarloga bentu til þess að senn yrði blásið í lúðra dómsdags.

Samt stóðu listirnar með blóma í Parísarborg þó að um þær væri líka deilt, spurðist út til Íslendinga á Montparnasse að Svavar Guðnason listmálari, sem hafði nýlega verið í heimsókn þar, hefði látið hafa eftir sér heima að lítið væri um að vera í myndlist í sýningarsölum Parísarborgar, að listamaðurinn væri þar í meiri ánauð en annars staðar. Listamenn lifðu þar í ginnandi von um heimsfrægð, og það væri þessvegna sem svo lítið gerðist þar í list. Hann sagði í grein sinni, að hann hefði óskað að listin í París hefði verið í öðru ástandi en raun bar vitni – ég fór ekki til Parísar til að sitja þar á amerískum krám og sjá hlálegt fólk og frægðarmenn, heldur beinlínis til að sækja þangað eitthvað jákvætt fyrir starf mitt.

Thor Vilhjálmsson svaraði þessu af nokkrum þótta, að það væri leitt til þess að vita, að svo ágætur málari sem Svavar skuli vera svo forstokkaður í skandinavískri sveitamennsku að hann skuli ekki verða var neins sem væri að gerast í listum í París, en það sé Svavars sök að svo sé en ekki Parísar.

Svavar svaraði að kappdeila við Thor væri gott dæmi um þann óviðurkvæmilega belging sem einkenndi þessa ritsmíð hans.

Á Select deildu málararnir oft um ýmsar stefnur í listum. Hörður Ágústsson málaði þá í anda raunsæis, Jóhannes Jóhannesson var mjög andvígur fígúratívri list og varð hörð rimma á milli þeirra, þar sem háð Jóhannesar reyndist rökvísi Harðar skeinuhætt.

Í þeim efnum lagði ég lítt til málanna.

Ég heyrði fólk á börum tala um De Gaulle, að hann héldi að hann væri Napóleon endurborinn og hann væri vís til þess að koma á einræði til að afstýra valdatöku kommúnista sem alltaf voru að auka fylgi sitt.

Á leiðinni yfir Ermarsund hrepptum við haglél. Súld byrgði allt skyggni. Undiralda vakti mönnum ógleði. Súgur og gubbulykt. Óhreinir sjófuglar hámuðu í sig sorp og matarleifar í kjölfari skipsins.

Vorið var ekkert að flýta sér til Lundúna. Megn kolalykt strax við landgönguna og alla leið á Viktoríustöðina, asi á öllum og vesælar dúfur flögrandi undir rykugu glerþaki stöðvarinnar, öskrandi blaðasalar, enginn burðarþjónn til að hjálpa fólki með ferðatöskurnar, rauðir tvílyftir strætisvagnar í halarófum fyrir utan járnbrautarstöðina. Ég mundi eftir númerinu á vagninum sem myndi taka okkur langleiðina á hótel Viktoríu þar sem hinn snjalli þýðandi Sjálfstæðs fólks, A. Thompson ryksugaði stigadreglana og gólfteppin á morgnana með hálfgerðum ólundarsvip. En hann átti einhver ítök í hótelinu eða forstöðukonunni sem maður spurði ekki um. Hann hafði verið menntaskólakennari á Akureyri og lært íslenskt tungutak, en hann sagði að það væri vanþakklátt starf að þýða fyrir Halldór Laxness.

Þegar gengið var um lystigarðana sem kallaðir eru lungu Lundúna sást samt að brumið var farið að þrútna á trjánum og blómstrandi gular páskaliljur við digra trjástofnana farnar að fagna vorinu. Raðir af rauðum túlípönum skipuðu sér við gangstíga Buckinghamhallar eins og teinréttir lífverðir en háar svartlakkaðar járngrindur með gylltum oddum héldu forvitnum áhorfendum í hæfilegri fjarlægð, svo fólk gat rétt þrýst nefinu á milli rimlanna í von um að sjá einhverju af kóngafólkinu bregða fyrir. Sú familía lifir eins og huldufólk í miklu steinbákni og á ýmsa dúka og djásn í fórum sínum til að gefa hollvinum, en blandar annars lítið geði við mannheima.

Við borðuðum kínverska rétti í Soho, fórum í bíó og sáum leikrit síðdegis því að þá er lækkað verð fyrir aðgang, og svo voru það pöbbarnir með ódýran bjór og mikinn kjaftavaðal, líf og jarmur eins og í bjargfugli þangað til að kallið kom um að tæma ölkollurnar í síðasta sinn, en á götunni fyrir utan bergmáluðu þung slög Big Ben á þinghústurninum og minntu á að neðanjarðarlestirnar væru að hætta ferðum og að allt tekur sinn enda.

Eftir siglinguna yfir Norðursjóinn til Esbjerg tóku Tóta, móðursystir Hildigunnar og Viggó maður hennar á móti okkur á hafnarbakkanum vetrarklædd. Hann stjórnaði vegamálum Jótlands en Tóta ríkti í eldhúsinu og þaðan kom sá dýrlegasti matur sem við höfðum smakkað um langa hríð.

Veislan stóð linnulaust í hálfan mánuð og fórum við með þeim hjónum í margar bílferðir um Norður-Jótland og í bjálkahús þeirra við Limafjörðinn, vor var þá að vakna í kvistum.

Þegar við komum yfir til Sjálands var danska vorið komið nokkuð áleiðis, ljósgrænn beykiskógurinn nýlaufgaður og það var eins og að aka óslitið í sólskini undir laufþekju beykitrjánna.

Við Hildigunnur fórum til þriggja gamalla móðursystra minna sem bjuggu í Kaupmannahöfn og voru samankomnar hjá einni þeirra. Þær báðu Hildigunni að taka af sér hattinn „svo að þær gætu skoðað hana betur".

– Nærmest pikant, sagði ein þeirra.

Og þar sem kona mín stóð á miðju gólfi og þessar þrjár öldruðu konur í útskornum rauðeikarstólum hlustaði ég á orð þeirra eins og þær væru sjálfar skapanornirnar.

Ég sá þær aldrei aftur.

Næstu daga var heimför Hildigunnar afráðin. Ég fylgdi henni út á Kastrupflugvöll í glampandi sólskini og hita.

Eins og risastór silfurfugl hóf vélin sig til flugs, ég fylgdist með henni stefna til himins og verða minni og minni þar til hún hvarf í postulínsbláma fjarskans.

Ég leit í kringum mig.

Hvar var ég?

ÞRÍTUGASTI OG ANNAR KAFLI

Einn í Kaupinhöfn

Ég fékk þau tíðindi að heiman að handritið að skáldsögu minni, *Haninn galar*, hefði fundist af tilviljun bak við skáp Helgafellsútgáfunnar og myndi sagan koma út á haustdögum. Þá voru liðin næstum tvö ár síðan ég afhenti Ragnari í Smára eina vélritaða eintakið sem ég hafði gengið sæmilega frá. Ragnar hafði lagt það í aftursætið í jeppanum innan um alls konar dót sem oftast fylgdi honum. Einu sinni hafði hann verið með hnakk í bílnum sem þannig hafði staðið á að bóndi fyrir austan fjall stóð á þjóðveginum með hnakk á öxlinni, Ragnar stöðvaði jeppann og bauð bónda far sem þáði það með þökkum, en hann hafði ekki fyrr skellt hurðinni í lás að aftanverðu, að Ragnar spýtti í bílinn og skildi bóndann eftir hnakklausan á veginum. Var það ekki fyrr en í Reykjavík að það rann upp fyrir Ragnari að bóndinn hafði gleymst á veginum.

Ég var náttúrlega feginn að Haninn skyldi loks hafa fundist, en var þó dálítið hugsi yfir því að nú gæti ýmislegt komið í ljós sem ég gæti snúið til betri vegar, en þá væri alveg eins líklegt að ég myndi vilja endurskrifa alla bókina, svo að ég lét hana sigla sinn sjó.

Ég hafði ætlað mér að koma heim með bók í smíðum, en við nánari yfirlestur var uppkastið ruglingslegt og óljóst, einhvers konar bergmál frá Proust og fleiri höfundum sem ég hafði lesið og enginn útgefandi myndi fást að nema kannski Ragnar í Smára, ef ekki hefði orðið þetta kvabb út af Hananum.

Í Kaupmannahöfn var ég eins og á heimaslóðum, stundaði bókasöfn og blaðalestur.

Enn var Berlínardeilan í brennidepli, sovéskar vélahersveitir höfðu einangrað Berlín sem svar Rússa við stofnun Atlantshafssáttmálans, Nato, en Bandaríkjamenn brugðust við með loftbrú til Vestur-Berlínar með allar nauðsynjar handa einangruðum íbúunum.

Í Kína var Mao formaður orðinn alls ráðandi og Ameríkanar óttuðust að öll Asía yrði eldrauð fyrr en varði. Engum duldist að stöðugt virtist síga á ógæfuhliðina fyrir Vesturveldunum. Ýmsum þótti þetta sanna að kapítalisminn, stjórnarfar frá síðustu öld væri fornleif sem hefði gengið sér til húðar og reyndi að leita skjóls í faðmi frelsisgyðju Ameríkana. Virtist hættan á stríði enn hafa magnast um allan helming síðustu misserin.

Ég fékk herbergi í háhýsi rétt hjá Aðaljárnbrautarstöðinni sem Jónas Kristjánsson norrænufræðingur hafði haft, en verið sagt upp vegna þess að æruverðugar dömur í húsinu höfðu kvartað yfir því við húsvörðinn: At en lurvet og sjusket person í huset havde været nærgående imod damerne i elevatoren.

Henti Jón Helgason prófessor gaman að svo fáránlegri ásökun.

Eftir mánuð flutti ég til nokkurra kunningja á Austurbrú til að spara peninga. Guðni lögfræðingur, kunningi minn hafði komist þar í félagsbú við landa, en hann var kominn til framhaldsnáms í lögspeki og lífsnautnum.

Enginn okkar félaga var mikill skáksnillingur en menn settust þó oft að tafli og tók ég stundum þátt í skák með þeim.

Ein slík er mér sérstaklega minnisstæð af því við lukum henni ekki, en félagi minn átti að fara á spítala morguninn eftir og ákváðum við að láta skákina standa óhreyfða þar til hann kæmi aftur.

Þetta var um hásumarið og allir í sumarfríi sem gátu komið því við. Spítalinn var því fáliðaður af reyndum læknum.

Fréttum við þá næst að félagi okkar Kjartan væri kominn með háan hita og oftast með óráði. Fórum við Guðni til hans á spítalann þar sem hann var allur á iði í rúminu, æpandi hásum rómi með froðu í munnvikunum og andaði í gegnum gúmmílungu með svartar blöðkur framan á sér.

Við stöldruðum hjá honum smástund en hann hélt áfram að hamast svo að svitinn bogaði af honum, kallandi sprengmóður til ímyndaðra félaga sinna að senda sér boltann, sem alltaf fór framhjá þó að hann öskraði víti, víti í þessum tryllta leik, þar sem allir voru rangstæðir og leikreglur brotnar en boltinn á fleygiferð á milli markanna. Hér lá lífið við í þessum hræðilega kappleik.

Við reyndum að kalla hann aftur til veruleikans, en engin orð drógu til vitundar hans. Hamslaus martröð hafði hann á valdi sínu, sterkt hjartað hafði mikið úthald en skot sláttumannsins í mark geigaði ekki. Við urðum að fara frá án þess að yrði nokkurt hlé í þessari trylltu baráttu lífs og dauða

Hann lauk aldrei við seinustu skák sína.

Heitan júlídag komum við í líkhús spítalans sem var í kjallaranum og loftið þar ögn svalara með keim af fölnuðum rósum.

Hvítklæddur gæslumaður leit í skrá sína og studdi á hnapp, það heyrðist lágt suð, skúffa með hvítu laki rann fram og þegar hann lyfti klæðinu frá höfðalaginu sáum við vin okkar hvíla náfölan í rósemd og friði með skarpleitt nefið og innfallin bláleit augnalokin.

Keppninni var lokið eftir harðan leik sem aldrei fer nema á einn veg.

– Skal I ikke sige farvel til jeres ven, spurði gæslumaðurinn spakri röddu, þegar hann sá fararsnið á okkur.

Ég strauk um hár Kjartans, það var þurrt og stinnt eins og á kústi.

Guðni laut niður að honum og brast í grát.

Það hefði verið betra ef ég hefði getað gert það líka.

Nokkrum kvöldum síðar sátum við Guðni í íbúðinni á 5. hæð og vorum að ganga frá farangri Kjartans til að senda heim til móður hans. Það var komið fram að miðnætti, ekkert hljóð í húsinu eða að utan, þeir sem ekki voru í sumarfríi voru sofnaðir.

Við Guðni vorum að rífast um tilraun Rússa til að kúga Berlínarbúa til undirgefni og vorum við ekki á einu máli. Guðni vildi trúa því að Bandaríkjamenn væru aðeins úlfar í sauðargæru og skítsama þó að sléttað væri yfir Evrópu.

Mitt í þessum samræðum heyrðum við útihurðinni niðri skellt í lás og gengið upp stigann. Við lögðum við hlustirnar því að þetta kom okkur á óvart, fótatakið upp stigann færðist nær. Íbúar hússins gengu venjulega ekki seint til náða og þeir sem bjuggu í íbúðinni á móti okkur voru á ferðalagi. Stiginn í efstu hæðina var úr timbri og marraði því í honum við hvert fótatak.

Við heyrðum skrefin koma upp til okkar. Datt okkur fyrst í hug að þarna væru þjófar á ferð og gripum til herðatrjáa til sjálfsvarna.

Forstofuhurðin að íbúðinni var opnuð, Guðni gægðist varlega fram fyrir dyrastafinn og um leið sá ég hárin á honum rísa eins og á ketti.

– Hver er það, kallaði ég hálfhræddur við átök.

– Það er enginn, svaraði Guðni.

– Það getur ekki verið, svaraði ég, reif upp forstofuhurðina en sá engan, ég hljóp dálítið niður stigann, en ekkert hljóð, ekki einu sinni andardráttur.

Við gengum aftur inn í stofuna og höfðum gleymt öllum þrætum um Berlín.

Skákin okkar Kjartans beið á borðinu eins og við höfðum skilið við hana til næsta leiks.

ÞRÍTUGASTI OG ÞRIÐJI KAFLI

Staldrað við í Rínarhéruðum

Í járnbrautarlestinni frá Kaupinhöfn til Hamborgar rifjaðist upp fyrir mér að það var í Þrjátíu ára stríðinu á sautjándu öld sem fyrsta gjöreyðingin gekk yfir þýsku þjóðina og valkyrjur hösluðu sér völl yfir blóðugum valnum í miðri Evrópu og engu var þyrmt í brennandi bæjum og þorpum. Það tók þýsku þjóðina margar kynslóðir að rétta sig aftur úr kútnum eftir áratuga volæði, eymd og hungur.

Það var þó aðeins stund á milli stríða.

Ásóknin í gullið sem jötnar höfðu stolið frá Rínardætrum varð uppistaðan í harmsögu germönsku þjóðanna, slægð Loka Laufeyjarsonar að véla gullið frá jötnum í austurvegi sem lögðu bölvun á þann sem auðinn eignaðist. Þessi álög á gullinu urðu síðan hetjunni miklu Sigurði Fáfnisbana að fjörtjóni eftir að hann hafði drepið Fáfni og endurheimt gullið.

Svikin um gullið spilltu öllum friði, loft allt var lævi blandið. Völvan sá sólskin verða svört og Valhöll brenna, háan hita leika við himin sjálfan.

Minjar um slíka tortímingu sá ég blasa við mér á báðar hendur þegar brautarlestin rann inn í miðja Hamborg á þungbúnum sumardegi.

Eftir að hafa komið mér fyrir í borgarhverfi sem ekki hafði orðið fyrir víti sprengjuárásar hélt ég um kvöldið til að kanna hvað væri eftir af hinu alræmda skemmtanahverfi Saint Pauli, en þá var orðið skuggsýnt og marglit neónljós vörpuðu ævintýraljóma á næturlífið sem var að rumska.

Fóru þar fram margbreytileg skemmtiatriði með söngvum og alls konar uppátækjum og skrípalátum, en þegar ég kom út úr þessum gerviheimi blasti nakinn veruleikinn við sjónum: kolsvartir bingir af brunnum húsarústum og ég sá eins og í leiftursýn hlaupandi ráðvillt fólk á flótta undan stríðsskrímslinu sem engu eirir.

Þaðan hélt ég um brunnar borgir Þýskalands og sundurskotnar byggingar.

Í Köln gnæfði turnspíra dómkirkjunnar ein yfir haugum af rústum sem sléttað hafði verið yfir, sviðnir stálbitar og raftar stóðu sumstaðar upp úr eins og gálgar um allt svæðið, þar sem áður höfðu verið torg og götur og iðandi mannlíf. Krákustígar varðir fúnum sandpokum lágu að loftvarnabyrgjum sem íbúarnir höfðu flúið í undan sprengjuvarpi flugvélanna, en það heyrðist ekki einu sinni tíst í fugli þegar ég reikaði þar um.

Mér til sálubótar ákvað ég að fara til Bonn, fæðingarborgar Beethovens, þar sem tígulegt hús fjölskyldunnar stendur enn óskaddað með eikur við anddyri.

Þaðan má sjá Rín líða framhjá í þungum straumi og gull lýsa um nætur í veltandi bárum hennar.

Í ágústmánuði er París meira og minna lömuð vegna sumarleyfa.

Ég kom mér fyrir í hverfinu Saint Germain-des-Prés næst við Montparnasse í kvistherbergi á sjöttu hæð, og var lafmóður að ganga upp öll stigaþrepin.

Gatan, sem fornfálegt hótelið stóð við, var skeifulaga með alls kyns sölubúðir fram á gangstéttina og kaffihúsalíf allt í kring. Ég kunni strax mætavel við mig þar, þó að þægindin væru ekki í gæðaflokki og fjalirnar í gólfinu farnar að verpast.

Café de Flore þar sem Sartre og hans gengi hafði sína miðstöð andans var þar skammt frá og annar andans staður, Deux Magots, á næsta götuhorni. Amerískt bókasafn var á aðra hönd smáspotta frá, en þangað fór ég stundum að lesa Partisan Review eða Times Literary Supplement.

Ég borðaði hádegisverð hjá konu sem var spíritisti og sagði mér að ég hefði verið sendur til hennar. Sonur hennar, stór og mikill verktaki, borðaði oft með okkur. Gamla konan, sem var enn svarthærð, hafði misst son innan við tvítugt og kenndi lækninum um hvernig fór, eitt sinn hafði hún komið auga á lækninn hinum megin á gangstétt og hrópað á hann yfir götuna: Morðingi, assassin.

Sonur hennar sagði mér að besta leiðin til að auðgast væri að safna gulli, það væri það eina í heiminum sem aldrei félli í verði, hann sagðist hafa byrjað að safna gulli um fermingu.

Þetta voru heitir dagar í Parísarborg og engan andvara hægt að fá inn til sín þó að glugginn væri galopinn.

Þá hafði De Gaulle dregið sig út úr pólitíkinni. Andspyrnuhreyfingin, sem áður hafði fylkt sér að baki honum, var nú klofin í tvennt eða jafnvel í fleiri brot. Enn gat hershöfðinginn samt treyst hernum og vissi að hann myndi styðja sig til valdatöku, ef í óefni væri komið.

Þau de Gaulle-hjónin settust að í landsetri sínu í Colombey þar sem hann hóf að skrifa stríðsendurminningar sínar.

De Gaulle hafði látið í ljós að eina leiðin út úr pólitísku öngþveiti væri sterk stjórn forseta sem væri hafinn yfir flokkadrætti og sundrungu, en á það gat hann ekki fengið forystu stjórnmálaflokkanna til að fallast að svo stöddu.

Kalda stríðið hafði ekki aðeins klofið Evrópu í tvennt, heldur ekki síður hugarfar manna og tilfinningalíf. Fjölskyldur sundruðust, feður og synir rifust, vinir gátu ekki lengur ræðst við.

Frægt er dæmið um þá Sartre og Koestler sem hittust eins og framandi menn.

– Hvenær eigum við að hittast aftur? spurði Koestler sem fann að andrúmsloftið var orðið kalt á milli þeirra.

Sartre tók upp minnisbók sína úr brjóstvasanum en svaraði síðan dræmt:

– Ætli það verði ekki nokkur bið á því.

Koestler fann hvað á bak við bjó og sagði:

– Við getum ekki látið ágreining um stjórnmál spilla vináttu okkar.

Sartre hreytti út úr sér:

– Jú þegar menn eru svona ósammála geta þeir ekki einu sinni horft á bíómynd saman.

Svo hafði níðhöggur nagað hjartarætur manna.

Fyrsta leikritið sem ég sá eftir að ég kom aftur til Parísar var nýtt leikrit eftir Sartre: Flekkaðar hendur. Þar vakir fyrir höfundinum að sitja á girðingunni eins og kallað var og sjá til beggja handa.

Sartre lýsir valdabaráttu innan kommúnistaflokksins í einhverju ríki á Balkanskaganum þegar Rauði herinn nálgast. Leikritið fékk harða dóma hjá kommúnistum, sérstaklega þar sem foringi þeirra, Hoederes í sjónleiknum var myrtur samkvæmt skipun frá forystu flokksins, en það leyndist ekki fyrir frönskum áheyrendum að Thorez kommúnistaleiðtogi Frakklands var sýnilega fyrirmyndin. Sovéski rithöfundurinn Ilya Ehrenburg lýsti því yfir að hann fyrirliti Sartre fyrir verkið. Kremlarbóndi sá til þess að sýning á leikritinu var bönnuð í Finnlandi, og að lokum féllst Sartre á að taka það út af sýningarskrá í öðrum löndum, þar sem boðskapur þess var ekki í fullu samræmi við Stokkhólmsávarpið um heimsfrið og friðardúfu Picassos.

Réttarhöldin út af bók Viktors Kravtjenko voru þá aðalefni dagblaðanna. Hann var næstum áratug á undan Solsjenitsyn með nákvæmar lýsingar á þrælabúðum í Sovétríkjunum. Stundum rifust menn svo í réttarsalnum við vitnaleiðslurnar að það kom til handalögmála, lögreglan varð stundum að ryðja salinn og fundi var iðulega frestað. Að lokum þegar fréttist af sigri Kravtjenko vakti það heimsathygli, meira að segja Solsjenitsyn hafði spurnir af niðurstöðum dómsins í fangabúðunum þar sem hann var inniluktur og vakti fréttin vonarneista í brjósti hans.

Amerískur kunningi minn í París benti mér á að lesa skáldsögur eftir Roger Vailland sem skrifaði einfaldar sósíal-realískar sögur, þar sem kommúnismi og lauslæti eru uppistaðan. Hann hafði hlotið nokkur bókmenntaverðlaun, þar á meðal hin eftirsóttu Goncourtverðlaun árið 1937. Í blaðaviðtali var hann spurður hvert álit hans væri á vinnubúðum Stalíns í Síberíu og hann svaraði: „Ég hef engan áhuga á þvingunarvinnubúðum í Sovétríkjunum, en það liggur náttúrlega í augum uppi að það er ekki hægt að láta óvini frelsisins njóta þess.“

Það var um þetta leyti sem Malraux svaraði harkalegri árás á sig í Les Temps Modernes sem leiddi til þess að Gallimard útgáfan ákvað fyrirvaralaust að hætta útgáfu á verkum hans, en þau Sartre og Beauvoir höfðu gefið í skyn að Malraux hefði hótað að koma upp um samvinnu Gaston Gallimard við hernámslið Þjóðverja, ef Gallimard héldi áfram að styðja Les Temps Modernes sem Sartre ritstýrði. Þá gekk yfir rógsherferð gegn Malraux um að hann væri í rauninni fasisti. Vinátta hans við De Gaulle hefur sennilega vakið slíkar grunsemdir hjá vinstrisinnum.

Sartre áleit að rithöfundur kæmist ekki hjá því að taka pólitíska afstöðu, í augum hans var hún ein af forsendum listsköpunar. Hann klappaði Camus á öxlina og varaði hann við að synda á móti straumi tímans.

– Það er í rauninni aðeins ein lausn sem kemur til greina fyrir þig.

– Hver er hún? spurði Camus.

– Galapagos eyjarnar, svaraði Sartre með háðsglotti.

Á þessu hausti kynntist ég lauslega ungum rithöfundi sem nýkominn var úr Íslandsferð, Claude Lanzmann að nafni. Hann var rauðhærður og freknóttur gyðingur með blá augu og glettnisbros á vör.

Hann var sagður í nánum kynnum við Sartre-klíkuna, Simone de Beauvoir fylgikonu Jean-Pauls, Camus, Koestler og marga fleiri. Beauvoir hefur síðar lýst þeim félagsskap í endurminningum sínum: „Mér leist strax mjög vel á hann. Aðlaðandi framkoma hans sló á vissa strengi hjá konum. Hann gat gengið fram af manni í tali en hann gerði það svo blátt áfram að það var spennandi að tala við hann og minnti mig á talsmátann í Sartre. Gamansemi hans var full af öfugmælum og gerði mikla lukku hjá okkur.

– Seinna bauð hann mér í bíó...Ég var fjörutíu og fjögra ára og gerði mér grein fyrir að það var farið að skyggja á lífsleið minni. Ég brast í grát um leið og ég lagði tólið frá mér ...“

Beauvoir sagði Sartre að þau Lanzmann væru orðin elskendur, en það samkomulag ríkti á milli þeirra hjúa að halda engu leyndu hvort fyrir öðru.

Einn daginn var kallað í mig í síma á hótelinu sem ég bjó á. Það var stjúpi Lanzmann, og var honum mikið í mun að hitta mig sem allra fyrst, hann talaði mjög hratt svo ég lofaði að koma heim til þeirra síðdegis, til þess að þurfa ekki að velta lengi fyrir mér hvað hann vildi mér. Datt mér vitanlega helst í hug að það væri sennilega eitthvað í sambandi við Íslandsför stjúpsonarins, kannski dýrleg máltíð af því að Gunnlaugur bróðir minn hafði greitt eitthvað fyrir honum og boðið honum heim til sín.

Hafði ég fataskipti, fór í hvíta skyrtu og fór út til að kaupa mér hálsbindi.

Sennilega yrði mér fyrst boðið upp á glas af Dubonnet, svo myndi það vera salat á undan steikinni og viðeigandi vín, kannski sveppasúpa fyrst og svo að lokum máltíðarinnar úrval af ostum og kaffi með koníaki sem alltaf tilheyrði hjá slíku fólki.

Loksins var komið að því að ég gæti haldið af stað. Ég tók Metró en hjónin bjuggu í rólegu og grónu hverfi, ég hringdi bjöllunni og stúlka kom til dyra, ég heyrði hann kalla fyrir innan, en hún bauð mér inn í stofu, þar var allt á rúi og stúi en virðuleg húsgögn og hvítar ábreiður yfir sóffa og borði til að hlífa þeim við sterku sólskini, ég sá húsbóndanum bregða fyrir frammi á ganginum í baðslopp en konan hans, móðir Lanzmanns kom inn í stofuna í samkvæmiskjól með stóra perlufesti um hálsinn, gullarmbönd og eðalsteina í armböndum og hringum, hún afsakaði óðagotið, en þau hjónin væru nýkomin frá Deauville, frægum baðstað og ekki búin að taka upp úr öllum ferðatöskunum. Rétt í því kom maður hennar inn, snöggklæddur, ilmandi af hárvötnum, sólbrúnn og þunnhærður og heilsaði mér hressilega með handabandi, sagði að Claude hefði sagt þeim heilmikið af mér, en sennilega hef ég varla getað dulið undrun mína á þeim upplýsingum. Hann sagðist vita að ég væri mjög tímabundinn og því skyldum við snúa okkur beint að efninu, á eftir gætum við slappað af, frúin var á þönum með glas í hendi og ég rak augun í margar áteknar vínflöskur. Hann benti mér að ganga inn í næstu stofu, það var borðstofan en þar í sóffa var uppstillt allstórt olíumálverk í dimmum litum og svörtum.

Hann stillti sér upp við hlið þess og sagði:

– Virðið það vel fyrir yður.

Ég virti það fyrir mér smástund eins og á næsta andartaki myndi eitthvað óvænt stökkva út úr myndinni.

Hann beið allur á iði.

Ég þagði.

– Já það er rétt sem yður sýnist, það er Rembrandt.

Ég lét í ljós nokkra hrifningu að sjá svo frægt olíumálverk í einkaeigu.

Hann sagði mér að koma nær og skoða það nákvæmlega, svo ég þyrfti ekki að efast um að það væri eftir þann mikla meistara ljóss og skugga.

Hann nefndi við mig nokkra tugi þúsunda franka, hann hafði heyrt það eftir Claude að íslenska ríkið ætti ekkert málverk eftir Rembrandt né frá klassískum tíma. Engin þjóð gæti sóma síns vegna verið án listasafns.

Ég sagði honum að það væru að vísu listasöfn á Íslandi en málverk eftir Rembrandt fengjust aðeins fyrir of fjár.

– En hér gefst nú einstakt tækifæri til að komast yfir slíkan dýrgrip við tiltölulega lágu verði, sagði hann og sótti í sig veðrið, einstakt tækifæri og það er vegna þess að það er ekki signerað af meistaranum sjálfum, en sérhver listfræðingur sér á augabragði að það getur ekki verið eftir neinn annan en Rembrandt.

Fór hann nú að tala svo hratt að ég fylgdist ekki almennilega með því sem hann sagði, en það var eitthvað á þá leið að Claude hefði séð safnið mitt í Reykjavík og þar sem hann hefði tekið miklu ástfóstri við landið og ætlaði að skrifa bók um það og þar sem við værum vinir, þá vildi hann gjarna vera milligöngumaður um að ég gæti glatt menntamálaráðherrann með að fá svo verðmætt listaverk til landsins fyrir aðeins brot af því verði sem hægt væri að fá fyrir það á opinberu uppboði.

Ég sagði að þetta væri allt einhver misskilningur hjá Claude, ég væri ekki forstjóri neins listasafns og hefði ekki hundsvit á list.

Konan hans kom með andfælum inn í stofuna við að heyra að það hafði þagnað í manni hennar. Það var steinhljóð.

– Hvað er að? spurði hún.

Hann svaraði henni eitthvað á þá leið að enn einu sinni hefði sonur hennar verið að spila með þau.

Þetta var orðið vandræðaástand, svo ég sá það var best að kveðja og fara. Stjúpfaðirinn vildi endilega fylgja mér á metróstöð sem var þar rétt hjá og vildi fá að borga fyrir mig farmiðann, en ég tók það ekki í mál. Með það kvöddumst við. Ég fór inn á ítalska smákrá og fékk mér spaghetti með brauði og rauðvínsglasi og ímyndaði mér að ég væri að borða þriggja rétta máltíð, jafnvel með sveppasúpu sem forrétt.

Seinna las ég frásögn Lanzmanns í Les Temps Modernes um ferð hans á veraldarenda, La Glace est rompue, sem hefst með þessari setningu: „Ég er fyrsti frakkneski túristinn sem hefur komið til þessarar hrikalegu eyju síðan 1933. Íbúarnir þar eru mannætur ...

Meðal landnámsmannanna voru ýmsir útlagar frá Noregi, einn af þeim var víkingurinn Eiríksson sem hafði hyski sitt með sér í ránsferðum um höfin, hann hraktist fyrir stormum til þessarar eyju í Norður-Atlantshafi um haust og varð að hafa þar vetursetu. Ekki mun honum hafa litist á landið, því í bölmóði kenndi hann það við ís. En Ísland brá fyrir hann fæti í hefndum fyrir nafngiftina svo að hann fótbrotnaði og varð innlyksa með fólki sínu, kom sér upp kofa og varð að lifa á veiðiskap til að draga fram lífið. Til hans rekja allir íbúarnir ættir sínar.

Það var kringum þennan kofa sem nú er löngu horfinn að borgin, Reykjavík varð til, höfuðborg eyjarinnar. Nei hvað er ég að segja? Höfuðborg heimsins ...“

Síðan heldur Lanzmann áfram með þessar furðulegu lýsingar á landi og þjóð, sem Kristján Albertsson sendiráðsritari reiddist mikið og skrifaði klögunarbréf í tímarit Sartre, Les Temps Modernes. Sagði Lanzmann mér að honum þætti miður að sendiráðsritarinn skyldi hafa misskilið svo gjörsamlega bókina, því að hann hefði hugsað sér hana sem skröksögu og nokkurs konar háðsstælingu á ferðabókum margra höfunda, sem vissu ekkert um fólkið eða landið sem þeir skrifuðu um og væri tóm markleysa.

ÞRÍTUGASTI OG FJÓRÐI KAFLI

Gertrude Stein

Einn daginn hringdi húsvarðarkonan til mín í símann á fimmtu hæð og sagði mér að það væru hjón niðri hjá henni sem óskuðu eftir að hitta mig.

Ég flýtti mér niður því ég vildi ekki fá þau upp í greni mitt. Þetta var fyrirmannlegur og hávaxinn maður með beint nef og áberandi kinnbein í langleitu andlitinu, ég þekkti hann ekki á svipstundu, en hann hafði komið heim til okkar á Klepp í ágúst 1937. Þetta var baron von Richthofen, bróðursonur frægasta orrustuflugmanns Þjóðverja, Manfreds von Richthofen sem skaut niður 80 breskar flugvélar og var kallaður Rauði baróninn af því að flugvél hans var rauðmáluð svo og flugsveit hans öll. Hann var sjálfur skotinn niður nokkrum vikum fyrir vopnahléið 1918 og heiðruðu Bretar hann fallinn með viðhöfn.

Bróðursonur hans var með franskri konu sinni, kvenlegri og heillandi sem ég gat varla haft augun af. Þau buðu mér með sér á veitingahús og fóru mörgum fögrum orðum um örlæti fjölskyldu minnar, sem sendi þeim stóran kassa af matvælum og fatnaði, himnasendingu, sem borist hafði þeim þegar neyðin var stærst í Þýskalandi rétt eftir stríð. Hörður bróðir minn hafði átt mestan þátt í að koma þessu í kring. Þakklæti þeirra var innilegt og fölskvalaust, og þau settu ekki fyrir sig þó franska mín væri bágborin og blæbrigðalaus. Vegna tengsla þeirra, annars við Þýskaland og hins við Frakkland höfðu þau mátt þola aðdróttanir og tortryggni sem hafði sært þau djúpt og þau glöddust yfir því að þjóðir þeirra höfðu nú bundist friðarböndum.

Þögul og fáguð návist þeirra vakti hjá mér minni um bók Vercors, Þögn hafsins, þar sem lýst er á hrífandi hátt þungbærri reynslu elskenda, sem þannig er ástatt um, en sem halda virðuleik sínum og nærgætni hvort í annars garð í ólgusjó styrjaldarinnar.

Von Richthofen sagði mér að hann væri senn á förum til Kanada þar sem honum hafði boðist prófessorsstaða í frönskum bókmenntum. Seinna sendi hann Þórði Harðarsyni fágætt landabréf sem frænda mínum þótti mikill fengur að.

Þau voru farin og ég rölti um Lúxemborgargarðinn, upp Vavingötuna þar sem Balzac stendur óbifanlegur þótt tíminn líði hjá.

Amerísku rithöfundarnir sem Gertrude Stein gaf nafnbótina Glataða kynslóðin komu mikið saman á Bar Select við Montparnassebreiðgötuna frægu og arómu þess tíma mátti enn finna í sölum þar eins og daufan reyrilm úr öskju.

Ekki langt þaðan var annar pílagrímsstaður sem ég heimsótti. Það var heimili Gertrude Stein og Alice B. Toklas sem sögðust búa í hamingjusamasta hjónabandi aldarinnar.

Þetta var gamalt hús númer 27 við rue de Fleurus, og þegar ég staldraði þar við fannst mér eins og óma í veggjum þess lágt skvaldur og hlátur frægra gesta, en Gertrude Stein hafði opið hús í nútíma Parísar-stíl í framhaldi af fyrri tíðar salónum sem gáfaðar og heillandi frúr stóðu fyrir á aðsetrum sínum, þar sem andans menn, heimspekingar, skáld og listamenn voru vanir að koma á vissum dögum, þar á meðal fyrsti nútímamaðurinn, Voltaire.

Gertrude var látin fyrir um það bil ári og Alice lifði í söknuði og barðist fyrir því af öllum mætti að fá verk lífsförunautar síns gefin út á prent.

Á stríðsárunum höfðu amerískir hermenn notið móðurlegrar hlýju þeirra vinkvenna og auk þess höfðu þær Alice tekið að sér verkefni í þágu hersins og fluttu þær sjúkragögn og annað í bíl Gertrudar langar vegalengdir um torfarna og dimma vegi.

En það var þó aðallega frægðarfólk sem heimsótti þær í rue de Fleurus, rithöfundar svo sem Hemingway, Sherwood Anderson, Fitzgerald og fleiri, sem þáðu te og örþunnar agúrkusamlokur, sem voru eins og „blautir vasaklútar“ eða jarðarberjatertur sem meistarakokkurinn Alice töfraði fram úr erminni, en hún gegndi húsmóðurhlutverkinu og sá þar með um eldamennskuna á heimilinu.

Hlutverk Gertrudar var hins vegar að halda uppi andríkum samræðum við gesti með öfugmælum og frumlegum samlíkingum.

Hemingway viðurkenndi fúslega að Gertrude hefði kennt sér ýmislegt í stílbrögðum og sagt var að hann hefði haft einhvers konar Ödipusarkomplex gagnvart henni.

Gertrude hafði sérstakt dálæti á málurum og studdi Picasso og Matisse fjárhagslega á árunum fyrir heimsfrægðina. Þannig eignaðist hún fjölda verka sem urðu mikils virði. Allir veggir á híbýlum hennar voru þaktir nútímamálverkum frá lofti og ofan í gólf og varð að beygja sig niður til að geta skoðað neðstu röðina.

Mikið hefur verið ritað um samband Gertrude og Alice sem aldrei sáust aðskildar meðan báðar lifðu, en voru að minnsta kosti í útliti jafn ólíkar og nótt og dagur.

Gertrude var mikilúðleg, axlabreið og þéttvaxin kona sem vakti athygli hvar sem hún fór, oftast klædd tweed fötum með stóra og djúpa vasa, vænar stoðir runnu undir hana, fæturnir flatir og jarðbundnir svo henni gekk illa að finna skó við sitt hæfi, enda gekk hún jafnan á sandölum sumur sem vetur.

Picasso gerði frægt olíumálverk af Gertrude Stein, sem vinir hennar sögðu að væri ekkert líkt henni.

Picasso svaraði þurrlega: Það verður líkt henni.

Þetta tilsvar minnir á vörn Ibsens fyrir Pétri Gauti sem í fyrstu var ekki tekið vel af áhorfendum og honum var borið á brýn að Pétur Gautur væri ekki skáldskapur, þá á Ibsen að hafa svarað: Hann verður skáldskapur.

Og það leið heldur ekki á löngu að samtíðin viðurkenndi þetta fræga leikrit.

Þannig hefur málverk Picassos af Gertrude orðið sú Gertrude Stein sem listheimurinn þekkir.

Alice var fíngerðari og virkjaminni, ögn sígaunaleg með áberandi hnúsk á milli augnabrúnanna svo að Picasso sagði að hún minnti hann helst á einhyrning, en hún reyndi að hylja hornið sem best hún gat með greiðslu ofan í augnabrúnir. Hún var fölleit með skugga af skegghýjungi í kinnum og höku, en á efri vörinni var hún með stinnara hár.

Þegar Hemingway kom til þeirra fyrst sagði hann að Gertrude minnti hann helst á ítalska sveitakonu með þykkt svart hár, en seinna bað hún Alice að snyrta hár sitt meira í stíl við tískuna, og lét Alice það góðfúslega eftir húsmóður sinni, þó að hún hefði enga reynslu af hársnyrtingu. Tók hún sér greiðu og skæri í hönd og réðist til atlögu við þykkt hárið, en gætti ekki að sér fyrr en hún hafði næstum snoðað höfuðið á Gertrude, sem varð harðánægð með þá listrænu klippingu og sýndi hróðug gestum hvílíkur snillingur Alice væri í hársnyrtingu.

Hemingway sagði að klippingin hefði tekist með slíkum ágætum að nú líti hún út eins og rómverskur keisari.

Stundum í veislum þegar konur skörtuðu sínum bestu klæðum héldu ókunnugir að Gertrude væri biskup eða jafnvel kardínáli, svo mjög sópaði að henni í sérkennilegri mussu sinni.

Gertrude Stein var metnaðargjörn og vildi fá verk sín gefin út með hraði, en afköstin voru svo mikil að handritin hlóðust upp í kringum hana. Hún sagðist lifa í því sem hún sæi án þess að rugla því saman við endurminningar sínar.

Allir hlutir breytast, sagði hún, og því meir sem þeir breytast því betur sér maður að þeir eru allir eins.

Ezra Pound sagðist ekki hafa háar hugmyndir um Gertrude Stein og kallaði hana ýmsum ónöfnum, James Joyce lét ekki uppi álit sitt á henni og var hálfafundinn við hana. Gertrude fyrirgaf aldrei vinkonu sinni, Sylviu Beach, að verða fyrst til að gefa út Ulysses, því hún leit á Joyce sem keppinaut sinn.

En T. S. Eliot sagði um skáldskap hennar, að hvernig sem hann kynni að hljóma þá skildi hann alltaf eftir eitthvað sem snerti sálina, þetta væri eins konar galdur sem óvefengjanlega einkennir frumlegar bókmenntir af persónulegri rót.

Í Axels Castle skipar Edmund Wilson henni á skáldabekk með ekki minni mönnum en Proust, Joyce, Yeats og Eliot, þó að Wilson láti þess jafnframt getið að skáldskapur hennar sé tómt bull.

Milli Gertrude og Alice hafði kviknað ást við fyrstu sýn, en Alice átti það til að vera mjög afbrýðisöm út í ýmsa vini Gertrudar, sérstaklega grunaði hún Hemingway um að hafa átt með henni ögurstund og eins lá Picasso undir grun, en hann var alræmdur kvennabósi og sá aldrei pils í friði, þó að Alice héldi honum í hæfilegri fjarlægð frá sér. Stundum hafði Alice reynt að flæma þessa tvo vonbiðla burt. Þá sór Gertrude og sárt við lagði að hún hefði aldrei gefið þeim færi á sér og sýnt ástkonu sinni fullkominn trúnað. Átti Alice þá til að láta Gertrude ganga lengi á eftir sér af fullkomnu miskunnarleysi og heiftrækni og lét ekki sefast fyrr en eftir óteljandi ástarjátningar og auðmýkingu.

Stóð þá ekki á ástarkvæðum til Alice:

Let me kiss thee willingly.
Not a mountain not a goat not a door
not a whisper not a curl not a gore.
In my meeney miney mo.
You are my love and I tell you so.

Gertrude Stein sagði eitt sinn við Alice að hún ætti að skrifa æviminningar sínar og stakk upp á því að hún kallaði þær: Ævi mín með mikilmenni. Eða hún gæti kallað þær: Konur snillinga sem ég rabbaði við í eldhúsinu.

En Gertrude Stein var engin kvenréttindakona, heldur rak eiginkonur vina sinna fram í eldhús, og þar fengu þær að dúsa með Alice meðan Gertrude ræddi æðri málefni í stofunni og vildi vera ótrufluð af kvennaþvaðri.

Þegar Gertrude hvatti Alice til ritstarfa svaraði hún: „Ég er sæmilega góð ráðskona og eldabuska og sæmilega vel að mér í garðyrkju og sæmileg hannyrðakona. Ennfremur er ég sæmilega góður einkaritari og eins sæmilega góður útgefandi og sæmilega góður dýralæknir fyrir hunda. Og allt þetta varð ég að gera í einu svo að mér finnst erfitt að koma því við að verða sæmilega góður rithöfundur.“

ÞRÍTUGASTI OG FIMMTI KAFLI

Haninn galar tvisvar

Vindar blésu héðan og handan. Það var komið haust.

Á morgnana þegar ég vaknaði í herbergi mínu undir súð var hrollur í mér. Ójafnar gólffjalirnar blöstu við mér, lúðar sessur á stólum, gamalt stofuborð með pappa undir einum fætinum.

Ég var senn á förum.

Seinasta sunnudaginn var mannmargt af fólki á gangstéttum Montparnasse, sunnnudagslistmálarar unnu við málverk sín á grindum undir gulnuðu laufi sem stöðugt sveif til jarðar eins og skilaboð í pósti frá liðnu sumri.

Margir voru með trefil um hálsinn og sumir í frakka en menningarlífið sótti í sig þrótt eftir síðsumarhitana, hljómkviður þeyttu lúðra sína, gljámyndir af kvikmyndastjörnum límdar á múrveggi og trjáboli minntu á stundarfrægðina.

Bókin mín, Haninn galar tvisvar, var komin út hjá Ragnari í Smára með rissi af elskendum á kápunni og galandi hana með stóran rauðan kamb.

Bókin var óbundin og seldist lítið, þó fékk hún vinsamlega dóma í dagblöðunum. Helgi Sæmundsson skrifaði loflegan ritdóm í Alþýðublaðið og seint um síðir kom dómur um Hanann í Helgafelli sem gladdi mig mikið. Mér var sagt að Sverrir Kristjánsson hefði samið hann eða Tómas Guðmundsson. Þar segir m.a.: „... höfundur sýnir í þessum róman að hann hefur næma athyglisgáfu og kann að draga upp eftirminnilegar myndir.“

Ég sendi Kristjáni Albertssyni bókina og fékk fljótlega frá honum bréf, þar segir: „... ég las hana strax með mikilli ánægju. Þín frásagnargáfa er augljós – og skipar þér á bekk með þeim fáu sem nú geta skrifað læsilega sögu á Íslandi. Persónulýsingar góðar, sérstaklega höfuðpersónurnar og stúlkurnar.“

Löngu seinna birtist í Þjóðviljanum ritdómur um Hanann eftir Bjarna Benediktsson frá Hofteigi sem hann nefndi Á girðingunni. Þar segir m.a.: „... höfundur kann að halda á penna, samtölin eru oft eðlileg, bæði um málfar og byggingu ... Það eru skilorðar lýsingar á hinni holu gleði og geldu nautn borgaralegs glaumlífs, og ætti að geta vaxið væn grein af vísi þeim."

Í lokin segir svo: „Hver ungur höfundur er óráðin gáta. Það veit enginn hvað úr honum verður. Þeir eru allir á girðingunni. Agnar Þórðarson líka. Setjum svo að hann komist inn á ódáinsakur listarinnar. En einnig hann liggur handan við ákveðna siðferðilega og pólitíska merkjalínu."

Bjarna féll greinilega ekki í geð að ég hafði ekki tekið pólitíska afstöðu eins og krafan var á þeim tímum hjá ýmsum áhrifamiklum bókmenntamönnum.

Ég lít eftir Ugga syni mínum meðan mamma hans er í vinnunni, en þess á milli er ég að berjast við að koma einhverju sköpulagi á skáldsögu, en áhrifin eru of sterk frá Kafka sem ég hafði sökkt mér í. Kafka hafði geysileg áhrif í bókmenntum Vesturlanda á þeim árum og lengi síðan.

En ég var kominn í hálfgert öngstræti með skriftir þegar ég á áliðnum vetri fékk bréf frá vini mínum Dr.Vevers, sem var nýfráskilinn og bjó með móður sinni í Devonshire, sagðist hann hafa herbergi handa mér þegar ég kæmi til Englands næst. Ég lét ekki lengi standa á því að grípa þetta ágæta heimboð, þegar ég vissi að lifna fór í kvistum þar syðra, því ég vissi að Devonshire er einn blómstrandi aldingarður þegar vorar og náttúrufegurð þar mikil. Frétti ég einn daginn af togara í Reykjavíkurhöfn sem væri á leið til Englands og tókst að fá far með honum og þurfti ég ekki að greiða neitt fyrir. Grimsby var áfangastaðurinn og þar kvaddi ég skipshöfnina með þökkum, hélt síðan með járnbraut beina leið til Lundúna. Ég staldraði við hjá Thompson á Victoria Hotel fáeina daga og fór með honum á bjórstofu sem ég hafði komið með honum á áður. En ég var óðfús að komast sem fyrst suður í Devonshire í vorblíðuna. Það tók nokkrar klukkustundir með járnbraut suður til Plymouth en heimili Vevers var í úthverfi borgarinnar svo ég tók strætisvagn seinasta spottann. Var Vevers við vinnu sína á rannsóknarstofu sinni þegar mig bar að garði, en móðir hans tók hlýlega á móti mér og bauð mér upp á te með skonsum og berjamauki. Ég undi mér sérlega vel hjá þeim mæðginum. Frú Vevers var af skosku bergi brotin, vel menntuð og aðlaðandi kona. Tók hún mér strax eins og syni sínum og fórum við oft saman með langferðabílum upp á Dartmoor heiðina og þó oftar í skoðunarferðir um fiskiþorp á ströndinni sem minntu á fiskiþorpin hinum megin við sundið. Þetta voru dýrlegir dagar. Vevers hafði gefið mér heildarverk leikskáldsins O'Neill, las ég þau öll með áfergju og smitaðist af áhuga fyrir leikritagerð. Þar gerði ég fyrstu drögin að gamanleiknum Förinni til Brasilíu sem seinna var leikinn í Ríkisútvarpinu í meðferð þeirra Þorsteins Ö. Stephensens og Lárusar Pálssonar.

Eftir að hafa dvalið nokkrar vikur hjá þeim Versmæðginum brá ég mér yfir til Parísar.

Hitti ég þar fyrir ýmsa kunningja mína svo sem Herdísi og Valtý Pétursson listmálara, Örlyg, Halldór Þorsteinsson, Thor og Hörð Ágústsson og Geir Kristjánsson svo að nokkrir séu nefndir. Það var sannarlega lífsfylling að reika aftur um búlivarðana undir voldugum kastaníutrjám og gulhvít blómstur þeirra eins og kerti um allt laufþakið og ilmaði eins og mjaðurt. En hvað var gott að anda að sér þessum sérstaka andblæ Parísar á vordegi, sjá iðandi mannlífið á götunum, léttleika og litaskrúð stúlknanna, bros og hlátur í góðviðrinu og geislandi lífsgleði.

Ég hafði nokkru áður en ég fór til Oxford átt þátt í því að stofna tímaritið RM, um ritlist og myndlist. Þorvaldur og Jóhannes Jóhannesson höfðu tekið að sér myndlistina, en af því komu ekki út nema nokkur hefti áður en það lognaðist út af.

Geir og fleiri tóku mig í gegn fyrir að hafa ekkert aðhafst á menningarsviðinu þessa mánuði sem ég hafði verið heima. Sjálfir höfðu þeir stór plön um að láta að sér kveða þegar þeir kæmu heim. Geir var sá fyrsti sem hófst handa ásamt Jóhanni Péturssyni með vikublaðinu Gandur, helgað bókmenntum, listum og öðrum menningarmálum.

Það kom út 1951 og mun vera fágætt blað nú á tímum, því það kom aldrei út nema þetta eina tölublað.

Á fyrstu blaðsíðu er viðtal við Hörð Ágústson. Þá er ritdómur eftir Jóhann Pétursson sem nefnist Mannshöfuðið er nokkuð þungt og er um Ljóð Sigfúsar Daðasonar 1947–51. Þá er sögukafli eftir Geir Kristjánsson, síðan annar þáttur úr leikriti Brimars Orms (skáldanafn Jóhanns Péturssonar) sem nefnist Vötn á himni. Loks rak lestina Nokkur orð um nútíma lýríkk eftir Geir.

ÞRÍTUGASTI OG SJÖTTI KAFLI

Kalda stríðið

Kalda stríðið var orðið rauðglóandi í Kóreu, þar sem Norðanmenn sóttu suður skagann, skeyttu engu um samþykktir Sameinuðu þjóðanna eða önnur pappírsplögg, þeir voru þjóðfrelsisher sem ætluðu að bjarga undirokuðum nýlenduþjóðum undan oki kapítalismans í mynd dollarans. Það var einfalt mál í hugum margra menntamanna Vesturlanda sem litu á Bandaríkjamenn eins og þeir væru komnir með horn og klaufir.

Stokkhólmsávarpið gekk manna á milli hjá friðelskandi þjóðum heimsins eins og bænaskrá forðum til konunga eða páfans í Róm.

Þá mitt á þessum heitu sumardögum gerði páskahret í París sem ég hélt ekki að þekktust á þessum slóðum, svo ég sá mér ekki annan kost vænni en að flýja suður á bóginn og nam ekki staðar fyrr en í Barcelóna, þar sem ég sá þann ævaforna og dularfulla táknleik lífs og dauða milli skrautbúins matadors og svíramikils nauts, milli listar og lífsþróttar þar sem listin sigrar oftast þó að stundum gangi horn nautsins á hol nautabans, því svo tæpt stendur listin ávallt gagnvart áhættunni að engu má muna hjá þeim sem gerir miklar kröfur. Ég var heillaður af þessum forna helgileik og öllu því stórkostlega skrauti og táknum sem fylgja þessari fornu trúarathöfn.

Eftir tveggja daga viðdvöl í Barcelóna hélt ég áfram með lest til Valencia, síðan með hriktandi áætlunarbílum um Andalúsíu og greip hvert tækifæri sem mér gafst til að heyra flamengosöng á veitingastöðum þar sem við áðum því að engum virtist liggja neitt á. Í eitt skiptið bilaði bíllinn á hásléttum Andalúsíu og við urðum að bíða hálfan dag í hitanum eftir að viðgerðinni lyki. Ég gat náttúrlega lítið talað við samferðafólk mitt en var boðið upp á brauð og vín úr eina glasi þeirra útskornu. En karlmennirnir sprautuðu upp í sig rauðvíni úr leðurkút og kom ekki dropi á skyrtur þeirra. Það þarf mikla þjálfun til að ná slíkri fimi. Þar heimsótti ég sígauna sem lifðu í hellum í hvítu kalkfjalli. Tóku þeir mér vel og sýndu mér híbýli sín með uppbúnum rúmum og einföldum húsbúnaði, sérstaklega rak ég augun í hvað allt var tandurhreint hjá þeim og snyrtilegt og hellarnir raflýstir.

Þegar viðgerðinni á langferðabílnum var lokið héldum við áfram til Granada þar sem ég hafði tveggja daga viðdvöl. Feria, sumarhátíð, var að hefjast þar og mikið um að vera í þessari fögru borg með snæviþakta tinda Nevadafjalla í fjarlægð.

Þetta var þó aðeins stutt könnunarferð og brátt var kominn tími til að halda til baka. Skotsilfur var á þrotum og ég varð að spara við mig í mat seinustu dagana.

En ég vissi að ég átti hauk í horni þar sem var Pétur Benediktsson og útvegaði hann mér skyndilán þegar ég kom aftur með tóman mal til Parísar. Hafði ég nú verið lengur í ferðinni en til stóð og varð að hraða mér heim. Náði ég að komast aftur í pláss á togara sem ég frétti í sendiráðinu að væri væntanlegur til Grimsby. Komst ég þannig fram og aftur yfir hafið mér að kostnaðarlausu.

Einn síðsumardag fór ég í slagtogi með Sigfúsi Daðasyni og Elíasi Mar upp á Gljúfrastein til Halldórs Laxness en Sigurður Baldursson lögfræðingur var ökumaður. Skáldið var á fjallgöngu þegar okkur bar að garði, en við vorum óðar leiddir í stofu af frú Auði. Var þar Þorvaldur Skúlason fyrir, en rétt á eftir var Halldór kominn ofan af fjöllum í síðri stormblússu, rjóður í kinnum eftir útsynninginn þar efra, knapahúfu á höfði með grænskyggðu deri og á hæla honum var fjárhundurinn Snati, loðinn, ljósbleikur á litinn með sperrt eyru og hringaða rófu eins og hundur Gunnars á Hlíðarenda.

Tók Halldór okkur alúðlega og spurði tíðinda, en frú Auður bar okkur kaffi og meðlæti.

Spurði Laxness Elías hvort hann hefði hitt T. S. Eliot aftur í kirkjunni síðan hann gaf T. S. Eliot pening í söfnunarbauk sem sá sami rétti hverjum kirkjugesti að lokinni hámessu á nöprum sunnudagsmorgni. Elías vildi lítið annað láta uppi en það sem hann hafði sagt frá í Þjóðviljanum.

Hann hafði haft vetursetu í Lundúnum. Það hafði verið mjög

kalt í veðri þennan eftirminnilega morgun í kirkjunni með Eliot, fingurnir á skáldinu rauðbláir af kulda þegar hann lét tindiskinn ganga í ölmususöfnun kirkjugesta biskupakirkjunnar.

Svo auðmjúkt var þetta fræga skáld í þjónustu sinni við Drottin og heilaga Guðsmóður.

Laxness kallaði það nokkurs konar meinlæti Breta að búa í saggafullum húsum enda hefðu rannsóknir leitt í ljós að normal Breta þætti vænna um hitapokann í rúmi sínu en eiginkonuna. Í viðtalinu hafði Elías sagt að hann hefði haft Njálu með sér til Lundúna, og sagði Halldór að þar hefði hann valið bók sem ómissandi væri íslenskum rithöfundi á ferðalagi.

Halldór minntist svolítið á Kristján Albertsson í París, sem hafði haft nokkurt óhagræði af frönskum kvikmyndagerðarmönnum sem voru fullir af spennu og áhuga á að gera bíómynd um Fjalla-Eyvind, sem þeir vissu raunar lítið annað um en að hann hefði hafst við í moldarholum öræfanna og stolið sauðfé bænda sér og konu sinni, Höllu, til lífsbjargar, en konan kastað barni þeirra í beljandi foss á flótta undan réttvísinni heldur en að lenda í tugthúsi og glata þannig frelsi sínu í faðmi öræfanna og ástmanns síns. Kvikmyndin átti að vera túlkuð eftir kenningum existentialismans: Maðurinn og frelsið.

Hafði Kristján lagt mikið á sig við að útskýra fyrir þessum heimspekilega sinnuðu kvikmyndagerðarmönnum að frekar mætti líta á þessa rómantísku ástarsögu sem líkingu af örlögum þjóðarinnar sem felldi ástarhug til landsins og gerðist útlagi í Evrópu. Miklar bollalengingar urðu út af öllum þessum hugmyndum sem gætu falist í leikritinu, en þeir frönsku voru uppfullir af sínum eigin hugmyndum um existentialismann svo að annað komst ekki að og sagði Kristján þeim að á þann hátt myndi sagan verða fullkomlega óskiljanleg íslenskum áhorfendum og fá hinar verstu viðtökur. Fór svo að lokum að þetta flókna Fjalla-Eyvindarmál dagaði uppi. Sigurður Baldursson kom með þá sálfræðilegu skýringu að sennilega hefði Halla verið illa haldin af eldsbáli freistinganna svo hún greip til þess ráðs að tæla vinnumanninn Eyvind undir sængina til sín og útslökkva holdsins bruna með þeim afleiðingum að síðan var hann á stöðugum flótta undan eldhafi fýsna prestsekkjunnar og reyndi jafnvel að flýja á náðir jökla til að forða sér.

Laxness vék aftur að Jóhanni Sigurjónssyni, sagði að Frakkar væru fljótir að hugsa, og þó að sagt væri við þá að fjarlægðin gerði fjöllin blá og mennina mikla myndu þeir hafa heyrt annað eins. Þeir væru ýmsu vanir.

Halldór vék sér að mér og spurði mig hvort það væri ekki ömurlegt að ferðast um Spán undir kúgun fasistastjórnar Francos.

Ég sagði honum að ég hefði barn heillast af myndum í landafræði Karls Finnbogasonar, sérstaklega hefði mér síðan verið minnisstæð mynd í kennslubókinni af ljónagarðinum í Alhambra og höllinni sem Márar reistu á fjórtándu öld. Því hefði sú ferð verið nokkurs konar pílagrímsför. Ég hefði líka komið í vínkjallarann í Granada þar sem Garcia Lorca var stamgestur.

Halldór talaði um stríðið í Kóreu. Ég spurði hvort herinn undir stjórn Bandaríkjamanna myndi geta stöðvað sókn Norðanmanna.

Halldór svaraði að málaliðar gætu aldrei sigrað þjóðir sem væru að verja land sitt.

Síðan sagði hann frá höfundum í Austur-Evrópu sem hann þekkti og sagði að þar væri að opnast nýr markaður fyrir bækur frá Vesturlöndum.

ÞRÍTUGASTI OG SJÖUNDI KAFLI

Keflavíkursamningurinn

Eftir að Varnarliðið hafði komið sér fyrir á Keflavíkurflugvelli samkvæmt samþykkt Alþingis um þátttöku Íslands í Norður-Atlantshafsbandalaginu tveimur árum áður hafði sókn Norður-Kóreumanna vakið ótta við ný heimsátök.

Margir vöruðu við hættunni af herstöðinni á Keflavíkurflugvelli og fyrr en varði var það orðið að eldfimu deiluefni stjórnmálaflokkanna sem lagðist eins og landfarsótt hér heima yfir íbúana og klauf þjóðina, fjölskyldur og vini, lista- og menntamenn í tvær andstæðar fylkingar og jafnvel hugur manns var klofinn, óvissan ól á hiki og efasemdum og olli mörgum andvökunóttum.

Hverskyns áróður barst um allt: Bréf, bæklingar, fundarboð, símhringingar. Áskoranir um að bregðast ekki sjálfum sér. Það þýddi að vera á sama máli og áskorandinn.

Fyrirferðarmesta plaggið í sálnaveiðum var Stokkhólmsávarpið þar sem fólk var hvatt til að skrifa undir áskorun til ráðamanna heimsins að koma í veg fyrir að bandaríska herstjórnin beitti kjarnorkusprengju til að bjarga hermönnum sínum úr úlfakreppu á fjöllum Kóreuskagans.

Þá var ort:

Vopnin grá,
Vél og Hel og Dreki
aldrei fá
ættjörð vora sigrað.

Dómhringinn sitja ármenn erlends valds,
enn ráðast mikil forlög smárrar þjóðar . . .

Í þúsund ár, í þessu nyrsta landi,
þú þráðir vorsins komu og sunnanátt.
Vilt þú nú rita sjálf að sögu þinni
hinn síðsta þátt?

Sú breyting varð á högum mínum þessi misseri að ég tók til starfa á ný á Landsbókasafni í stað Þórhalls Þorgilssonar sem fór til framhaldsnáms í Háskóla Salamanca á Spáni.

Á Landsbókasafninu var ég aftur kominn í mitt gamla sæti á lestrarsalnum og endurnýjaði kunningsskapinn við ýmsa fastagesti. Þar kom daglega Rosinkranz Ívarsson sem stundað hafði sjóróðra á unglingsárum vestur undir jökli. Man ég að hann sagði við mig þegar hann bað um Ættartölur Espólíns í eitt sinn: Gyrði ég mig enn í brók.

Hann sat árum saman við að gera nafnaregistur við ættartöluna til að hún yrði aðgengilegri notendum hennar, bauð hann safninu að það greiddi honum smáupphæð fyrir verkið, en því var hafnað, enda eignaðist Landsbókasafn registrið fyrir smápening að honum látnum.

Sigurður á Kvískerjum, sem var einn þeirra þjóðkunnu bræðra fyrir vísindalegar jöklamælingar og náttúruskoðun, kom þar á vorin og fræddi mig um komu farfugla og tíðarfar. Hann var hæglátur í fasi sem kom honum vel þegar hann lenti í snjóflóði. Tókst honum að stinga háum göngustaf sínum gegnum snjódyngjuna þó að hann gæti varla hreyft sig og beið þess æðrulaust á annan sólarhring að einhver leitarmanna kæmi auga á stafinn og þannig bjargaðist hann undan jöklinum.

Það var oft hljótt og notalegt að horfa yfir salinn þar sem fræðimenn grúfðu sig yfir skræður sínar og græn birtan frá glerskermunum á gylltum örmum gaf öllu umhverfinu blæ eilífðar og álfasögu. Í rauðbrúnum eikarskáp mældi klukka tímann með þungum koparlóðum.

Einn daginn kom sérfræðingur í lýsingu á safnið, ung kona með alls konar mælitæki og áhöld í verkfæratösku. Hún lagði undir sig allan lestrarsalinn með nákvæmum mælingum. Forvitni salvarðarins vaknaði fyrir þessum kúnstum í stúlkunni. Hún var dálítið framandleg með fallega formaða fótleggi og grannan háls eins og vorfugl sem villst hefur inn í heyhlöðu og berst um með vængjaþyt.

Nokkrum dögum síðar kom í ljós hvað hún hafði boðað með komu sinni. Fagmenn héldu inn í salinn búnir háþróuðum tækjum og rafmagnsborum og eftir stutta innrás höfðu þeir lagt alla gömlu látúnslampana með grænu ljóshlífunum að velli og innleitt sigri hrósandi skjannahvíta nútímalýsingu undir löngum blikkstokkum. Gömlu látúnslamparnir lentu í ruslakompu. Þannig hélt nútíminn innreið sína fullur af sjálfumgleði.

Lestrarsalurinn hafði skipt um svip þó að iðja klukkunnar væri sú sama og súlurnar í salnum snilldarlega meitlaðar af íslenskum höndum munu áfram gleðja augu þeirra sem leggja leið sína á salinn í framtíðinni.

Leifur Haraldsson skáld og fræðimaður var einn af þessum skemmtilegu furðufuglum sem daglega sóttu safnið. Hann var í útliti eins og persóna úr ævintýrasögu, hýr og brosleitur með dálítið útstæð eyru svo í augum barna gat hann virst vera sjálfur Pétur Pan.

Hann var nostursamur í klæðaburði og oft orðheppinn í tilsvörum og gamansamur þó að hann ætti jafnan úr litlu að spila og varð stundum fyrir næsta grátbroslegum atvikum. Hófsmaður á vín en varð fljótt hreifur af litlum sopa, enda grannholda.

Engan óvin átti Leifur, en í eitt skipti hlutust þó grimmilegar barsmíðar út af honum. Nokkrir vinir hans voru að fara með hann úr ölteiti en þá réðst á félaga hans frægt heljarmenni sem bar það seinna fyrir lögreglurétti að hann hefði haldið að litli maðurinn hefði orðið fyrir líkamsárás fanta sem ætluðu að ræna hann og vildi sá sterki koma lítilmagnanum til hjálpar. Lágu þrír eftir í valnum en sá fjórði komst undan á flótta.

Leifur henti gaman að mörgu í kveðskap sínum.

Um tíma var hann í fæði á Ingólfskaffi skáhallt gegnt Landsbókasafninu. Um það orti hann:

> Ungu ljóðskáldin yrkja kvæði
> án þess að geta það.

Á Ingólfskaffi ég er í fæði
án þess að éta það.

Var hann umsvifalaust rekinn úr mötuneytinu fyrir kveðskapinn.

Leifur afrekaði það að þýða Stríð og frið eftir Tolstoy sem er eitt af öndvegisverkum heimsbókmenntanna, en sóttist verkið nokkuð seint. Þegar hann kom eftir hádegismat á lestrarsalinn og hóf þýðingu sína í stóru leðursæti rann honum smám saman í brjóst og sá ég til þess þegar ég var á salnum að hann fengi sér hænublund í friði.

Þegar Þórhallur kom aftur frá háskólanum í Salamanca var ég aftur á lausum kili. Ég reyndi að einbeita mér við skriftir, en nú var annar sonur okkar fæddur, Úlfur, og ekki næðissamt í tveggja herbergja íbúð, ég fór því um haustið til Spánar, fékk heimilisfang danskrar konu hjá Lövborg, konsúl í Barcelóna, en hún var hótelstýra í fiskiþorpi tíu kílómetra vestur frá Palma sem þá var ekki orðinn neinn sérstakur ferðamannastaður, enda túristabylgjan ekki enn skollinn á ströndum Majorka.

Ég fékk dönsku konunni sem hét Klara bréf konsúlsins og síðan herbergi í húsi hennar í San Ágústín, sem er í fúnkisstíl frá því fyrir stríð. Bærinn var við dálitla vík með klettum út í sjó, hvítri sandströnd með húsum í suðrænum stíl upp gróðurmiklar hlíðar. Meðfram þjóðveginum bar mest á stórum kaktusum með þykk blöð og nálar í jöðrunum og stökum pálmatrjám sem uxu upp úr sprungum í ljósu berginu. Þarna var endastöð sporvagnsins frá Palma sem kominn var til ára sinna enda hristist hann allur til á leiðinni og tók ferðin drjúga stund, því að viðkomustaðir voru margir.

Herbergið var á þriðju hæð í miðri hlíðinni frá sjó og talsvert bratt upp að ganga, en það var rúmgott og miklar svalir fyrir framan með útsýni yfir flóann. Ég kynntist þar ýmsu fólki, fyrst enskri frú sem átti son starfandi í breska sendiráðinu í Reykjavík. Mrs. Lake var fráskilin og hafði búið á Majorka frá því fyrir stríð. En það var stórskorinn landeigandi frá Suður-Afríku sem ég kynntist fyrst. Hann hafði frá mörgu að segja og vildi kenna mér að njóta lífsins á réttan hátt. Ekki stundaði hann ströndina eins og ég en sat oft á svölum á veitingahúsi með barðamikinn stráhatt og horfði á léttklætt kvenfólkið spóka sig í sólinni og bauð oft upp á svaladrykk. Hann var farinn að halda við sænska aðalskonu skreytta dýrgripum og hafði sýnilega verið glæsileg á yngri árum. Við urðum mestu mátar, töluðum saman skandínavísku. Hún var hláturmild en svolítið hás af reykingum og alltaf í fallegum kjólum, ilmandi af dýrum vötnum og á gylltum skóm. Hún trúði mér fyrir því að henni fyndist hann brútal þó að hann væri stórkostlegur í rúmi og svo kynni hann ekkert að meta skáldskap. Þá varð hún ögn döpur og þerraði sér með blúnduklút um vot augun.

Áður en ég fór hafði elskhuginn keypt lítið steinhús sem var í niðurníðslu en hafði fengið sér smið og múrara, en hún sagðist ekki ætla að flytja til hans, hann væri of mótaður af Afríkudvölinni.

Í Palma kynntist ég háskólastúdentum sem unnu fyrir sér með því að dilla ríkum og vanræktum bankastjórafrúm sem fóru til Majorka að ráði sálfræðinga.

Því miður vissi ég ekki fyrr en seinna að Steinn Steinarr og Ásthildur voru nýkomin til Palma skömmu áður en ég fór til Alsír. Var Jóhann Pétursson skáld og síðar vitavörður í för með þeim og skrifaði hann klögunarbréf til fornvinar síns Bergs Pálssonar um að þau hjónin hefðu neitað að gefa sér mat og úthýst sér þráfaldlega. En Jóhann var óspilunarsamur á takmarkaða fjármuni sína og gekk þá fé hans miklu fyrr til þurrðar en hann hafði ætlað, vildi hann þá fá að komast í félagsbú til þeirra hjóna en þau treystu sér ekki til að hafa hann á framfæri sínu. Sendi Jóhann þá skeyti til Ragnars í Smára og bað hann að bjarga sér frá hungurdauða.

Brá Ragnari í Smára sem von var við svo válegt neyðarkall og sendi Jóhanni um hæl hraðskeyti með ávísun á peninga fyrir matvælum.

ÞRÍTUGASTI OG ÁTTUNDI KAFLI

Alsír

Næturnar urðu æ svalari. Ég var í jakka á kvöldin og fór að hugleiða að halda til Alsír sem væri sunnar og hlyti haustið að koma þar seinna.

Í dagblöðunum las ég að múslimar í Alsír vildu brjótast undan yfirráðum Frakka sem höfðu tekið sér bólfestu í landi þeirra þegar Vesturlönd höfðu slegið eign sinni á alla Afríku og skorið hana eins og rjómatertu í misstórar sneiðar á milli sín.

Reglulegar skipaferðir lágu ekki beint við, svo að niðurstaðan varð að það myndi aðeins vera smávegis dýrara að taka sér flugfar en með skipi, svo að ég var lentur í Algeirsborg eftir tæplega tveggja stunda flug. Þekkti ég þar ekkert til en ákvað að fá inni í jaðri franska hverfisins og komst ég það með sporvagni, fann mér síðan smáhótel þar sem þjónustuliðið var arabískt.

Dálítið fóru umskiptin í mataræði í magann á mér og var mér heldur til ama.

Skammt frá hótelinu var franskur veitingastaður þar sem ég hitti franska námsmenn sem buðu mér fylgd inn í þröngar götur Arabahverfisins, eða casba eins og það er kallað á arabísku. Þeir sögðu að Frakkar myndu aldrei afsala sér Alsír sem hefði verið hluti af Frakklandi í margar kynslóðir og þeir væru afkomendur frönsku landnemanna sem voru kallaðir Svartfætlingar af því þeir gengu á svörtum leðurskóm en ekki í sandölum eða berfættir eins og Arabarnir.

Piltarnir voru allir O.A.S. menn, harðskeyttir franskir þjóðernissinnar sem þá voru farnir að bregðast hart við allri ólgunni sem kraumaði undir hjá múslimum. Sums staðar í franska hverfinu, sem var mjög glæsilegt, voru opinberar byggingar varðar sandpokum við útidyr og glugga vegna sprengjuhættu.

Ég þáði þó ekki fylgd O.A.S. mannanna um Casbahverfið heldur fékk Arabastrák sem vann á hótelinu til að fara með mér. Hann fullvissaði mig um að það yrði ekki skotið á mig af því ég væri svo hár og ljós yfirlitum, allir myndu halda að ég væri Svíi og sennilega á vegum Sameinuðu þjóðanna.

Þröngar og krókóttar göturnar voru lagðar slitnum og skökkum brústeinum, þvottur alls staðar á snúrum milli húsaraða sem ekki voru breiðari en svo að asni með klyfjar kæmist upp steintröppurnar sem tóku við hver af annarri. Flest húsin voru skellótt með grænum rimlahlerum fyrir gluggum en Arabasöngl barst að eyrum innan frá, einu húsin sem voru dimmrauð og ekki upplituð af sólskini voru vændishúsin og stundum brá fyrir grönnum kvenhandlegg út um glugga og vísaði ákveðna leið. Í þessum götum og húsasundum áttu sér stað alls kyns viðskipti, húsmæður keyptu sér í matinn lifandi hænsfugla og kanínur til slátrunar í eldhúsinu hjá sér, sviðalykt barst að nösum manns. Skrifari sat í húsaskoti með púlt á knjám sér og tók að sér að lesa og skrifa sendibréf fyrir fólk. Karl sat á kassa með gemling á milli læra og dró mjúklega egghvasst hnífsblað um barka skepnunnar, börn stóðu spennt og horfðu á þegar lambið tók kipp við að skorið var á mænuna og augun brustu. Þetta kvöld hefur í hverfinu verið étið kúzkúz sem er þjóðarréttur Araba og minnir talsvert á kjöt og baunir hjá okkur, nema mér fannst keimur af sviðinni ull spilla bragðinu.

Eftir að hafa skoðað mig um í Casba fengum við okkur lútsterkt og sætt kaffi sem innlendir sitja langar stundir við og taka lífinu með ró þar sem ekkert óhagræði er af konum eða börnum.

Ég gætti þess vel ef ég mætti múslimakonu að horfa ekki á hana enda eru þær kirfilega duldar í skósíðum kyrtlum og blæja fyrir mestöllu andlitinu, þó komst ég ekki hjá því að taka eftir því að fætur og fótleggir voru smurðir brúngulum áburði, en vissara að vera á varðbergi því eiginmaðurinn fylgdi alltaf konunni eftir með rýting í erminni ef augnaráð karlmanns skyldi verða of nærgöngult. En á búlunum þar í kring dönsuðu þybbnar konur magadans við arabíska músík svo að svitinn bogaði af þeim og blandaðist heitu loftinu eins og ein kryddtegundin í viðbót við allar hinar.

Seinna fór ég niður að höfninni þar sem stóð glæsileg moska frá því um sextán hundruð. Gekk ég gegnum flúruð súlnagöng inn í fordyri, þar sem ég fór úr skónum, síðan á sokkaleistunum inn í sjálfa moskuna, þar sem múslimar lágu í hnipri á hnjánum svo að sá í berar iljar þeirra.

Moskan var öll lögð dýrindis gólfteppum, múslimarnir litu upp andartak en við hvert ákall hneigðu þeir sig svo að ennið nam við gólf. Þetta endurtók sig hvað eftir annað, hátt uppi á skreyttum veggjum voru gluggar með mynstur felld inn í karminn með miklu útflúri, en engar myndir, því að Allah er ekki í mannsmynd heldur tákn fullkomnunar. Ég ímyndaði mér að hér hefði sumt af hertekna fólkinu komið eftir að það hafði turnast til trúar á Allah, sem ekki var reiðiguð eins og í Gamla Testamentinu. Skyldi því ekki hafa þótt tilkomumikið að koma úr örbirgðinni, myrkrinu og kuldanum á Íslandi í eina glæstustu stórborg Miðjarðarhafsins undir merki hálfmánans þó að það nefndist Barbarí á norrænni tungu, en á dögum Tyrkjaránsins var Algeirsborg ein fegursta hafnarborg í Evrópu, enda er hún vel í sveit sett utan í fjallshlíðum og ásum niður að dimmbláu hafinu. Helsta kvörtunarefni í bréfunum, sem bárust hingað frá herleidda fólkinu, voru kveinstafir yfir því að verða að afneita Lútherstrú til að njóta frelsis í Barbaríinu, og þóttu þeir svikarar sem turnuðust til trúar á spámanninn Móhameð. Ekki hefði Íslendingum þótt það neinir afarkostir nú á tímum.

Það snöggkólnaði á kvöldin í Alsír við dagsetur og næturkuldinn frá Saharaeyðimörkinni andaði ofan frá hásléttunni.

Af tilviljun mætti ég Susini sendifulltrúa Frakka í Reykjavík og konu hans á götu í miðborginni. Buðu þau mér út að borða með sér um kvöldið.

Susini sem var víðsýnn og hámenntaður maður fórst mörgum árum síðar í sendiráði Frakka í Hanoi fyrir mistök amerísks flugstjóra í Víetnamstríðinu og birtust myndir af honum helsærðum í Time Magazine.

Susini ráðlagði mér að fara með farþegaskipi á dekkplássi til Marseille eins og hann sjálfur hafði verið alvanur að fara.

Nokkrum dögum síðar hélt ég niður að höfninni með tösku mína, hafði ég hætt við að fara með áætlunarbíl suður í eyðimörkina um morguninn þar sem farþegarnir voru heldur skuggalegir ásýndum og bæru varla meiri virðingu fyrir hvítum manni en flækingshundi, sérstaklega þar sem öll teikn voru á lofti um grimmilega borgarastyrjöld.

Þegar ég kom niður að hafnarbakkanum blasti við hvítt skemmtiferðaskip, El Djezair, eitt nýjasta og glæsilegasta farþegaskip Frakka. Ég sá að fólk var að streyma um borð á brú yfir í skipið hátt fyrir ofan hafnarbakkann, ég ætlaði að fara upp að brúnni, en sá sem leit á farmiðana stöðvaði mig og benti mér á að fara til hópsins sem beið fyrir neðan með töskur og skjóður og var það brogaður mannskapur og ekki fýsilegur til kynna. Fór ég þangað með hálfum hug en sagði við sjálfan mig að ég yrði að vera fljótur að ná mér í stól til að sitja í á leiðinni yfir Miðjarðarhafið, en á svona hraðskreiðu skipi var reiknað með tæpu sólarhrings stími. Tók það meira en klukkutíma fyrir fólk með dýra farmiða að fara inn í mitt skipið á brúnni hátt fyrir ofan okkur.

Loks var okkur óæðri farþegunum hóað um borð á landgöngubrú miklu neðar í skipið og hastað á okkur með háum köllum og sköllum eins og við værum fénaður, en þetta voru mest Arabar í atvinnuleit, en skipið flutti hermenn frá Frakklandi til Alsír vegna Alsírstríðsins.

Ég var orðinn sveittur af hitanum, en um leið og ég var kominn um borð fór ég að svipast um eftir stól til að hafa með mér upp á efsta þilfarið og var að róta í stólum þegar einhver skipverja spurði mig hvert ég ætlaði með stólinn.

Ég svaraði að ég ætlaði að tryggja mér gott pláss á opnu þilfari. Hann sagði að það yrði ekki leyft fyrr en eftir að skipið væri látið úr höfn. Varð ég að sætta mig við það og beið þess nú í óþoli að landfestar yrðu leystar. Á meðan kannaði ég hvernig ég ætti að komast upp á dekk með sólstólinn.

Þegar drykklöng stund var liðin og ég fann á titringi skipsins að það var komið á fulla ferð ætlaði ég að reyna aftur, en þá var mér sagt að skollið væri á óveður og engum farþega yrði hleypt upp á þiljur. Ég hafði ekki gert mér grein fyrir að í miðjum nóvember gæti verið allra veðra von á Miðjarðarhafi.

Mér varð nú ljóst að ég yrði að dúsa með Aröbunum niðri í lestinni. Tók veltingur skipsins brátt mikið að ágerast og sumir

Arabanna sem höfðu kannski ekki fyrr litið hafið voru orðnir fölleitir á vangann. Ég hafði haft með mér af hótelinu tvær brauðsneiðar, aðra með kjötáleggi og hina með osti. Maulaði ég nestið hægt og varlega til að koma ristlinum ekki í uppnám, en fór síðan á salernið. Þar voru margar setur, veggir flísalagðir til hálfs, allt hvítt og tárhreint með handklæði á rúllum. Var ég feginn að hafa aðgang að svona skínandi snyrtingu, en þegar leið á kvöldið höfðu orðið mikil umskipti til hins verra á öllu hreinlæti. Arabarnir höfðu ælt út um allt gólfið, en saur og hálfmeltar matarleifar gusuðust um allt flísalagt gólfið eftir veltingnum á skipinu.

Reyndi ég þá í ofboði að hringja neyðarbjöllu til að fá mig fluttan á annað farrými þó að verðmunur væri mikill, en enginn ansaði hringingum mínum. Sjóveikin ágerðist stöðugt og uppköstin en Arabarnir sem lágu á segldúk á hörðu gólfinu þuldu í sífellu: Allah, Allah.

Ég var með létta yfirhöfn sem ég hafði keypt í Alsír og var stöðugt að gæta þess að fá ekki einhver óhreinindi á hana eða á sjálfan mig. Það var aðeins einn hvítur maður auk mín í hópnum og kona sem Arabarnir skiptust á að liggja hjá, þó að hún væri græn og gul í framan af sjóveiki. Hafði ég haldið fram að þessu að sjóveiki verkaði fremur illa á kynlíf, en það eru alltaf undantekningar frá reglunni.

Ég sat hjá þessum eina Evrópumanni lungann úr nóttunni og hann deildi með mér einu epli sem ég var þakklátur fyrir. Hann mátti sig ekki hræra í stólnum af því að hann var með brotna hnéskel, hafði orðið fyrir því óhappi við uppskipun í Marseille að detta í stiga, en það var enginn tími til að koma honum á spítala þar svo honum var gefin sprauta í lærið og sagt að það yrði gert að hnéskelinni þegar skipið kæmi til Alsír. En þar hafði heldur ekki unnist tími til að sinna honum, svo að hann var sendur til baka sömu leið.

Við sátum lengi og röbbuðum saman. Hann hafði misst annað augað í skotgröfunum við Verdun í fyrra stríði, og einkasonur hans hafði fallið í seinni heimsstyrjöldinni. Hann ætti ekki aðra að en systur í Norður-Frakklandi sem lifði á knöppum ellilaunum í smábæ og hefði enga aðstöðu fyrir hann þar.

Ég var hættur að hringja neyðarbjöllunni, en um fimmleytið kom bátsmaður og spurði hver hefði verið að hringja fyrr um nóttina, hann hefði verið mjög önnum kafinn við að binda hlera fasta í óveðrinu,

Ég gaf mig fram og hann horfði undrandi á mig og spurði hvernig á mér stæði á þessum stað. Ég sagði honum að ég hefði oft farið milli landa á þriðja plássi en aldrei öðru eins og þessu.

Reyndi hann að afsaka þetta og kenndi skilningsleysi mínu á frönsku um, en bauð mér þó til sátta að láta mig fá koju fyrir hálfvirði en ég hafnaði því.

Allt í einu heyrði ég að einn Arabinn hrópaði, að skipið væri hætt að hreyfast.

Við vorum loksins komnir inn í Marseillehöfn fjórum klukkustundum eftir áætlun vegna veðurofsans.

Nokkru síðar heyrði ég kallað í hátalara að allir með útlend vegabréf ættu að koma upp í kvikmyndasalinn með skilríki sín. Þreif ég þá tösku mína og skundaði inn ganginn og tók lyftu upp á fjórðu hæð, var þar allt lagt dimmrauðum mjúkum gólfteppum, en kvikmyndasalurinn var allur í útflúruðum gyllingum. Sat þar nokkur hópur af velklæddu fólki og beið þess að fá vegabréf sín stimpluð.

ÞRÍTUGASTI OG NÍUNDI KAFLI

Hraðlest til Parísar

Ég hafði ætlað mér að skoða mig um í Marseille, sérstaklega langaði mig til að sjá ýmsar rómaðar byggingar eftir Le Corbusier þar í borg en þá var allur þróttur svo úr mér skekinn eftir þessa erfiðu nótt, að ég ákvað að taka fyrstu hraðlestina til Parísar.

Stóð svo vel á að ég þurfti ekki að bíða lengi og feginn var ég þegar ég var kominn upp í lestina og fann að hún rann mjúklega af stað úr stórum stöðvargeimnum með öllum hinum lestunum og út undir bert haustloftið. Ég hafði keypt mér samloku á leiðinni að lestinni og reif hana í mig.

Ég settist við glugga í klefanum andspænis ungum manni með tíu daga skegg sem hallaði sér á hlið með gljáandi augu eins og hann væri með hitasótt, dökkhærð stúlka með brúnan pappírspoka í kjöltu sér sat við dyrnar mín megin.

Mér datt í hug að þau hefðu verið að ferðast saman og tók upp blað sem ég hafði keypt á brautarstöðinni, það var Le Figaro Literaire, sem kom út á föstudögum og birti úrvals greinar um bókmenntir nýjar og gamlar. Í vinstri jakkavasanum var ég með litla fransk-enska orðabók sem ég sló oft upp í.

Lestin var ekki lengi að komast á fleygiferð, landslagið þaut framhjá; hús, matjurtagarðar, runnar og tré á stangli, sölnandi gras í rekjunni.

Ég byrjaði að slá upp í orðabókinni, ég heyrði að ungi maðurinn á móti okkur stundi öðru hvoru og stúlkan leit kvíðin á svipinn til hans, en sagði ekki neitt. Ég hélt áfram að glugga í blaðið. Lestin þaut áfram, mér datt í hug að hraðinn væri kominn upp í hundrað og fimmtíu kílómetra.

Gott að við fórum hratt með veikan mann sem þyrfti kannski strax að komast til læknis.

Stúlkan við hlið mér tók appelsínu upp úr brúnum pappírspokanum og fór að taka börkinn utan af henni. Fingur hennar voru grannir og fínlegir. Ég horfði á hana taka börkinn smám saman utan af appelsínunni. Hún beitti svolítið nöglunum sem voru vel snyrtar, ljósrauðar og gljáandi. Hún stakk einu rifi í einu upp í sig og lét það liggja góða stund í munninum án þess að hreyfa kjálkana, eins og hún léti appelsínurifið leika á tungu sér til að njóta hvers dropa af safa þess, næstum á lostafullan hátt.

Hún tók aftur appelsínuna í hönd sér og fletti börkinn varlega af kjöti ávaxtarins, hvað hún fór fínlega að þessu. Ég fylgdist spenntur með hverri hreyfingu handa hennar. Hvað henni fór þetta allt kvenlega úr hendi, hundruð þúsunda ára reynsla leyndi sér ekki.

Hún tók eitt appelsínurif og rétti það spyrjandi á svipinn til unga mannsins með svitadropa glitrandi á enninu og í dökku þunnu skegginu, en hann hristi aðeins höfuðið og brosti dauft.

– Er þér illt? spurði hún varfærnislega.

– Ég er með botnlangabólgu.

– Því fórstu þá ekki á spítala í Marseille?

– Ég vildi heldur flýta mér til Parísar.

Þögn.

Hún leit til mín og bauð mér rif.

Ég þakkaði fyrir mig með brosi.

Hún var með kastaníubrúnt hár en hörundið rjómalitað.

Ég gerði eins og hún og lét appelsínurifið velkjast á tungu minni.

– Við vorum nokkrir saman á ferðalagi suður í eyðimörkinni Sahara. Við vorum í vin döðlupálma þegar ég veiktist snögglega, ég vildi að þeir héldu áfram.

Aftur tók hann hvíld.

Lestin æddi áfram eins og líf lægi við.

Ég hugsaði að þannig hefði getað farið fyrir mér ef ég hefði farið um morguninn suður í eyðimörkina. Á ferðalagi hafði ég stundum haldið að ég væri kominn með botnlangabólgu, ég hafði farið til læknis í Palma vegna þess, en hann hélt að það væri af mataræðinu.

Ég fór aftur að reyna að lesa í blaðinu, stúlkan sat með krosslagða fætur. Ég tók eftir því hvað fótleggirnir á henni voru vel formaðir, hún minnti á hind að drekka úr vatnsbóli.

Ég stóðst ekki lengur mátið að spyrja hana um orð í blaðinu sem ég var ekki viss um. Hún laut yfir blaðið hjá mér, ilmur úr hári kom alveg upp að mér og stakur lokkur við gagnauga hennar straukst við handarbak vinstri handar mér, eitt andartak.

Ég varð undrandi á sjálfum mér, hugsaði: Þú ert enn í uppnámi eftir nóttina í lestinni með Aröbunum.

Fólk var alltaf á rápi á ganginum fyrir framan klefa okkar, landslagið þaut framhjá gluggunum, haustlauf í ótal litum, hálfnakin tré með svartan börk, hús, garðar, leikvellir, allt í einum hrærigraut eins og abstrakt málverk.

Ég þakkaði henni fyrir tilsögn hennar og hélt áfram að glugga í blaðið.

Mér rann í brjóst.

Þegar ég lauk aftur upp augunum var ungi dökkhærði maðurinn með skeggið sofnaður á bekknum á móti mér. Hann var á sterklegum leðurstígvélum með smellum.

Unga stúlkan sat enn með börkinn af appelsínunni í hendi sér.

Lestin brunaði áfram, svartar greinar veifuðu ennþá fáeinum laufblöðum eins og þau væru að biðja um far. Regnið kom skáhallt á rúðurnar vegna hraðans.

Við vorum farin að tala saman áður en ég vissi af, unga stúlkan og ég. Hún sagði mér að hún hefði fengið frí í vinnunni af því að móðir hennar væri alvarlega veik.

Ég spurði aðeins fárra spurninga af því að franskan mín var svo óburðug.

Hún brosti og hjálpaði mér til að ljúka setningunum þegar þær voru lengi á leiðinni. Mér féll vel hvernig hún hló, lágt og mildilega, hlátur fullur af tillitssemi.

París væri ekki eins og hún kæmi útlendum ferðamönnum fyrir sjónir, sagði hún í framhaldi af því sem við höfðum verið að tala um, það væri önnur París á bak við þá grímu, andrúmsloftið á veturna væri oft mengað og færi í öndunarfærin, stundum hráslagalegt, þoka yfir Signu og þunglamalegir prammarnir baslandi móti straumnum, blýgrá skýin full af sóti, húsin köld með bratta stiga, baðvatnið stíflað í leiðslunum, eldhúsin forngripir og þvotturinn oft þveginn í bala, í lok stríðsins hafði rafmagnið oft farið af og fólk beið í myrkri og köldum slagafullum húsum vegna kolaleysis, stríðið hefði leitt fátækt yfir þjóðina, venjulegt fólk hefði ekki efni á að kaupa sér annað en það ódýrasta í matinn, kjöt væri rándýrt, smjör næstum ófáanlegt og mjólkin enn skömmtuð, fólk væri slitið og úttaugað þegar það kæmi heim í yfirfullum neðanjarðarlestunum, Ameríkanarnir hefðu lofað einhverri efnahagsaðstoð en Frakkar væru stoltir, þeir lifðu í minningum um glæsilega fortíð sem væri kannski að miklu leyti uppspuni, þeir vildu ekki vera betlarar, en franska stjórnin myndi heldur þiggja aðstoð en að Rússar væru komnir að Rín.

– Heldurðu að það geti farið svo?

– Í kosningum eru kommúnistar alltaf að vinna á og verkföllin í kolanámunum hafa staðið vikum saman, meira að segja líka í Renault-verksmiðjunum og í sumum borgum hafa verkamenn barist við lögregluna.

– Það þarf ekki endilega að líta á Marshallhjálpina sem betlifé, Ameríkanar gera það fyrir sjálfa sig að reyna að koma í veg fyrir að Rússar sameini Þýskaland.

– Nei ég veit ekki hverju ég á að trúa. Auðvitað eru allir hræddir við Rússa nema kommúnistarnir, en það veit enginn hvernig það getur farið ef þessi Marshallhjálp fer ekki fljótt að bera einhvern árangur.

– Þið hafið þó enn De Gaulle.

– Hershöfðinginn hefur ekkert að segja lengur, hann er ekki í stjórninni, það eru þeir Schumann og Jules Moch sem ráða.

Og hún hélt áfram að segja mér frá dimmum horfum hins óbreytta Parísarbúa að tjaldabaki

En allt í einu tók hún upp glaðværari tón.

– Nei ég vil ekki skyggja á ánægju þína af að vera í París, hún er yndisleg á vorin, himinninn er blár og börnin leika sér að skútum í lystigörðunum. Er nokkuð yndislegra til en einfalt líf, án saknaðar, án blekkinga um framtíðina? Þá yrði engin ástæða lengur til að óttast.

Ég hlustaði án þess að segja orð. Ég vildi ekki trufla þetta eintal hennar, ég vissi að ég mátti ekki grípa fram í fyrir henni með athugasemdum sem gátu gert hana of sjálfsmeðvitaða, orð geta valdið styggð eins og smáfugl sem skýst undan hesti á dimmri heiði.

Hún hætti að tala, það var nokkur þögn á milli okkar.

– Nei taktu ekki mark á því sem ég var að segja, þetta var ekki mín saga, ég þurfti bara að tala, afsakaðu, en ég var að koma frá móður minni sem á ekki nema stutt eftir ólifað.

Ég sagði lágt:

– Ég skildi vel hvað þú sagðir, ég hef aldrei skilið frönsku jafn vel og einmitt núna. Þakka þér.

Allt í einu vorum við komin á leiðarenda: París. Ég hrökk upp af töfrum hins talaða orðs.

Dynurinn af umferðinni glumdi í eyrum, fólk að flýta sér, allir hræddir um að missa af einhverju. Einhverju, einhverju... Ofboð.

Ég náði fyrir hana í töskuna úr grindinni fyrir ofan hana.

Ungi skeggjaði maðurinn var risinn upp af legubekknum.

Hún spurði hvort hann þyrfti ekki að fá einhverja aðstoð, en hann afþakkaði, bróðir hans kæmi að sækja hann. Við kvöddum hann og óskuðum honum góðs bata.

Troðningur af fólki með farangur frammi á ganginum.

Ég kvaddi hana fyrir utan lestina, hún var svolítið hugsi líkt og hún væri að fara yfir eitthvað í huganum, en svo leit hún framan í mig og brosti.

Við tókumst í hendur.

Au revoir.

Merci.

Það var eina orðið sem kom upp í huga mér. Ég var tómur. Hún barst frá mér í þvögunni frá lestinni, köll og hróp á brautarstöðinni Austerlitz.

Hún barst óðfluga með fólkinu frá lestinni.

Ég tók viðbragð og kallaði. Hvað gat ég kallað? Ég vissi ekki einu sinni hvað hún hét, en hún skynjaði kannski hugboð mitt, sneri sér allt í einu við í mergðinni og veifaði til mín grannri hendi. Eins og trjágrein sem berst niður skolugt fljót í leysingum. Grönn hönd hverfur veifandi með fólkinu sem streymir út úr járnbrautarstöðinni.

Ég ætlaði að hlaupa á eftir henni og biðja hana.

Ég staldra við. Biðja hana?

Um hvað gat ég beðið hana?

Hún var horfin í þvögunni.

Var þetta bara meiningarlaust óp?

Eða duldrar meiningar?

Eins og Óp Edwards Munch á brúnni. Óp sem alltaf heyrist ef maður hlustar vel.

Óp af brúnni milli tveggja heima.

Eða hvað?

Vorum við ekki tvær manneskjur sem höfðum hist í hraðlest á leið til næsta áfanga?

Áfangi og loks enginn áfangi.

Endastöð.

FERTUGASTI KAFLI

Saint-Germain-des-Prés

Þrátt fyrir ískyggilegar horfur í alþjóðamálum með stríði Sameinuðu þjóðanna undir forystu Bandaríkjamanna í Kóreu, þar sem minnstu hafði munað að kínverskir herskarar hefðu sópað Ameríkönum með vígvélar sínar í sjóinn fram af Kóreuskaganum áður en MacArthur tókst að snúa flótta upp í gagnsókn, og þrátt fyrir að franskur her væri í nauðum staddur við Dien-Bien-Phu í fjalllendi Norður-Víetnam ekki langt frá kínversku landamærunum, virtist hræðslan við þriðju heimsstyrjöldina ekki hafa magnast að sama skapi. Árangur af aðstoð Marshallhjálparinnar var smám saman farinn að segja til sín á efnahagssviðinu og mjólk og smjör var ekki lengur skammtað.

Saint-Germain-des-Prés og Latneska hverfið voru suðupottar menningar heimsins og drógu til sín áhuga fólks hvaðanæva að, þó að mest bæri á Ameríkönum, sem fóru dálítið í taugarnar á frönskum menntamönnum og vinstrisinnum. Ólu þessir aðilar á andúð sem oft leyndi sér ekki. Kommúnistar höfðu tryggt sér mikið fylgi stúdenta og kennara sem höfðu skýrar pólitískar hugmyndir að styðjast við í fagnaðarboðskapnum um heimsbyltinguna og endalok kapítalismans.

Café de Flore og Deux Magot drógu til sín túrista vegna frægðar Jean-Paul Sartre og klíku hans sem mestu réðu í bókmenntum og það var menningarleg skylda að vera róttækur. Ný andleg yfirstétt drottnaði yfir menningunni sem kunni á kerfið, nomenklatúra.

Þó var til nóg af málum til að vera ósammála um og til að sýna snilld sína í rökræðum, öfugmælum og útúrsnúningum.

Eitt af brennandi deilumálum þessa tíma var hvort list ætti að sætta sig við að vera skrautlist eða búa yfir dýpri túlkun, helst byggða á existentialisma.

Kommersíalismi í listum var fordæmdur, þó vildu allir lifa vel á list sinni. Þar var Picasso hin mikla fyrirmynd í nútímalist, alræmdur kvennabósi í nýrri silkiskyrtu á hverjum degi.

Á Café Select hlustaði ég á íslenskt námsfólk deila mikið um nýleg skrif Halldórs Laxness um komu hans í Salon de Mai þá um vorið. Hann hafði sagt að myndir eftir íslenska málara eins og Hörð Ágústsson hefðu verið í sérbás undir bókstafnum I upp á þverbitum í skúmaskotum á þessari aðalsýningu ársins í París. Náttúrlega væri rétt að Íslendingar væru miðdepill alheimsins engu síður en þeir í París, en samt.

Þetta bar námsmönnunum ekki saman um hvernig ætti að útleggjast og hver kom með sína túlkun sem var jafn snjöll hinum fyrri.

Þetta var eins og hjá Gröndal, að beita alls konar stíl og rithætti til að gera sem flestum til hæfis.

Og hvernig átti að skilja það hjá Laxness að sá sem ætlar að gleypa sólina í París glati sjálfum sér, en verði ekki Parísarbúi við það heldur? Gat nokkur tekið það til sín?

Sigfús Daðason, sem ég heimsótti í Latneska hverfinu eins og ég hafði áður gert, skemmti mér með ýmsum kátlegum sögum og fréttum úr menningarlífinu heima. Hafði frétt úr Morgunblaðinu að hin rómaða skáldsaga eftir Loft Guðmundsson, Jónsmessumartröð á fjallinu helga, sem hafði þótt mikill bókmenntaviðburður, ætti að þýðast á frönsku. Kannski þótti mönnum lag eftir að Halldór Laxness hafði fengið Nóbelsverðlaunin. Þá var von á verki eftir Thor, sem nefndist Andlit í spegli dropans og bókaforlög voru fyrirfram farin að bjóða í eftir því sem hermt var á kaffihúsinu Laugavegi 11.

Café Select var eins og lifandi fréttastofa, íslenskar stúlkur flykktust til að innritast í Sorbonne og höfðu betra lag á því að komast í kynni við Frakka og Araba en íslensku strákarnir sem voru heldur stirðir á þá tungu því þeir voru svo uppteknir af nútímalist, rifust endalaust út af listastefnum og stríðinu í Alsír. Jón Óskar hafði af góðvild sinni boðið Araba að borða með sér á matsölustað til að sýna samstöðu með málstað múslima, en Arabinn sem hefur haldið að Jón væri að leita að einhverju öðru dró Jón óforvarandis með sér á afvikinn stað, greip í klofið á Jóni og beit hann í vörina, en Jón sleit sig af Arabanum og uppgötvaði ekki fyrr en á eftir að mannherfan hafði tæmt vasa hans af smámynt og stolið úr brjóstvasanum forláta lindarpenna.

Íslensku stúdínurnar gerðu mikla lukku fyrir fegurð og frjálsmannlegt viðmót, en ein þeirra fór flatt á því í Boulogne-skógi í miðri París eftir að hafa drukkið kampavín og borðað kavíar á Lídó í fylgd með miklum kavaler sem ók henni frá ljósadýrð Ódáinsvalla og nam staðar undir laufmiklu tré sem teygði greinar sínar yfir götuna og gerði sig líklegan til að fá þakkir fyrir vel lukkað kvöld, en þegar stúlkan varð treg til að þakka almennilega fyrir sig, varð hann svo bálvondur, að hann kastaði skóm hennar út í myrkrið, ók af stað og skildi hana eftir vegalausa og berfætta um miðja nótt í Boulogne-skógi.

Henni tókst ekki að finna nema annan skóinn en náði um síðir í leigubíl sem ók henni heim á hótel, þar sem hún lá í rúminu næstu daga til að jafna sig.

Jazzinn glumdi í kjöllurum mörg hundruð ára gamalla húsa sem listamenn höfðu gert að hellum frummannsins með alls konar uppátækjum úr heiðni eða djöfladýrkun.

Gallabuxur höfðu valdið byltingu í klæðaburði manna eins og gúmmískórnir á þriðja áratugnum, dans og músík gátu af sér ný tilbrigði, það var leikið af fingrum fram í París ekki síður en í New York. Það kölluðu Ameríkanar Happenings.

París hafði aftur endurheimt forystuna í list heimsins og næturlífi.

Stríðið var sameiginlegt ólán alls mannkyns, en fólk vildi gleyma liðnum hörmungum og njóta lífsins, losa sig við innibyrgðar hömlur og tengjast öðru fólki, ef ekki hvítu fólki, þá lituðu.

Um þetta söng Edith Piaf, sem kölluð var Svarti spörfuglinn sökum smæðar sinnar og háralits. Skær rödd hennar barst um gangstéttir búlivarðanna þar sem mannlífið blómstraði í alls konar litaskrúði og þjónarnir svifu á milli borða gestanna með hlaðna bakka sína af ljúfum drykkjum, eins og stórir svartfuglar með hvít brjóst.

Svarti söngþrösturinn söng sig inn í hjörtu Parísarbúa með sinni ástríðufullu og tregablöndnu rödd um hlutskipti mannsins í köldum heimi sem hægt er að hefja til gleði og fagnaðar þrátt fyrir allt, kannski var röddin hrjúf af því að líf hennar hafði ekki verið neinn dans á rósum en hún hreif alla með sér þegar hún söng af viðkvæmni:

Non, Je Ne Regrette Rien.

Ég sat á La Coupole og var að fá mér lauksúpuna, sem húsið var svo frægt fyrir á síðkvöldum. Ég hafði keypt mér síðari útgáfuna af Le Parisien til að líta í meðan ég naut súpunnar. Á forsíðunni var mynd af Edith Piaf nýgiftri geislandi af hamingju að kveðja manninn sinn, Marcel Cerdan, frægasta hnefaleikara Frakka. Þá hefði hún með sanni geta sungið uppáhaldslag sitt Hymn de l'Amour. Marcel Cerdan var á leið til keppni í New York um heimstitil í boxi. Hann var líka eitt bros.

Þriðja manneskjan á myndinni var 17 ára stúlka, Ginette Neveu, undrabarn Frakka í fiðluleik, sömuleiðis á leið til heimsfrægðar. Þau báru saman hendur sínar, Cerdan og Ginette Neveu, stóra og hnúamikla hönd Cerdans og smágerða hönd Ginette. Ég hafði ekki augun af höndum þeirra, svo miklar andstæður sem þær voru og fann jafnframt til beygs við gamalgróna hjátrú móður minnar að það væri ólánsmerki að bera saman hendur.

Ég hrökk upp af þessum órum og vísaði þeim á bug. Lauksúpan var farin að kólna.

Daginn eftir heyrði ég blaðasala hrópa hásum rómi nöfn þeirra, og fólk þyrptist til að lesa fréttina. Flugvélin sem þau Neveu og Cerdan voru farþegar í hafði farist með öllum innanborðs við Azoreyjar, komin hálfa leið yfir Atlantshaf.

Það var þjóðarsorg í Frakklandi.

Gerpla

Haustið 1952 kom Gerpla Halldórs Laxness út hjá Helgafelli. Flestir voru á einu máli að um bókmenntalegt afrek væri að ræða, stíllinn með hliðsjón af fornbókmenntunum, ekkert orð yngra en frá því um 1300.

Gerpla er margrætt skáldverk, eins og allar meiri háttar bókmenntir, en engum blandast hugur um að höfundurinn hefur fyrst og fremst í huga brenglaðar hetjuhugsjónir nútímans.

Kristinn E. Andrésson skrifaði í Tímariti Máls og menningar um Gerplu þar sem segir meðal annars: „...að á meðan verið væri að smíða hernámsfjötra á Íslendinga var klifað á þeirri lygi hvern dag að þeim stæði árásarhætta af Rússum ... Þessi heita barátta í orði og verki gegn stríðsöflum nútímans er hjartsláttur Gerplu. Hún varðar örlög Íslands og alls heimsins og hún ein skýrir glóð stílsins og ástríðuhita.“

Gerpla byggir að verulegu leyti á Fóstbræðrasögu.

Fóstbræðrasaga er álitin vera sett saman um tvö hundruð og fimmtíu árum fyrir daga Cervantesar sem skapaði þá ódauðlegu og fáránlegu hetju Don Quixote sem barðist við fjendur sína, vindmyllur allt sitt líf. Slíkir „riddarar“ fyrirfinnast enn og tekst stundum að safna að sér ótrauðum samherjum.

Á Landsbókasafni heyrði ég Vilmund Jónsson segja eitthvað á þessa leið:

– Það nær engri átt að bera saman athafnir manna á tíundu öld og á tuttugustu öld frá sama móral og Halldór gerir í Gerplu. Ólafur helgi var ruddi, en þá var móralskt að vera ruddalegur. Á þeim tímum var stöðugt stríðsástand. Mórall er ekki annað en að fylgja því sem er viðurkennt á hverjum tíma. Nú á tímum er móralskt að vera sentímentall vesalingur, en það hefði þótt ómóralskt á tíundu öld. Við erum jafn ómóralskir frá sjónarmiði tíundu aldar manna og tíundu aldar menn eru það í augum okkar. Náttúrlega hafa alltaf verið menn sem brjóta hinn almenna móral, eins og við ljúgum í dag þó að við fordæmum lygina og Þorgeir vó mann aftan frá. Við erum alltaf að reyna að þröngva okkar móral upp á aðra. Því skyldum við setjast að borði með mannætum og villimönnum sem varla eru hættir mannakjötsáti, því skyldu svört og hvít börn endilega þurfa að ganga í sama skóla, því ekki að lofa svörtum börnum að vera út af fyrir sig og banna hvítum börnum að sækja þeirra skóla? Við höfum skapað heiminn í okkar gen, við pössum í þau. Ef við ætlum að keppa við indíána í veiðiskap og þeirra lifnaðarháttum myndum við verða undir í þeirri baráttu, en það er ekki annað en eðlilegt að við séum ofan á í þjóðfélagi sem við höfum skapað fyrir okkur.

Sumir lesendur Gerplu þóttust sjá að Kiljan myndi hafa haft Bjarna Benediktsson utanríkisráðherra í huga við lýsinguna á Ólafi digra, slíkt verður hver að gera upp við sjálfan sig, en á sköpunartíma Gerplu og raunar fyrr hljóp oft pólitísk bræði og vanstilling í skrif íslenskra rithöfunda í blöðum eða tímaritum. Í ritdómi Kristjáns Albertssonar um Atómstöðina segir: „Þegar skáldið flýgur lægst verður sagan að pólitísku níðriti, sem hvorki að sannsögli né viti tekur fram því sem óvandaðast er af þessu tagi í íslenskum blöðum." Mun Kristján einkum hafa haft í huga Ólaf Thors þáverandi forsætisráðherra.

Hins vegar er Ólafur digri í Gerplu ekki séður frá nógu mörgum hliðum til að vera sannfærandi mannlýsing, eins og hjá Snorra. Þess utan tekur Ólafur digri í Gerplu of mikið rúm í sögunni af þeim fóstbræðrum svo að athygli lesandans dregst of lengi frá aðal söguhetjunum, og hefur raunar Halldór sjálfur varað við slíkum útúrdúrum sem draga um of athygli lesandans frá meginefni frásagnarinnar.

Í október 1953 kom út hjá Máli og menningu önnur skáldsaga mín, *Ef sverð þitt er stutt*, sem mér fannst að hægt væri að túlka á að minnsta kosti þrjá mismunandi vegu.

Ritdómar um hana fundust mér heldur grunnhyggnir, enda var það ljóst eftir ritdóm Bjarna Benediktssonar frá Hofteigi, þrátt fyrir fremur vinsamleg ummæli, að ég væri sem rithöfundur á því gráa svæði milli vinstri og hægri rithöfunda sem ættu engan rétt á sér samkvæmt skilgreiningu.

Ég sendi Sigurði Nordal þáverandi sendiherra í Kaupmannahöfn bókina og fékk fljótlega frá honum uppörvandi svar.

Þar segir m.a.: „Eitt hefur sérstaklega glatt mig, hvað stíllinn fellur vel að efninu, án allra örþrifaráða til þess að vekja athygli með orðum, sem gæti dregið athyglina frá efninu."

Jónas Haralz skrifaði mér frá Washington að Markús hefði ekki átt að koma fram í sögunni, heldur vera eins og skuggi á bak við (í Kafka-stíl). Hann væri örlagavaldurinn í sögunni, en það kæmi ef til vill ekki að sök, þar sem hann væri fremur beygur en persóna.

En það var ekki fyrr en ég las ýtarlega analýsu á verkinu að augu mín upplukust fyrir ýmsum veigamiklum atriðum sem ég hafði ekki gert mér nema óljósa grein fyrir meðan ég vann að sögunni. Ég las með áfergju þessa lærðu og fróðlegu grein eftir Jörgen Selst, rannsóknarbókavörð við Árósarháskóla. Hún birtist í Skírni 1985 í þýðingu Hildigunnar Hjálmarsdóttur.

Í ritgerð sinni fjallar Selst m.a. um skrif Sigurðar A. Magnússonar um íslenskar bókmenntir, þar sem segir að á árunum 1940–1955: „hafi varla komið út ein einasta skáldsaga eftir ungan höfund sem verðskuldi eftirtekt." Sigurður telur ástæðuna vera „að við áræðum ekki að kljást við stóru vandamálin sem varða rök tilverunnar, hin myrku öfl í manninum, heimspekina, trúna, siðfræðina."

Jörgen Selst lýkur sundurgreiningu sinni með þessum orðum:

„Í ljósi þessa virðist skáldsaga Agnars Þórðarsonar – í heimi þar sem ragnarök eru ekki lengur aðeins goðsögn, heldur yfirvofandi áhætta, – ógnvekjandi nærgöngul.

Sverðið er bók sem áræðir „að kljást við stóru vandamálin sem varða rök tilverunnar" og afhjúpa „hin myrku öfl í manninum" eins og Sigurður A. Magnússon lýsti eftir í dómi sínum um íslenskar bókmenntir eftirstríðsáranna. Öfl, sem ekki hafa verið skýrð fyrr en með síðari tíma sálfræðirannsóknum.

En bókin lýsir líka á lifandi og áhrifamikinn hátt íslensku þjóðfélagi í fangbrögðum gamals og nýs tíma, þar sem þegnarnir, verkamenn, sjómenn, bændur, borgarar, kommúnistar og kapítalistar, skáld, svindlarar, rónar og vændiskonur glíma við félagsleg og fjárhagsleg vandamál, horfast í augu við brostnar vonir eða eiga sér draum.

Eins og mennirnir leika hlutverk sitt jafnt á ytra sviðinu og í hugarheimi söguhetjunnar, þá er náttúran og veðurfarið óblítt, fegurðin nakin og ljósaskiptin dulúðug.

Skáldsöguna Ef sverð þitt er stutt skortir hvorki „dýpt né breidd". Hún hlýtur að teljast meðal öndvegisverka í íslenskri skáldsagnagerð eftirstríðsáranna."

The Sword kom út í New York 1970 í þýðingu prófessors Paul Schach og í Poznan í Póllandi 1978.

Í ritdómi í Tímariti Máls og menningar 1958 segir Þórarinn Guðnason læknir um ljóðabók Sigurðar A. Magnússonar, Krotað í sand, að hann geti fallist á „að Sigurður sé betri gagrýnandi en ljóðskáld". Heyrt hef ég hinsvegar gagnrýnendur fullyrða að það nái ekki nokkurri átt. Sigurður A. hljóti að vera betra skáld en gagnrýnandi.

Vorið 1953 var fyrsta útvarpsleikrit mitt, gamanleikurinn Förin til Brazilíu, flutt í Ríkisútvarpinu undir leikstjórn Lárusar Pálssonar. Leikendur voru Þorsteinn Ö. Stephensen, Lárus Pálsson og Gestur Pálsson.

Var mikið hringt til mín um kvöldið og mér þakkað fyrir góða skemmtun.

Agnar Bogason ritstjóri Mánudagsblaðsins skrifaði mjög lofsamlegan leikdóm um þessa frumraun mína, en mörgu leikhúsfólki stóð stuggur af gagnrýni hans.

FERTUGASTI OG ANNAR KAFLI

Stalín fellur frá

Þann 3. mars 1953 barst stuttorð tilkynning frá Kreml að Stalín hafi veikst snögglega og sé þungt haldinn.

Fólk þar eystra var mjög slegið yfir þessum ótíðindum.

Hvað tæki við ef?

Fólkið vissi af biturri reynslu að breytingar höfðu sjaldnast orðið til góðs í langri píslarsögu þjóðarinnar.

Margt trúað fólk geymdi enn gamlar minningar í huga sér og hjarta þegar kertaljós fyrir framan dýrlingamynd geislaði frá sér von og huggun í myrkri kvíðans.

Í næstu tilkynningu frá Kremlarkastala barst að líf fólkstjórans héngi í bláþræði.

Blöð á Vesturlöndum veltu fyrir sér stefnubreytingum í Sovétríkjunum ef svo færi að hinn óttalegi Dzhugashvili leggði upp laupana og yrði ekki lengur sá meinvættur sem hinum vestræna heimi hafði um áratugi staðið engu minni stuggur af en Tyrkjanum forðum daga. Evening Standard í London sagði að nú gæti skapast tækifæri fyrir Vesturveldin að taka upp sveigjanlegri stefnu gagnvart Rússum þegar Stalín væri allur.

Frá Kreml barst stuttaralegt svar: Stjórnarstefna Sovétríkjanna hefur ekki verið miðuð við lífstíð eins manns, heldur fyrir alla framtíð.

Þegar engin batavon var merkjanleg á einvaldinum á sjúkrabeði, skundaði Vishinský, utanríkisráðherra Sovétríkjanna, af þingi Sameinuðu þjóðanna í New York áleiðis til Moskvu.

Í dögun hins fjórða dags marsmánaðar var opinberlega tilkynnt að hinn elskaði leiðtogi þjóðarinnar væri ekki lengur í tölu lifenda, banamein hans blæðing á hans mikla heila.

Kirkjuklukkur sem ekki höfðu ómað í áratugi tóku að hringja með dymbli að fornum sið, og svartir mjóir silkiborðar blöktu með rauða fánann í hálfa stöng á turnum Kremlarkastala. Líkabangir endurómuðu í dimmum tón um öll Sovétríkin. Í hátölurum á götum úti og torgum mærðu grátklökkir þulir afrek hins mikla fólkstjóra og elskaða landsföður.

Samúðarskeyti streymdu hvaðanæva að frá þjóðhöfðingjum og flokksforingjum um heim allan.

Sorgarkviður voru ekki rofnar í útvarpi allan daginn. Lágir geislar sólarinnar kvöddu þennan andkalda marsdag með bleiku aftanskini á lauklaga gullnum turnum heilags Basils við Rauða torgið.

Það var snjóföl á jörðu þann dag.

Dagsetur kvíðablandið.

Jafnt og forðum eru dramatískir atburðir í sögu Rússlands eins og á stóru leiksviði þar sem áhorfendur fylgjast með úr mikilli fjarlægð, og oft af litlum skilningi á hvað þar er raunverulega að gerast fyrr en löngu seinna.

Fráfall Stalíns og atburðir sem af því leiddu ollu ekki þáttaskilum í óendanlegum harmleik rússnesku þjóðarinnar, allt frá því hún lenti undir oki mongólskra herskara, því að kerfið með sínum nomenklatura hélt áfram stálgreipum sínum um fjöregg ofurseldra þjóða.

Kvöldið áður en fregnin um dauða Stalíns barst út vorum við Ásgeir Hjartarson á heimili Sigurðar Grímssonar, leikgagnrýnanda Morgunblaðsins. Vorum við allir svolítið við skál og ræddum saman um hvaða augum seinni tíma sagnfræðingar myndu líta á Kremlarhúsbóndann.

Ég taldi að hann myndi verða settur við hliðina á Ívani grimma og öðrum harðstjórum Rússlands, Sigurður sagði að Stalín myndi sverja sig mest í ætt við Djengis-Khan, sem kallaði sig Svipu guðs og hafði lagt rúman helming veraldarinnar undir ok sitt með báli og brandi og ógnaði að leggja Evrópu undir jasak Drekans. Alveg eins og Stalín hafði nú gert.

En Ásgeir sem var sagnfræðingur að mennt fullyrti uppljómaður af aðdáun að sonur skóarans í valdamestu stöðu heimsins ætti engan sinn líka í veraldarsögunni nema ef vera skyldi sjálfan Júlíus Cæsar, drottnara Rómaveldis.

Um þetta höfum við líklega verið að deila þegar Stór-kaninn yfir fimmtungi jarðarkringlunnar var að taka síðustu andvörpin í Kreml.

Þessi andlátsfregn hefur sennilega verið ein sú áhrifamesta sem borist hefur í einu vetfangi um heimsbyggðina.

Skyndilega var eins og allar forsendur hefðu breyst í samskiptum þjóðanna og út við sjónhringinn sæist dagsskíma eftir langa nótt Kalda stríðsins, sem því miður reyndist tálvon.

Á miðju sviði liggur vaxgulur nár á gylltum börum í viðhafnarbúningi marskálks. Orður og æðstu heiðurstákn eru fest á brjósti hans. Hvítar liljur og drúpandi sorgarblóm í baksýn. Hermenn úr Rauða hernum standa heiðursvörð, svipbrigðalausir eins og úr blýi.

Sex æðstu menn Ráðsins stíga þungum skrefum inn á sviðið.

Þar skipa sér á aðra hönd Bería innanríkisráðherra og æðsti maður leyniþjónustunnar, Voroshilov hershöfðingi og Khrushchev, aðalritari flokksins, en hinum megin eru þeir Malenkov forsætisráðherra, Bulganin varnarmálaráðherra og Molotov fyrrverandi utanríkisráðherra, allir með hvítt svartbryddað sorgarband um handlegginn. Þeir lyfta börunum í axlarhæð og ganga hægt og taktfast undir sorgarlagi út úr salnum í Kreml.

Það var fastur liður í boðsferðum til Sovétríkjanna að fara með gesti Kremlarstjórnarinnar á Rauða torgið til að koma í grafhýsi Leníns eins og það var þá enn kallað þó að Stalín væri kominn í glerbúrið til hans.

Þegar Friðarsendinefndin sem við Steinn Steinarr vorum í undir forystu Hallgríms Jónassonar var leidd af túlkum Hins Opinbera á Rauða torgið með forna múra og turna Kremlar í baksýn, blasti leghöllin við okkur, klunnalegur og gluggalaus óskapnaður úr slípuðum dimmrauðum granítbjörgum, í engu samræmi við Kreml sjálfa, dómkirkju heilags Basils, Boðunarkirkju heilagrar Guðsmóður og Uppstigningarkirkjuna, margra alda gamlar byggingar.

Þennan heita júlídag 1956 beið margföld biðröð eftir því að fá að líta nái hinna elskuðu foringja samkvæmt orðalagi Júra túlks okkar.

En þar sem við vorum gestir Friðarnefndarinnar og því forréttindamenn gátum við gengið vafningalaust inn framhjá allri halarófunni að dyrum leghallarinnar þar sem vopnaðir grængráir varðmenn stóðu til beggja handa með hríðskotabyssu um öxl, en innra stóðu aðrir tveir hreyfingarlausir blýmenn, starandi augum í grafarþögn, umluktir annarlegri dulúð, en á miðju gólfi blasti við glerbúr þar sem þeir félagar lágu hvor á sínum beði í bleikri birtu sem minnti á kelirísljós í gamla daga, skafnir, olíusmurðir, hrikalegar rúnir í andliti Stalíns afmáðar að mestu og á allan hátt fansaðir í framan af listilegum líksnyrti.

FERTUGASTI OG ÞRIÐJI KAFLI

Erfingjarnir

Bería hélt að hann hefði öll tromp á hendi þegar hann kom til Austur-Þýskalands vorið 1953. Efnahagur landsins var í rúst. Framkvæmd samyrkjubúskapar og hröð iðnvæðing höfðu leitt til framleiðslustöðvunar og lífskjörin höfðu enn rýrnað. Hálf milljón íbúanna hafði flúið til Vestur-Þýskalands.

Walter Ulbricht var aðalritari miðnefndar Sósíalistaflokksins og langvaldamesti maður lýðveldisins. Hann lét sem vind um eyru þjóta kröfur almennings um slökun á ánauðinni.

Eftir komuna til Austur-Berlínar beitti Bería sér fyrir því að draga úr harðstjórninni með samþykki Æðsta ráðsins af því Rússar sáu sér ekki annarra kosta völ.

Walter Ulbricht neitaði þó stöðugt að slaka á klónni og Molotov varaði við því að Bería kynni að standa í vafasömu makki við ýmsa hátt setta menn í austur-þýska kommúnistaflokknum, auk þess sem nokkrir háttsettir foringjar í sovéska setuliðinu væru mjög handgengnir Bería. Yrði að hafa vakandi auga með framvindu þessara mála.

Þegar þær fréttir síuðust út til verkamanna að von væri um að dregið yrði úr harðstjórninni héldu þeir að langþráð stund frelsisins væri í nánd, svo að múgurinn fyllti götur borgarinnar með fagnaðarlátum sem sums staðar bitnuðu á rússneskum hermönnum.

Khrushchev varð ókvæða við þegar hann frétti af þessari upplausn á aga og leit svo á að hætta væri á gagnbyltingu, en það var sá ótti sem mest hafði sótt á Stalín til dauðadags. Beið Khrushchev ekki boðanna en lét þegar berja niður alla mótspyrnu. Kom til harðra átaka við þýska verkamenn, sem voru brotnir á bak aftur, en neistaflug barst víðar og olli bálinu í Búdapest þrem árum síðar.

Æðsta ráðið lét afturkalla allar breytingar Bería og hann varð að standa fyrir máli sínu á flokksfundinum í Minsk.

Bería var nú sjálfur borinn sökum um landráð og gagnbyltingarstarfsemi, eins og hann hafði fengið fyrrum félaga til að játa á sig í kjallara Ljubljankafangelsisins og réttarhöldum yfir honum lauk á viðeigandi hátt með byssukúlu þetta sama ár. Var hann því horfinn af sjónarsviðinu fáeinum mánuðum eftir lát Stalíns.

Khrushchev hafði nú fest sig rækilega í sessi.

Fyrst með því að hrifsa völdin af erfðaprinsinum Malenkov þrem vikum eftir að Stalín dó og fá honum lítilmótlegt starf í þúsund kílómetra fjarlægð frá Moskvu og síðan með aftöku Bería og annarra KGB manna, sem grunaðir voru um að eiga aðild að samsæri hans.

Fjórum árum síðar varð Molotov utanríkisráðherra að víkja sæti úr Æðsta ráðinu og taka við sendiherrastarfi austur í Mongólíu. Kona hans sem var gyðingur hafði þá verið látin laus úr fangelsi, en Stalín hafði fangelsað hana til að hafa þumalskrúfu á Molotov.

Hreinsanir fóru nú hljóðlegar fram en áður þegar Stalín setti á svið opinber réttarhöld á fyrri félögum fyrir heimsbyggðina.

Menn voru myrtir að næturlagi eins og í leikritum Shakespeares og ekkert vitnaðist um örlög þeirra.

Sumir leyniþjónustumenn KGB sem handgengnastir höfðu verið Bería höfðu valið flóttaleiðina. Einn þeirra var Vladimir Petrov sem vann sér það til lífs að afhjúpa breska njósnara í þjónustu KGB. Það hafði vakið heimsathygli fyrstu daga júnímánaðar 1951 þegar það spurðist út að tveir breskir diplómatar, Donald Maclean og Guy Burgess, hefðu horfið frá Bretlandi þegar yfirheyrslur yfir Maclean vegna grunsemda um njósnir í þágu Sovétmanna stæðu fyrir dyrum. Talið var víst að þeim hefði verið komið undan til Moskvu. Þegar svo Vladimir Petrov, sendiráðsritara við sendiráð Sovétríkjanna í Canberra tókst að flýja með ævintýralegum hætti þrem árum síðar, eða 2. apríl 1954, upplýsti hann að þeir Maclean og Burgess hefðu verið sovéskir njósnarar allar götur frá háskólaárum sínum í Cambridge. Petrov vissi einnig um leyninafn þriðja njósnarans og að sá hefði um skeið stundað blaðamennsku.

FERTUGASTI OG FJÓRÐI KAFLI

Njósnararnir

Grunur hafði strax fallið á Kim Philby, starfsmann bresku leyniþjónustunnar í Washington um að hafa varað diplómatana við og voru Ameríkanar hneykslaðir á hvað breska leyniþjónustan væri slök. Sjálfir voru þeir þó lítið betur settir. Rosenberg-hjónin höfðu verið ákærð fyrir njósnir í þágu KGB í Bandaríkjunum, en þau kváðu sig saklaus og það dróst á langinn að sanna sekt þeirra svo óyggjandi væri. Myndaðist þá mikil hreyfing fyrir því á Vesturlöndum að fá þau sýknuð, þúsundir áskorana bárust til Washington, en Bandaríkjastjórn var sannfærð um landráð þeirra og þrátt fyrir margendurteknar frestanir á aftökunni lentu þau að lokum í rafmagnsstólnum.

Einar Freyr rithöfundur skrifaði leikrit um Rosenbergmálið og sýndi þáverandi formanni Leikfélagsins, Lárusi Sigurbjörnssyni, en umsögn hans um leikritið var að það gæti verið gott efni í komedíu, hvernig sem Lárus hefur meint það.

Þá var Hiss-málið heldur aldrei fullkomlega upplýst í Bandaríkjunum og slapp hann með nokkurra ára fangelsi. En Alger Hiss hafði verið einn af aðalráðgjöfum Roosevelts forseta á Yalta-fundinum, þar sem Churchill hafði þótt forsetinn of eftirlátur við Stalín sem hann áleit varasaman í öllum samningum, því eins og hann sagði á sinn gamansama hátt við Roosevelt forseta:

– Gáðu að því að Stalín hefur aldrei verið skáti.

Mesti fengur fyrir Rússa hefur verið að fá í hendur uppskriftina að atómsprengjunni sem vísindamaðurinn og kommúnistinn Klaus Fuchs kom til þeirra með aðstoð sendiráðs Sovétríkjanna í London. Á Vesturlöndum vakti það síðan mikla skelfingu þegar fréttist að Rússar hefðu sprengt slíka sprengju í tilraunaskyni.

Í kalda stríðinu hafði njósnastarfsemi Sovétríkjanna um allan heim stóraukist og hafði þeim tekist að koma njósnurum sínum fyrir í veigamiklum stofnunum stjórnkerfisins og öryggisþjónustunnar í vestrænum löndum.

Maxim Litvinov sem hafði verið sendimaður Sovétmanna í London fékk þá snjöllu hugmynd að notfæra sér pólitískt vonleysi ungra yfirstéttarmanna við háskólana og boða þeim kommúnisma með aðstoð útsendara eftir fall verkamannastjórnarinnar og fjárhagshrunið 1931. Honum varð sérstaklega ágengt í Cambridge, þar sem margir stúdentar gengu til liðs við málstaðinn og sumir með því að gerast ötulir njósnarar fyrir Sovétríkin og vinna þeim allt það gagn sem þeir máttu, þegar þeir voru komnir í áhrifamiklar stöður innan kerfisins. Þetta á við um njósnarana þrjá sem heimsbyggðin stóð á öndinni út af þegar þeir flúðu til Sovétríkjanna.

Diplómatarnir Maclean og Burgess sluppu úr landi vegna óskiljanlega slakrar öryggisgæslu tveim dögum áður en til stóð að yfirheyra Maclean í maílok 1951, en handtöku hans hafði verið slegið á frest fram á mánudag svo að starfsmenn leyniþjónustunnar yrðu ekki af helgarfríinu.

Talið var víst að Maclean myndi koma til starfa í Utanríkisráðuneytinu mánudagsmorguninn 31. maí eins og venjulega og ekki hirt um að láta leyniþjónustumenn fylgjast með honum lengra en að járnbrautarlestinni sem hann var vanur að fara með heim til sín á kvöldin, en hann bjó utan við London. Enginn grunur hafði þá fallið á Burgess, enda var hann svo óábyrgur í öllu líferni sínu að fráleitt var að hugsa sér hann sem njósnara. Starfsmenn leyniþjónustunnar urðu því furðu lostnir þegar í ljós kom að hann hafði horfið ásamt Maclean. Slóð þeirra var rakin til Parísar, en þar var eins og jörðin hefði gleypt þá.

FERTUGASTI OG FIMMTI KAFLI

Einsemd njósnaranna

Í janúar 1963 varð breska leyniþjónustan enn fyrir áfalli þegar Kim Philby hvarf frá Beirut að kvöldlagi þegar hann átti að vera í veislu í breska sendiráðinu. Talið er að stjórnandi hans, Juri Modin, hafi að boði Sovétstjórnarinnar komið honum undan á elleftu stundu um borð í sovésku freigátuna *Dalmotovo* og hafi freigátan komið í höfn í Beirut þeirra erinda að hafa hann á brott með sér.

Var þá farið að hitna verulega undir fótum Philbys þar sem sendimaður bresku leyniþjónustunnar, Nicholas Elliott, var kominn til Beirut með óyggjandi sannanir um sekt hans, sem háttsettur KGB foringi, Golitsin, sem flúið hafði frá Finnlandi til Bandaríkjanna hafði látið Bretum í té. Ætlaði Elliott, sem var vinur Philbys, að yfirheyra hann á ný í ljósi þessara upplýsinga og fá hann til að fara með sér heim til Bretlands þar sem hann skýrði frá allri njósnastarfsemi sinni gegn loforði um milda meðferð.

Allan tímann frá flótta diplómatanna árið 1951 hafði Philby varist fimlega ásökunum og ekki hafði tekist að sanna á hann sekt. Á breska þinginu varði sjálfur utanríkisráðherrann, Harold Macmillan Philby og sagðist „enga ástæðu hafa til að draga þá ályktun að herra Philby hefði nokkru sinni svikið hagsmuni Bretlands né hefði hann nokkuð í höndunum sem staðfesti það að Philby væri „þriðji maðurinn“ svokallaði, ef það væri þá einhver „þriðji maður“.“

Macmillan sem var forsætisráðherra 1963 þegar Philby gekk Bretum úr greipum ritaði í dagbók sína: „Hann hefur nú horfið frá Beirut og skilið eftir 2000 pund handa konu sinni. Við vitum ekki hvort hann muni birtast í Rússlandi. Allavega táknar þetta aukin vandræði.“

Mörgum árum eftir flótta sinn skrifaði Philby, að undirlagi

Rússa að talið er, bókina *My Silent War*, sem varð metsölubók í hinum vestræna heimi. Þar komu fram vísvitandi ósannindi og blekkingar, ef til vill til að vernda njósnara sem ekki hafði komist upp um.

Frægðarljóminn yfirgaf ekki þennan kaldrifjaða mann sem hafði næstum komist á toppinn í leyniþjónustu Breta og hafði á samviskunni tugi ef ekki hundruð mannslífa.

Graham Greene hélt alla tíð tryggð við þennan gamla vin og skrifaði honum, þó ekki sé víst að honum hafi verið afhent bréfin. Greene vildi fá Philby til fundar við sig í Vínarborg en Rússar þorðu ekki að hætta á að hann ætti slíkt stefnumót.

Árin í Moskvu urðu bresku njósnurunum engir hamingjudagar. Þeir hlutu ekki þær viðtökur sem þeir höfðu vænst, þó Philby fengi Lenín-orðuna seint og síðar meir. Meðan Stalín lifði voru þeir Maclean og Burgess í nokkurri hættu um að vera teknir af lífi. Einungis einu sinni fékk Philby að heimsækja fornvin sinn Burgess en það var þegar hann lá banaleguna. Tilvera þeirra var gleðivana og grá þar sem þeir voru nánast fangar Ráðstjórnarinnar. Þeir urðu að sæta langvarandi yfirheyrslum, jafnvel grunaðir um að leika tveim skjöldum, sérstaklega Philby. Þeir söknuðu pöbbanna, klúbbanna og hins opna breska þjóðfélags. Heimþráin nagaði þá nótt sem nýtan dag. Stöðugur drykkjuskapur sljóvgaði siðferðisvitund þeirra meir og meir svo þeir voru nánast rænulausir tímum saman. Burgess þoldi álagið verst og varð skammlífastur, hann hafði lengi gert sér vonir um að fá að snúa aftur til Bretlands, svo fráleitt sem það var og þorsti hans í fréttir að heiman var óslökkvandi. Við útför hans talaði Maclean en Philby var meinað að segja fáein orð að skilnaði.

FERTUGASTI OG SJÖTTI KAFLI

Silfurtúnglið og Brecht

Snemma á árinu 1954 var leikrit Halldórs Laxness, Silfurtúnglið, frumsýnt í Þjóðleikhúsinu.

Þar eru andstæðurnar: Ung kona, Lóa, sem býr lukkuleg með manni sínum, Óla, í smákaupstað bak við heiminn, hinsvegar átrúnaðargoð skemmtiiðnaðarins, Mr. Peacock. Hann vill gera heimsfrægt númer úr Lóu að syngja vögguIag sitt fyrir barn þeirra Óla.

Ýmsar persónur koma til sögunnar án mikilla atkvæða nema freistarinn vinkona Lóu, sem er tengiliður við Mr. Peacock.

Lóa selur sig frægðardraumnum, en finnur von bráðar að hún er ekkert annað en ómerkilegur leiksoppur í höndum ósvífinna fjárplógsmanna.

Nóttina eftir sigurveisluna fyrir mr. Peacock kastar hann henni frá sér um miðja nótt eins og slitinni dulu, en þar á neðsta þrepi stigans í Silfurtúnglinu rekst Óli á hana dauðadrukkna. Hann er með lík barns þeirra í lítilli kistu, en hún flýr í örvæntingu út á götuna.

Gagnrýnendur fundu sitt af hverju að Silfurtúnglinu, en eftirminnilegust er mér athugasemd dr. Björns Karels um leikritið sem ég hafði verið að lesa í sæti mínu við púltið á Landsbókasafni. Ég hafði lagt frá mér bókina þegar doktorinn bar að og leit á kápumynd leikritsins. Hann staldraði ögn við en sagði síðan:

– Það er minnkandi tungl, þetta Silfurtúngl.

Og það stóð heima þegar ég virti bókina betur fyrir mér: tunglið var minnkandi.

Stjórnmálabarátta á fullan rétt á sér í bókmenntum eins og aðrir þættir mannlífsins, en ef hún verður predikunarkennd og persónurnar leikbrúður í hendi höfundarins missir hún marks.

Að þessu leyti geldur Silfurtúnglið þess að vera undir of sterkum áhrifum frá Bertolt Brecht, sem raunar var orðið þekkt leikritaskáld í Þýskalandi á árunum fyrir valdatöku nasista, en flúði til Bandaríkjanna. Sneri hann heim aftur 1948 og settist að í Austur-Þýskalandi.

Ári síðar stofnaði hann Berliner Ensemble, leikhús sem var skjótt víðfrægt í Evrópu, sérstaklega meðal jábræðra hans í pólitíkinni, enda var boðskapurinn afdráttarlaus og án miskunnsemi, en jafnframt svo áhrifamikill að góðborgararnir tóku verkum hans með dynjandi lófataki.

Ég hafði séð leikrit eftir hann í París og fannst þessi pólitíska ítroðsla hans leiðigjörn og patentlausnir hans ósannfærandi og oft margtuggnar klisjur.

Brecht skipti leikritum í tvo flokka: Leikrit fortíðar og leikrit framtíðar og tók sem dæmi um þann mun að segja frá því að maður hafi lent í lífsháska, hjá hinu að lýsa því hvernig manni á að takast að komast lífs af.

Brecht var fullur af kenningum um leikritagerð, en þó ávann móðirin í leikriti hans Mutter Courage, sem kemst lífs af í Þrjátíu ára stríðinu, sér samúð leikhúsgesta, sem Brecht ætlaðist alls ekki til, svo að í stað pólitískrar innrætingar verður barátta móðurinnar fyrir lífi barna sinna áhorfendum minnisstæðust og leikritið í heild harmrænt svo að öll pólitísk innræting fer forgörðum.

Þó sagði Kenneth Tynan um sýninguna á Mutter Courage að þá hafi díalektík Marx opinberast sér í sögulegu samhengi.

En eins og jafnan er alltaf til nóg af fólki sem fagnar nýjum kennisetningum til að sýna að það sé með á nótunum og viti hvað klukkan slær, þannig er alltaf til hópur af aftaníoss-fólki tilbúinn að hylla berrassaðan kónginn.

Tímarnir hafa snúist öndverðir gegn klassíkinni, sennilega af tómri minnimáttarkennd og getuleysi. Flestar listastefnur eiga sér skamma lífdaga, tilraunirnar til svokallaðra formbyltinga í bókmenntum hafa sjaldnast skilið mikið eftir sig en lognast út af án beinna afkomenda í listinni.

Einn kunningja minna í París var portúgalskur leikhúsmaður og seinna leihússtjóri í Sao Paulo. Hann hafði mikinn áhuga á Berliner Ensemble og minntist oft á Brecht við mig.

Ég hafði lesið um Brecht að hann hefði brugðist ýmsum róttækum vinum sínum sem höfðu verið handteknir í Moskvu fyrir grun um trotskýisma, hafði hann svarað heldur kaldhæðnislega áskorun um að láta í sér heyra með því að í Sovét gilti sú regla að fyrir pund af sekt fengju menn á móti pund af refsingu.

Í annan stað sagði hann um hreinsanirnar miklu að lögreglan væri aðeins að gæta öryggis ríkisins.

Haft er eftir Halldóri Laxness, að þegar hann fékk Brecht til að fara yfir leikritsgerðina að Íslandsklukkunni hafi Brecht fengið honum leikritið með þeim ummælum að sér sýndist að það gæti orðið nokkuð gott uppkast að leikriti.

Túskildingsóperan er nú álitin vera að verulegu leyti eftir ástkonu Brechts, Elisabeth Hauptmann. Gerð leikritsins byggði Elisabeth á Betlaraóperunni eftir breska leikskáldið John Gay sem leikið var í London 1728.

Eins og mörgum sem umgengust Brecht á árunum 1927–28 ber saman um vann Brecht þá ötullega að sínu verki, en sýndi engan áhuga á endurskoðun Hauptmanns á leikriti Gays, Betlaraóperunni, fyrir Þýska leikhúsið.

Brecht hafði sýnt leikritaframleiðandanum Josef Aufricht nýtt leikrit eftir sig sem Aufricht hafnaði. Þá greip Brecht til þess ráðs að segja frá því að hann hefði reyndar annað leikrit undir höndum sem hann kallaði Rabble og væri eins konar hliðarspor hjá sér, sótti hann síðan leikritið og fóru þeir yfir það saman, en Aufricht varð á augabragði svo gagntekinn af óskammfeilnum og önugum stíl þess að hann sagði að ef það væri þýðing væri hún innblásin og myndi skapa nýjan stíl í þýskri leikritagerð. Fyrir því er full vitneskja að sköpun Elisabethar Hauptmanns á þessum nýstárlega stíl var sá texti sem Aufricht keypti 1928.

Þá, þegar þessi fjörmikla þýðing eða aðlögun sló í gegn, hófst Brecht handa við að láta Túskildingsóperuna, eins og leikritið hét upp frá þessu, mala sér gull og græna skóga.

Í þýska uppsláttarritinu Musik bei Brecht eru 9 söngtextar af 19 eignaðir Hauptmann. Það er þó álit margra sem til þekkja að Hauptmann eigi þar stærra hlutfall. Svo á hin frábæra músík eftir Kurt Weill ekki lítinn þátt í uppgangi óperunnar, en það er Brecht sem skrifar undir sem höfundur verksins. Honum sjálfum eru tilskilin 62,5 prósent, en afganginum er skipt milli Hauptmanns og Kurt Weill.

Svo stirt var orðið milli Kurt Weill og Brechts að Kurt talaði ekki við Brecht nema gegnum síma.

Skáldið og Íslandsfarinn W. H. Auden segist aldrei hafa kynnst manni sem komið hafi jafn hrottalega fram við konur sem voru í þjónustu hans eða frillur hans. Hann hafi mergsogið þær andlega, því að sumar þeirra höfðu mikla hæfileika til að semja og fylla út í uppköst sem hann fékk þeim. Allt átti það að vera í þágu málstaðarins og flokksins.

Þannig mun Elisabeth Hauptmann ekki eiga lítinn þátt í fleiri verkum eftir Brecht, svo sem í leikritinu Lukkulegur endir.

Ástkonur Brechts voru eins og ambáttirnar, Fenja og Menja í Gróttason sem möluðu Fróða gull þar til skipið sökk.

Þegar Brecht var spurður að því hvers vegna Berliner Ensemble í Austur-Berlín hefði ekki fært upp neitt af leikritum Ibsens eða Strindbergs svaraði hann því til að hann hefði ekki áhuga á borgaralegum leikskáldum.

Halldór Laxness segir í grein um Brecht að hann hafi verið fantur og líkastur amerískum trukkbílstjóra. Ionesco, höfundur Sköllóttu söngkonunnar, einn helsti forvígismaður Leikrita fáránleikans, gagnrýndi Brecht fyrir að persónur hans væru flatar, hefðu aðeins tvær víddir, og væru aðeins þjóðfélagslegar. Þær vanti alla dýpt og séu ekki annað en brúður, mótaðar eftir samfélagslegri stöðu þeirra, allt miðist við þjóðfélagslegar hugmyndir höfundarins sem verði ekki skildar nema á einn ákveðinn hátt.

Árni Bergmann skrifaði í Þjóðviljanum: „að rússneskir gagnrýnendur kvörtuðu um að persónur Brechts minntu oftar á brúður en lifandi fólk. Hið almenna í þeim væri alltof þungt á vogarskálunum, en því sérstæða, persónulega alltof lítill gaumur gefinn. Frammi fyrir sterkri skynsemi Brechts sakna þeir sinnar gömlu, góðu sálfræði.“

FERTUGASTI OG SJÖUNDI KAFLI

Þeir koma í haust

Styrjaldarhættan var mér eins og flestum á þessum árum kvíðvænlegt áhyggjuefni. Átök milli stórveldanna á þingi Sameinuðu þjóðanna, Nato annarsvegar og Rússland í forystu Austurblokkarinnar tókust á leynt og ljóst. Öflugir kommúnistaflokkar í ýmsum löndum Vestur-Evrópu, sérstaklega í Frakklandi beittu sér fyrir verkföllum og óeirðum sem ríkisstjórnin gat varla hamið, skæruhernaður byltingaflokka geisaði víða í ríkjum Suður-Ameríku og í Austur-Asíu. Franski nýlenduherinn var örmagna eftir fall Dien-Bien-Phu í hendur skæruliða Giaps, hershöfðingja Norður-Víetnam, Bandaríkin vildu ekki skerast í leikinn Frökkum til hjálpar nema að þeir afsöluðu sér Víetnam sem nýlendu. Arabalöndin voru öll að vakna til meðvitundar um olíulindir í gróðurlausum eyðimörkum sínum og þannig mátti rekja raunir lýðræðisríkjanna næstum um heim allan, þó að enn hefði ekki verið gripið til vetnissprengjunnar sem þó var alltaf yfirvofandi.

Það var í þessum þönkum sem ég byrjaði fyrir alvöru að leggja drög að leikriti mínu Þeir koma í haust.

Hafði ekki óttinn við ókennilega nágranna leitt endalok yfir byggð norrænna manna á Grænlandi, en sú fámenna þjóð hafði liðið undir lok eftir 500 ára búsetu, án þess að vitað sé á hvern hátt örlög þeirra urðu?

Margar orsakir gátu vitanlega legið til þess og sumar samvirkandi, svo sem harðnandi árferði, aflagðar siglingar til landsins vegna vaxandi hættu af hafís, ný fiskimið við Nýfundnaland, heyskapur síminnkandi vegna kaldra sumra, einangrun, skortur og sjúkdómar. Norrænir menn þrjóskuðust við að aðlaga sig staðháttum, eins og Íslendingar hafa raunar gert gegnum aldirnar, vildu lifa á búskap og héldu fast í skjóllítinn klæðaburð eins og tíðkaðist samtímis í Evrópu, í stað þess að læra af lifnaðarháttum og skinnklæðnaði skrælingja.

Skrælingjar voru fjölkunnug villiþjóð í augum Grænlendinga, heiðingjar sem gerðu mönnum sjónhverfingar, hurfu sporlaust í jörðu ef þeim var veitt eftirför, gögguðu eins og tófur og voru sennilega komnir af djöflum.

Skrælingar höfðu í fyrstu aðeins verið langt norður í Tröllabotnum en smám saman færðu þeir sig sunnar eftir veiðihorfum, og voru Grænlendingar slegnir óhug af nærveru þeirra. Hver leiðangurinn af öðrum var sendur norður á slóðir þeirra til að klekkja á þeim og afstýra hættunni af sókn þeirra suður strandlengjuna. Einn leiðangursmanna, Kolbeinn, verður innlyksa í Norðursetu og bjargar lífinu með því að aðlagast lifnaðarháttum skrælingjanna og kemst að því að þeir eru gestrisnir en ekki fjandsamlegir. Hann er sakaður um samneyti við þá og fordæðuskap og tekinn af lífi.

Seinna hefur komið í ljós að Portúgalar sem stunduðu hvalveiðar á hafinu milli Grænlands og Labrador, sem ber heitið af því að þangað sóttu menn þræla (labradores á portúgölsku), hafa rænt fólki í Eystribyggð og selt það ánauðugt á þrælamörkuðum í Lissabon, eins bendir margt til þess að íslensk glíma hafi varðveist á Kanaríeyjum og sé þar enn við lýði sem sérstök þjóðaríþrótt, margt fleira bendir í sömu átt t.d. afbökuð íslensk nöfn í skrám frá þrælamörkuðum í Lissabon, ljóst og hávaxið fólk sem vakti furðu margra sem komu til Kanaríeyja fyrr á tímum og svo loks að á gömlum landabréfum er Eystribyggð merkt portúgalska fánanum, en hún var á sömu lengdargráðu og Portúgal og því fylgdu nokkur forréttindi að þjóðarétti.

Þetta er inntak verksins, hvort hvítir menn geti lifað í sátt og samlyndi við fólk af öðrum stofni og skilið að allir eiga jafnan rétt til lífsins eftir sínum siðum og venjum.

Saman við þetta fléttast persónuleg átök sem gerast í næstu tveim þáttum og lýkur á tvíræðan hátt, því að enn er sama sagan að endurtaka sig að þjóðir berjast í blindu ofstæki og hatri þeim sjálfum og öllum öðrum til bölvunar.

Um haustið gerði ég samning við Þjóðleikhússtjóra, Guðlaug Rósinkranz, um sýningu á leikritinu á næsta ári. Það var gott að eiga samskipti við hann. Hann var glaðlyndur og lét ekki dragast úr hömlu að taka ákvarðanir.

Þá um haustið fréttist að Laxness myndi hljóta langþráð Nóbelsverðlaun, bæði sem mikilhæfur nútímahöfundur og einnig með hliðsjón af íslenskum fornbókmenntum. Hafði verið talsverð hreyfing fyrir því í Svíþjóð og hér á landi að Halldór hlyti þessa miklu viðurkenningu. Átti Halldór þar marga hauka í horni, ekki síst dr. Helga Briem sendiherra í Stokkhólmi, sem var kunnugur mörgum menntamönnum víða í heimsborgum og mikill eljumaður í öllu sem hann tók sér fyrir hendur. Hjá honum dvaldist Laxness heilan vetur í Barcelóna þegar hann hafði Sjálfstætt fólk í smíðum.

En svo fór í það sinn að Ernest Hemingway voru veitt Nóbelsverðlaunin, en haft var eftir Ernest, að Laxness skyldi aðeins slá á þráðinn til sín ef hann væri blankur.

FERTUGASTI OG ÁTTUNDI KAFLI

Kjarnorka og kvenhylli

Þeir komu í haust var frumsýnt í Þjóðleikhúsinu í byrjun ársins 1955 og var tekið með lofi og prís, leikdómar voru uppörvandi þó að mér þættu þeir vera á villigötum þar sem sumir vildu gefa því pólitískan lit. Mér fannst hinsvegar grundvallarspurningin vera tengd baráttu dökkra frumstæðra manna við hvíta valdamenn sem vildu halda hefðbundnum völdum sínum, hvort að vinsamleg sambúð ólíkra þjóða geti tekist giftusamlega.

Áhorfendur kvörtuðu um kulda í leikhúsinu og hríðskulfu uppáklæddir á fremstu bekkjum, þar sem kuldinn gaus upp úr hljómsveitargryfjunni eins og ætlunin væri að gefa gestunum hæfilegan skerf af heimskautakulda leiksviðsins. Allan janúar var fimbulkuldi í borginni og hitaveitan verkaði ekki nema á lægstu stöðum.

Aðsókn náði sér aldrei á strik og á lokasýningunni, sem var sú níunda á miðjum þorra, komst drukkinn maður niður í hljómsveitargryfjuna í svarta myrkri, rak sig þar á stóla og nótnagrindur, hrópaði eins og hann væri í glímu við drauga en áhorfendur héldu að þessi undirgangur ætti að lýsa endalokum Grænlendinga og hefur þeim ugglaust þótt þessi endir eftirminnilegur.

Mér sárnaði svo misskilningur áhorfenda á inntaki leikritsins og áhugaleysi að ég hét því með sjálfum mér að ég skyldi sýna að ég gæti samið kassastykki.

Það var grundvöllur þess að ég hófst strax handa við að semja gamanleik sem ég átti að vísu nokkur frumdrög að og hlaut nafnið Kjarnorka og kvenhylli. En Þorsteinn Ö. Stephensen samþykkti um leið og hann hafði lesið leikritið að Leikfélag Reykjavíkur skyldi umsvifalaust taka það til sýningar á komandi leikári.

Það var frumsýnt á þeim merkisdegi 27. október 1955, sama dag og Halldór Laxness hlaut Nóbelsverðlaunin.

Um sumarið það ár kom út fyrsta skáldsaga Indriða G. Þorsteinssonar, Sjötíu og níu af stöðinni, sem vakti mikla athygli og hlaut loflega dóma. Mér fannst hún vera vel að því komin, frásögnin trúverðug af fólki og atburðum á líðandi stund sem lesandanum fannst hann kannast við, sagan skrifuð í hófsömum stíl, þó að efnið væri dramatískt og án nokkurrar prédikunar og boðskapar frekar en í lífinu sjálfu.

Vorið 1955 fór ég til Lundúna, sá nokkur leikrit, en hélt síðan yfir sundið til Parísar.

Þá voru átökin í Alsír orðin að heiftúðugu stríði fyrir sjálfstæði landsins og öfgafullir múslimar þar fremstir í flokki, aðrir, margir menntamenn þar á meðal, vildu semja við franska minnihlutann, sögðust ekki vilja slíta öll tengsl við franska menningarhefð sem hefði í rás tímans látið margt gott af sér leiða til aukinna mannréttinda í landi þeirra þrátt fyrir allt. Æstir múslimar kölluðu slíka Araba svikara við Allah og heilagan málstað og voru þeir stimplaðir ótíndir leppar franskra nýlenduherra og áttu í vök að verjast gegn blindu ofstæki heittrúarmanna sem þurftu ekki annað en að vitna í boðorð islams til að sanna mál sitt, eins og dæmin um trúarofsóknir bera vitni um í sögu mannsins.

Í Parísarblöðunum var sagt frá miklum grimmdarverkum múslima og pyntingum á föngum en Arabarnir báru Frakka sömu sökum og gengu klögumálin á víxl. Þetta var „Skítuga stríðið“ svokallaða þar sem hvorugur aðili gat fallist á viðunandi lausn fyrir báða.

Kommúnistar ásökuðu frönsku stjórnina fyrir að hafa komið upp fangabúðum á afskekktum stöðum í Frakklandi að rússneskri fyrirmynd. Fólk í nágrenninu var sagt hafa heyrt neyðaróp í fólki, en þegar lögreglan kom á vettvang og fór að spyrja íbúana spjörunum úr, kannaðist enginn við nokkur hljóð að næturlagi nema þá spangól í hundum eða kannski í breimaketti og var ekkert frekar upp úr íbúunum að hafa.

Á hverjum degi bárust fregnir um mannfall í Alsír og sprengjutilræði sem skæruliðum var kennt um. Hvíti minnihlutinn, svokallaðir Svartfætlingar, heimtaði vernd og öryggi fyrir tilræðum og voru þeir sakaðir um í blöðum vinstri manna að vilja koma á fasistastjórn í Alsír.

Eftir uppreisnina í Austur-Þýskalandi 1953 höfðu borist til Vestur-Evrópu ýmsar óvefengjanlegar lýsingar á aðbúnaði fanga í þrælabúðum í Vorkuta og víðar í Norður-Síberíu, og stöðugt bættust við ófagrar fregnir þaðan eftir að terrornum linnti talsvert við fráfall Stalíns. Borgarapressan gerði sér mikinn mat úr þessum ófrægðartíðindum. Sovétvinir svöruðu að þetta væru gamlar lummur upphitaðar einu sinni enn, auðvitað hefði verið nauðsynlegt að koma upp vinnubúðum fyrir alls konar vandræðalýð, en Vesturlönd létu fólk ganga betlandi og vanhirt í stórborgum í stað þess að kenna því að aðlagast breyttu þjóðfélagi þar sem ekkert arðrán þekktist.

Allt annað væri misskilningur, ef ekki vísvitandi lygi.

Í París var spáð í ýmsum blöðum að kommúnistaflokkurinn myndi vinna stórsigur í næstu kosningum sem borgaraflokkarnir reyndu að slá á frest, en vissa þótti fyrir því að ný Alþýðuhreyfing undir forystu Mendés-France yrði næsta ríkisstjórn Frakklands og þá myndi vera gengið frá friðarsamningum við Ho Chi Minh í Norður-Víetnam. Andúð á Ameríkönum jókst stöðugt og beindist sérstaklega að Dulles, fulltrúa Bandaríkjastjórnar hjá Sameinuðu þjóðunum. Franski herinn var orðinn óvinsæll og maður heyrði það á kaffihúsum að framferði hersins í Alsír var líkt við harðneskju SS-sveita nasista í París á stríðsárunum.

Mikill þrýstingur vinstri manna á frjálslynda einstaklinga var að fá þá til að skrifa undir mótmælaskjal gegn framferði franskra hermanna í Alsír.

Beauvoir og Sartre og vinum þeirra sárnaði mjög við Camus að hann var ófáanlegur til að taka opinbera afstöðu gegn Svartfætlingum í Alsír, sem hann leit á sem sitt raunverulega fólk. Um Alsírstríðið vildi hann ekkert til málanna leggja. Þau minntu hann á hvað hann hefði fordæmt kröftuglega þegar sannað þótti að til væru þrælabúðir í Vorkuta og víðar í Síberíu, þó að engin óvefengjanleg sönnun hefði fengist fyrir því.

Á kaffihúsum gat maður heyrt fólk fordæma framferði franska hersins, ekki mætti falla neinn skuggi á heiður og sóma Frakklands, ef múslimar yrðu alls ráðandi í Alsír og öll tengsl við Frakkland rofnuðu yrði það þjóðaráfall fyrir þá sjálfa.

FERTUGASTI OG NÍUNDI KAFLI

Júgóslavía

Áður en ég hélt burt frá Frakklandi í þetta sinn langaði mig til að fara til Júgóslavíu og sjá hvernig fólki vegnaði hjá Tító eftir að sá gamli í Kreml hafði lýst hann í bann eins og páfinn forðum þegar öllum var forboðið að samneyta trúvillingum. Tító, gamalreyndur skæruliðaforingi, lét sér hvergi bregða við boð og bönn. Síðan hafði dauðinn sótt fólkstjórann yfir Kremlarmúra á beð hans þrátt fyrir herskara af lífvörðum og læknum.

Járnbrautarferðinni lauk ekki fyrr en í Rijeka sem áður hafði tilheyrt Ítölum en var afhent Júgóslavíu við Versalasamningana. Er saga þeirrar hafnarborgar löng og flókin en borgin er ekki langt frá Feneyjum og hafði oft séð fífil sinn fegri en þegar ég leit hana í maílok 1955, skellóttar hrörlegar byggingar þar sem múrhúðunin hafði víða flagnað af.

En það var stórkostlegt að aka um gil og skóga Króatíu, þar sem her manns getur dulist næstum hvar sem er. Eftir dags ferðalag fékk ég mér inni á einu helsta hótelinu í Rijeka, þar var fátt af öðrum gestum fyrir en þýskum hjónum sem ég kynntist dálítið. Allt var mjög ódýrt í borginni en ferðamannastraumurinn hafði ekki að neinu ráði beinst að Júgóslavíu enn sem komið var.

Maður frúarinnar rak apótek í Vestur-Berlín og gerði miklar kröfur í hvívetna til hreinlætis, naut ég góðs af því þar sem starfsstúlka kom með nýjan og skjannahvítan sængurfatnað sem hún skipti á um kvöldið, hafði ég varla tekið eftir því að lakið sem hún tók með sér hafði verið saumað saman úr hvítum hveitipokum.

Um kvöldið lék hálfhallærisleg hljómsveit á trumbu, píanó og saxófón en gestir voru fáir, þó flestir uppáklæddir. Danslögin voru mest gamlir slagarar frá því fyrir stríð eins og Stormy Weather og Saint Louis Blues. Apótekarinn dansaði næstum hvern dans við konu sína, þau voru þó kominn á miðjan aldur og í góðum holdum.

Okkur gekk ekki vel að tala saman þar sem þau töluðu aðeins þýsku en það tungumál lék mér ekki vel á tungu. Apótekarinn sagði mér að hann kynni talsvert í rússnesku þar sem hann hafði verið tekinn til fanga á Kúrsk vígstöðvunum og verið 5 ár í rússneskum fangabúðum, en hann var heldur ófús til að rifja upp þá reynslu, frekar vildi hann vera léttur í lund og njóta lífsins. Það undraði mig talsvert hvað hann gat verið smámunasamur í ýmsum hreinlætiskröfum á hótelinu.

Þau höfðu pantað sér hótelgistingu á rómuðu hóteli frá tímum Habsborgaranna á fallegri eyju, hálfs dags siglingu niður Dalmatíuströndina. Varð það úr að ég slóst í förina með þeim, fengum við og inni á hvítu, virðulegu hóteli frá glæstri tíð aðalsins.

Þetta var í ljómandi veðri og allir farþegarnir ofanþilja í heitu sólskininu og fersku sjávarloftinu. Flest var innlent fólk með hvíta pinkla hnýtta saman á hornum sem stóðu út í loftið eins og kanínueyru og lúnar pappatöskur bundnar saman með snærum, allar læsingar löngu ónýtar. Kinnfiskasognar konurnar með hvítar skuplur fram á nef til að verjast sólinni eins og íslenskar konur við fiskbreiðslu á fiskireitunum í gamla daga. Augnaráð þeirra fylgdi okkur mikið enda voru þau apótekarahjónin í glæsilegum sólfötum, hvítum strigaskóm, hálfsokkum, hvítum stuttbuxum og léttklædd eins og fólk úr annarri veröld innan um þetta lúða og slitna almúgafólk, kinnfiskasogið af tannleysi, grómtekið og gamalt um aldur fram.

Sjálfum fannst mér næsta erfitt að gera mér í hugarlund að þarna væri maður sem hafði þá reynslu að standa í löngum biðröðum eftir súpuskammti, að lokinni daglegri þrælavinnu, við óhreinindi, sápuleysi, lús og önnur óþrif. Löng fimm ár án miskunnar. Nær hefði verið að ímynda sér líf þeirra samfelldan dans á rósum, aðnjótandi allra lífsgæða. Engin furða að öðrum þjóðum stæði stuggur af slíkum lífsþrótti og seiglu.

Ég dvaldist á þessum ágæta stað við lestur, skriftir og sólböð á hreinni ströndinni þar sem fáir komu, sjórinn var enn ekki orðinn nægilega volgur til að hægt væri að vera í honum nema smástund í senn. Á hótelinu var einmana Breti, Derick, sem ég kynntist lítilsháttar, en við slepptum öllu persónulegu tali og ræddum aðeins um breskar bókmenntir og stjórnmál, hann hafði líka áhuga á leiklist og var heima í ýmsu sem var að gerast í breskum leikhúsheimi. Hann hafði séð mörg leikrit eftir Terence Rattigan eins og ég hafði reyndar líka gert, en Rattigan var um þær mundir í hvað mestri tísku í West End í London, samdi til dæmis leikritið The Browning Version sem Þorsteinn Ö. Stephensen lék í af hvað mestri list hjá Leikfélagi Reykjavíkur og mörg fleiri verk Rattigans fóru víða um lönd.

Derick hafði mikinn áhuga á þeim hjónum Vivian Leigh og Laurence Olivier, sem þá höfðu lengi verið heimsfrægt leikpar bæði á sviði og í kvikmyndum. En þá var orðið almælt að þau ættu bæði í ástarsamböndum og hjónabandið stæði á brauðfótum.

Ég minntist þess að hafa verið í leikhúsi í London með Vevers vini mínum þegar Robert Donat, helsta keppinauti Oliviers, var ákaft fagnað en hann var þá kominn aftur á sviðið eftir krabbameinsmeðferð, en átti ekki mörg leikkvöld eftir, því hann lést skömmu síðar.

Ég sá Vivian Leigh leika Blanche í Streetcar named Desire á átakanlegan og hrífandi hátt, en þetta hlutverk tók svo á hana, sagði hún seinna, að hún beið þess aldrei bætur andlega. Kenneth Tynan skrifaði hálf-kvikindislega um leik hennar og sumir gagnrýnendur létu að því liggja að ekki gæti verið erfitt fyrir hana að setja sig í spor vændiskonu. Í leikritinu eru engar vísbendingar um að Blanche hafi stundað vændi en mágur hennar notar sér umkomuleysi hennar og kvíða kynferðislega með þeim afleiðingum að hún lendir á geðveikrahæli.

Apótekarahjónin buðu mér að taka þátt í bátsferð með þeim til smáeyjar og hafa hádegisverð með okkur. Var það mjög skemmtileg sigling sem þau sendu mér síðar myndir af, en ég sendi þeim á móti nýja þýðingu af Íslandsklukkunni á þýsku. Á bakaleiðinni lagði ég krók á leið mína og hafði tveggja daga viðstöðu í Feneyjum sem ég hafði allgóða hugmynd um úr kvikmyndum, en saknaði þess að hafa engan félagsskap og of stuttur tími til að stofna til kynna án nokkurs undirbúnings. Ég hafði bæði lesið og séð kvikmyndina

Dauðann í Feneyjum eftir Thomas Mann, sem lýsir á átakanlegan hátt ást miðaldra rithöfundar á ungum pilti, en svo kemur pestin til skjalanna og sú minning gerði för mína eftirminnilega. Ég bjó á litlu hóteli við brúnskolugt síki þar sem gondólar liðu framhjá og blárauðar sírenur drúptu niður af gluggakistum á fornum húsum og múrum.

Mér þótti leitt að geta ekki staldrað lengur við í þessari sérstæðu borg sem á svo mikið af sögulegum minjum frá veldistímum og glæstri fortíð, en hún er hægt og sígandi að sökkva í fenin sem borgin dregur nafn sitt af, tíminn hóaði á eftir svo mér vannst heldur ekki tími til að koma við í Bergamo, höfuðborg Langbarðalands þaðan sem langafi móður minnar, Giovanni Alliverti var upprunninn í þorpinu Spíranó utan við borgina, en hann var kvaddur í franska herinn þegar Napóleon hertók Milano árið 1795 og skikkaður trumbuslagari. Eftir sigurinn við Eylau í Ausur-Prússlandi þar sem hann komst yfir nokkurt herfang eins og aðrir sigursælir hermenn var hann skilinn eftir í setuliði Napóleons í Hamborg og þaðan strauk hann yfir landamærin til Danmerkur og settist að í fríстaðnum Frederecia meðal franskra Húgenotta, en Danakonungur hafði boðið þeim landvist eftir að Friðrik I. Prússakonungur vildi skylda frönsku flóttamennina í Brandenburg til herskyldu eins og aðra þegna sína, en í Frederecia buðust þeim ýmis forréttindi, þar á meðal undanþága frá herþjónustu.

FIMMTUGASTI KAFLI

Camus-Sartre

Ég vildi dvelja nokkra daga í París áður en ég héldi yfir til Bretlands á leiðinni heim.

Ég sat mest á kaffihúsum á sömu slóðum og áður, fór á ameríska bókasafnið og blaðaði dálítið í Partisan Review og The Economist, eins voru alltaf athyglisverðar greinar um ástandið í Austur-Evrópu í Le nouvel Observateur, einkum eftir K. S. Karol sem var pólskur að uppruna og álitinn einn besti fréttaritari Frakka með aðsetur í Moskvu. Eins las ég oft greinar í L'Expresse.

Í París frétti ég um vinslit þeirra Camus og Sartre eftir að harkalegur og niðrandi ritdómur um seinustu bók Camus hafði birst í Les Temps Modernes. Kona Camus sagði um viðbrögð manns síns, að hann hefði gengið um gólf heima eins og grenjandi ljón.

Hann sendi Sartre bréf með ávarpinu herra ritstjóri. Og nokkur eitruð skeyti fékk hann einnig frá Simone de Beauvoir. Þegar hann var spurður að því hvort hann ætlaði ekki senda henni pistil var svarið:

– Nei, úrþvætti eru ekki svara verð.

Afstaðan til Alsír varð stöðugt að meira hitamáli í Frakklandi, en það var erfitt fyrir Camus að taka þar sömu afstöðu og Sartre og klíka hans gerði. Sartre taldi sig alltaf tala í nafni skynseminnar, hinsvegar er uppruni manns ekki skynsemisatriði heldur höfðar fyrst og fremst til tilfinninga og þar togaði Alsír með sitt heillandi landslag og bernskuminningar í Camus. Camus vildi ekki frekar en margir franskir menntamenn slíta sambandinu við menningu og sögu Frakklands.

Sartre var kenningamaður og alltaf viss í sinni sök, en Camus efagjarn eins og kemur fram í Útlendingnum. Allt athæfi mannsins vakti hjá honum spurningar sem hann glímdi linnulaust við.

Camus átti hvergi heima nema í ritstörfum sínum, alls staðar annars staðar var hann útlendingur.

Sartre hafði með sínum snúna orðaleik sagt að það væri rökrétt að Camus hefði rangt fyrir sér, af því að hann, Sartre, vissi að hann sjálfur hefði rétt fyrir sér.

Því má bæta við hér, að Simone de Beauvoir segir frá því í endurminningum sínum að Sartre hafi fært henni þau gleðitíðindi að hann hafi skrifað grein sem hann botnaði ekkert í sjálfur.

FIMMTUGASTI OG FYRSTI KAFLI

Nóbelsverðlaunin

Hér heima var andrúmsloft listamanna mettað af pólitískri mengun. Óbrúanlegt bil var á milli hægri og vinstri höfunda.

Listamannastyrkir voru árleg þrætumál.

Við heimkomu mína haustið 1955 voru skiptar skoðanir um hvort Laxness væri verðugur þess að hljóta Nóbelsverðlaunin fremur en Gunnar Gunnarsson. Ýmsir bentu á að bækur Gunnars hefðu verið þýddar á talsvert fleiri tungumál en bækur Halldórs, upplög að bókum Gunnars væru stór á Norðurlöndum og í Þýskalandi hefði hann verið settur á bekk með Knut Hamsun allt frá árunum talsvert fyrir valdatöku nasista.

Þessi samanburður við Hamsun þótti mörgum engin meðmæli á þeim árum og það var rifjað upp að Gunnar hefði komið til Íslands á skemmtiferðaskipinu Milwaukee sem heiðursgestur Norræna félagsins í Þýskalandi ásamt hinum fræga norska teiknara Olav Gulbrandsson. Þetta þótti sanna að Gunnar hefði verið nasisti, og eitt níðskáldið orti í dagblað hér heima þegar minnst var á Gunnar í sambandi við hugsanleg Nóbelsverðlaun, að það væri gasklefalykt af honum.

Á þessum árum, í miðju Kalda stríðinu, réðu vinstri menn lögum og lofum í umfjöllun bóka og rökkuðu niður og ofsóttu höfunda sem voru á annarri skoðun.

Gunnar Gunnarsson neyddist til þess að höfða mál gegn ærumeiðandi skrifum Þjóðviljans en ekkert hefur komið fram um að Gunnar hafi skrifað nokkuð í þjónustu nasismans eða Hitlers. Halldór Laxness skrifaði hins vegar Gerska ævintýrið í þjónustu Komintern um réttarhöldin miklu á fjórða áratugnum og lofsöng Stalín sem snilldarmann.

Þetta eru óvefengjanlegar staðreyndir sem ekki er hægt að loka augunum fyrir. Hinsvegar var Halldór Laxness mikið sagnaskáld og stílsnillingur og var sem slíkur vel að Nóbelsverðlaunum kominn.

Þjóðverjar höfðu tapað stríðinu og þá fundu margir hjá sér hvöt til að sverta og draga þá listamenn í svaðið sem vinsældum höfðu átt að fagna hjá þýsku þjóðinni frá því löngu fyrir valdatöku Hitlers, eins og t.d. Knut Hamsun, sem Norðmenn skammast sín nú fyrir að hafa ofsótt og lokað inni á geðveikrahæli.

Milli Halldórs og Gunnars var mikil og góð samvinna við gagnkvæmar þýðingar sem báru ríkulegan ávöxt. Enginn skuggi féll á vináttu þeirra þrátt fyrir Kalda stríðið og Nóbelsverðlaunin.

Gunnar hélt uppteknum hætti að rísa árla úr rekkju, slakaði ekki á ritstörfum sínum og undi sér vel í stílhreinu húsi sínu við Dyngjuveg í Laugarásnum með útsýn um allan Faxaflóann og sólsetur yfir Snæfellsjökli.

Sigfús Daðason hefur kallað Fjallkirkjuna minningaskáldsögu í stíl við Jósefssögurnar eftir Thomas Mann. „Einkennandi um byggingu minningaverka," segir Sigfús í grein í Tímariti Máls og menningar 1958, „er í rauninni oft að þau hafa alls enga byggingu. Annað einkenni sumra slíkra verka er kyrrstaðan sem ríkir í þeim að meira eða minna leyti. Þessi kyrrstaða stafar ekki endilega af atburðaleysi þó að atburðirnir séu oftast nær smáir, það væri nær sanni að segja að hún stafi af þeirri makalausu sjálfselsku sem er næstum skyldug í þessum verkum".

Í ræðu Halldórs Kiljans Laxness á Nóbelshátíðinni í Stokkhólmsráðhúsi 10. desember 1955 minnist hann fyrst þeirra sem stóðu honum næst í æsku og „þeirra undursamlegu manna og kvenna þjóðdjúpsins sem veittu mér fóstur". Hann segir jafnframt: „Ég minnist vina minna....Þar á meðal voru nokkrir menn þótt eigi væru atvinnurithöfundar, gæddir bókmentalegri dómgreind sem aldrei brást, og þeir gerðu mér ljós ýmis þau höfuðatriði skáldskapar, sem stundum eru jafnvel snillíngum hulin. Nokkrir þessara gáfuðu vina minna halda áfram að lifa í mér, þó þeir séu horfnir af sjónarsviðinu, sumir þeirra jafnvel með svo raunverulegum hætti, að fyrir getur komið, að ég spyrji sjálfan mig hvað sé þeirra hugur og hvað minn."

Af þessum nánu vinum gæti manni dottið í hug Erlendur í Unuhúsi, Vilmundur Jónsson, Jón Helgason, Kristín Guðmundsdóttir og fleiri. Sennilega hefur Vilmundur verið honum nokkurs konar lærimeistari eins og Þórbergi. Vilmundur sagði Halldóri Laxness frá dagbókum Magnúsar alþýðuskálds Hjaltasonar sem höfðu borist handritadeild Landsbókasafnsins.

Ég handlék þær seinna fyrir tilvísan Vilmundar og tók eftir því að sumsstaðar hafði verið strikað dauft með blýanti á spássíurnar, og Vilmundur sagði mér að það hefði hann gert til hægðarauka fyrir Kiljan því að dagbækurnar eru í mörgum bindum. Þangað sótti Kiljan þau innblásnu orð „kraftbirtíngarhljómur guðdómsins".

Ég hef séð prófarkir frá Jóni Helgasyni að sumum skáldsögum Halldórs Laxness og þar er mikinn fróðleik að finna.

Eins og mörg stórskáld hefur Kiljan verið mjög lánsamur að eiga gáfaða hollvini að, og ekki minnkar það hann á neinn hátt að hann hafi kunnað að notfæra sér ábendingar þeirra.

Vilmundur Jónsson sagði mér frá því á Landsbókasafni að einu sinni á göngu í Ingólfsstræti, eftir að Kiljani hafði sinnast eitthvað við Stein í Unuhúsi, var hann að óskapast yfir letilífi ýmissa skálda, svo sem Steins og vestfirska alþýðuskáldsins Magnúsar Hj. Magnússonar sem Vilmundur hafði sagt Kiljani frá.

Vilmundur sagði þá við hann:

– Nú sé ég hvað úr þessu er að verða. Þú átt að skrifa bók um skáld allra tíma eins og þú skrifaðir bók um bónda allra tíma, Bjart í Sumarhúsum.

Um Brekkukotsannál sagði Vilmundur við mig að það væri sálfræðilega rangt að láta pilt eins og Álfgrím alast upp í koti. Drengur sem gengið hefði menntaveginn myndi fjarlægjast kotið eins og hann gæti, en alls ekki gera það að ídeali. Ef Álfgrímur hefði verið 6 ár í menntaskóla hlyti hann að vera allt öðru vísi.

FIMMTUGASTI OG ANNAR KAFLI

Af dr. Birni Karel

Á Landsbókasafni var salvarsla og afgreiðsla bóka til gesta lengst af aðalstarf mitt. Þar hafði frá upphafi viðgengist sú venja að sá sem hafði það starf með höndum mætti nota tímann sem til félli fyrir sig, t.d. við prófarkalestur, og ýmsir bókaverðir voru annálaðir prófarkalesarar svo sem Haraldur Sigurðsson og fleiri ágætir menn eins og Benedikt Sveinsson á undan okkur. Lárus Blöndal var og eftirsóttur prófarkalesari.

Ég fékkst aftur á móti aldrei við prófarkalestur en greip hvert hlé frá bókaafgreiðslu til að snudda í blöð og erlend tímarit sem lágu frammi á lestrarsalnum og skrifaði sitt af hverju niður hjá mér til minnis, einkum voru það tímaritin The Economist, Time Literary Supplement, The Partisan Review og The New York Book Review og frönsku tímaritin Le nouvel Observateur og L'Express og fleiri tímarit sem mér þótti forvitnileg.

Á lestrarsalnum leið tíminn hávaðalaust, sérstaklega var hlýlegt að sitja þar í skammdeginu þegar græn birtan frá leslömpunum færði með sér töfraskin sem fyllti mann ró og öryggi, þrátt fyrir myrkur og vindgnauð fyrir utan. Það hýrnaði yfir gestum þegar þeir komu inn í hljóðlátan salinn veðurbarðir og rjóðir í kinnum, opnuðu varlega hurðina að helgidóminum þar sem þeir litu iðið fólk af báðum kynjum niðursokkið við bóklestur eða skriftir eins og fræðimenn fyrri tíðar, frelsað frá hávaða og glamri tæknialdarinnar og lamstri eilífra illviðra.

Dr. Björn Karel skjalavörður kom þar oft, en skjalasafnið var í vesturhluta hússins og því ekki langt að fara á milli, en doktorinn hafði lítið tímaskyn, svo að oft þegar hann var að ljúka við að skrifa sig í gestabókina eftir hægar og settlegar hreyfingar, tók salklukkan að slá hægt og dræmt sín sjö slög dagsloka, en þá skyldi húsvörður læsa safninu með fornlegum lykli en smekklás að auki. Ekki lét dr.

Björn Karel slátt klukkunnar fipa sig en sagði um leið og hann stóð upp með sitt barnslega og breiða bros:

– Ég gáði ekki að hvað tímanum leið.

Þetta kom iðulega fyrir og víst var að sá lærði maður lét ekki óþol nútímans koma sér í uppnám eða trufla sig í hugleiðingum um liðna menn og atburði.

Eitt skipti sagði hann til dæmis við mig:

– Aldrei finnst mér að Grímur amtmaður hafi verið rétt metinn af samtíð sinni.

Þá hefur dr. Björn verið að hugleiða æviferil Gríms amtmanns á Möðruvöllum á síðustu öld sem að ýmsu leyti var mæðumaður, þó að ekki skorti hann gáfurnar. Grímur Thomsen skáld á Bessastöðum var systursonur hans.

Í annað skipti man ég að dr. Björn stóð fyrir aftan mig við púltið og lét fingurgómana á báðum höndum rétt snertast, eins og var oft háttur hans þegar hann var í eigin hugleiðingum.

– Hver skyldi Skáld-Sveinn hafa verið, ekki hefur hann verið geistlegrar stéttar, sagði hann upphátt og leit brosandi yfir auðan salinn en Haraldur Pétursson húsvörður var að loka gluggum.

Ekki mun dr. Björn hafa ætlast til þess að ég legði neitt til málanna, en ekki verið á móti því að heyra einhvern annan taka þátt í þessum hugleiðingum sínum sem sjaldnast voru um málefni líðandi stundar.

Stundum gleymdi dr. Björn sér við hugleiðingar sínar þó að ég væri í óða önn að ganga frá salnum, en aldrei stóðst ég freistinguna að leggja við hlustirnar þegar hann hugleiddi upphátt, t.d. eitt sinn þegar hann var að velta fyrir sér einhverjum atriðum frá Sturlungaöld eða um hvaða augum fornmenn hafi litið dauðann. Þar hljóti hugmyndir þeirra um tilveruna í Valhöll að hafa brotið broddinn af dauðabeygnum.

Ég man hann sagði eitt sinn að íslenskir höfðingjar hefðu ekki áttað sig nógu vel á þróuninni sem var að gerast í Noregi, þegar valdið var að centralíserast í höndum konungs. Íslendingar héldu að þeir myndu geta haft jarlinn innlendan um óforsjáanlegan tíma líkt og hafði verið í Orkneyjum, en á þessu varð mikil breyting á 13. öld. Skúli jarl var gamli tíminn, Hákon nýi tíminn sem Magnús lagabætir fullkomnaði síðan með löggjöf sinni. Gissur jarl vonaði að hann myndi lifa Hákon, treysti sér betur til að eiga við Magnús son hans, en Hákon lifði 2–3 árum of lengi fyrir Gissur. Íslendingar hafa sjaldan gert sér skýra grein fyrir þróun heimsmálanna nema 1918. Þessi hugleiðing dr. Björns Karels varð til þess að ég las aftur Kongsemnerne eftir Ibsen og sá atburði leikritsins í miklu nánari tengslum við okkar sögu og Sturlungu en ég hafði áður gert mér grein fyrir. Ég hygg að dr. Björn hafi ekki álitið Gamla sáttmála jafn vondan samning og kennslubækur í sagnfræði hafa til skamms tíma dæmt hann, en það hefur verið Íslendingum sjálfum að kenna að þeir gengu ekki eftir því að ákvæði sáttmálans væru haldin, það eitt að hingað skyldu ganga út sex skip á ári hefði skipt miklu máli fyrir þjóðina og þó sérstaklega fyrir höfðingjana.

Þetta var notalegur tími, þegar litið er um öxl, með lífsfyllingu í starfi og hversdagslegu lífi. Helgi Hjörvar nágranni okkar í Suðurgötu hafði áhuga á íþróttum fornmanna en bannaði sonum okkar, sem voru í fornmannaleik, að nota boga og örvar. Hinsvegar mættu þeir berjast með sverðum. Helgi var víðfrægur glímukappi og háttemmdur upplesari og talaði helst í stíl Snorra Sturlusonar.

Helgi Hjörvar bar mig upp á fundi Rithöfundafélags Íslands og var mér fagnað með lófataki.

En innan félagsins voru flokkadrættir og deilur, en ég vildi helst ekki láta draga mig í dilk.

Á einum fundi sinnaðist Helga Hjörvar svo við skáldið Jón úr Vör að hann flaug eldrauður í framan af reiði á Jón sem var ekki viðbúinn árás og barði hann í andlitið með samanvöðluðu dagblaði með þessum ummælum: Það ætti að drekkja þér eins og hundi í mógröf.

Sjaldan risu þó öldur svo hátt á rithöfundafundum þó að sumum yrði heitt í hamsi þegar Thor Vilhjálmsson leit reiður um öxl og las mönnum pistilinn af slíkum fítonskrafti að hárin risu á höfði skáldsins í vígamóði. Aðeins einu sinni man ég til þess að honum fipaðist í eldmóðnum, en það var þegar Þórunn Elfa rithöfundur kallaði til hans mjórri röddu: Thor, Thor – þakka þér fyrir síðast. Kreistu þá sumir kjúkur í fundarsalnum.

Helgi vildi líta á mig sem sinn stuðningsmann og mislíkaði við mig þegar í ljós kom að ég var frekar á bandi Kristins E. Andréssonar sem hafði brugðist mjög vel við því að gefa út aðra skáldsögu mína, Ef sverð þitt er stutt.

Kristinn var í kynningu mjög hliðhollur ungum skáldaspírum, að minnsta kosti þeim sem fylgdu að einhverju leyti vinstri stefnu, en vonuðu að vestrænt lýðræði myndi festa rætur hjá Rússum við bandalagið gegn einræði Hitlers.

Guðmundur G. Hagalín var ofsóttur fyrir að vera sósíaldemókrat og ort um hann landsfræg níðvísa fyrir að hafa skrifað skáldsöguna Sturlu í Vogum en söguhetjan átti peninga á bankabók. Slíkt var ekki hægt að taka gilt.

Ég var sjálfur einn af þeim sem var fullur af fordómum gagnvart Hagalín á þeim árum, þó að ég hefði varla lesið neitt eftir hann, en lét stjórnast af einlitum áróðri. Seinna kynntist ég honum persónulega gegnum Helga Sæmundsson og uppgötvaði þá hvílíkur afbragðsmaður Guðmundur G. Hagalín var, alveg laus við allan biturleika þó að hann hefði mátt þola margra ára ofsóknir og útskúfun. Hann var gamansamur, snjöll eftirherma og allt varð ljóslifandi sem hann sagði manni vestan af fjörðum. Afköst hans voru mikil og misjöfn að gæðum eins og gengur, en stundum tókst honum afbragðs vel upp, eins og í Kristrúnu í Hamravík eða Virkum dögum. Hagalín átti sína stuðningsmenn og sterkan bakhjarl. Hann fékk alltaf verk sín gefin út.

Sama var að segja um þann einstaka heiðursmann og ógleymanlega skáld Tómas Guðmundsson sem var beittur sömu brögðum og skáldbróðir hans í Sovét, Boris Pasternak, nefnilega þögninni.

Það er vopn sem ýmis skáld og rithöfundar hafa síðan fengið að kenna á.

Gamanleikur minn Kjarnorka og kvenhylli var oftast leikinn fyrir nær fullu húsi í Iðnó og sáu um 22 þúsund áhorfendur hann á tæpum tveim árum.

Þetta fyllti mig óvæntri gleði og bjartsýni.

FIMMTUGASTI OG ÞRIÐJI KAFLI

Slökunarstefna Khrushchevs

Úti í hinum stóra heimi hafði slökunarstefna gert að minnsta kosti hlé á Kalda stríðinu, því Sovétríkin vildu umfram allt láta sem fyrst fyrnast yfir atburðina í Austur-Berlín og aftöku Bería en hann hafði verið tekinn fastur í júní 1953 tæpum 4 mánuðum eftir lát Stalíns. Það sem skipti ef til vill mestu máli var að Khrushchev, feitur og brosandi Úkraínumaður, var allt önnur manngerð en hinn skuggalegi forveri hans sunnan frá Kákasusfjöllum hafði verið.

Nú var þetta allt liðin tíð.

Khrushchev hafði haldið sína leyniræðu á tuttugasta þingi kommúnistaflokksins vorið 1956.

Ræða Khrushchevs hafði verið löng og ýtarleg þar sem hann leysti frá skjóðunni um stjórnarhætti Stalíns: Ofsóknir, pyntingar, aftökur á öllum sem hann grunaði um svik við sig og fangabúðir, einkum í Síberíu þar sem menn dóu unnvörpum úr vesöld og harðræði. Auk þess hafnaði hann persónudýrkun og sagðist vilja friðsamlega sambúð við Vesturlönd.

Þetta var djarft útspil hjá Khrushchev, en hann vildi firra sig og valdamenn flokksins grunsemdum um þjónkun við slíkar ofsóknir á saklausu fólki og hreinsa borðið, svo hann gæti myndað stjórn sem grundvallaðist á því að blása aftur lífi í hugsjónir byltingarinnar. Honum var ljóst að Sovétríkin stæðu mjög höllum fæti gagnvart háþróuðum iðnaði Vesturlanda og að „þíða" í samskiptum við þau væru Sovétríkjunum lífsnauðsynleg.

Bería, hinn hataði yfirmaður Öryggislögreglunnar, hafði verið tól Stalíns við grimmdarverkin og það kom sér vel, nú þegar hann var dauður að skella allri skuld á hann. Einhvern veginn fannst mér á ferð okkar Steins Steinars og félaga um Sovétríkin 1956, sem síðar verður vikið að, að allar glæpasögurnar sem okkur voru sagðar af

Bería gætu alveg eins gilt um flesta ráðamenn Sovétskipulagsins, enginn hvítþvær sjálfan sig með því að sverta aðra.

Áhrifin af uppljóstrunum um glæpi Stalíns voru víðtæk, ekki síst í leppríkjum Sovétríkjanna, þar sem ýmsir forystumenn þeirra sem höfðu verið teknir af lífi fyrir upplognar sakir fengu nú uppreisn æru í gröf sinni og urðu dáðar þjóðhetjur. Á Vesturlöndum óx álit á Khrushchev fyrir dirfsku hans og annan tón í alþjóðamálum en áður hafði heyrst úr þeirri átt.

Í löndum eins og Póllandi og Ungverjalandi héldu margir að Khrushchev myndi standa við loforð sitt um að veita Alþýðulýðveldunum sjálfsákvörðunarrétt um stöðu sína gagnvart Sovétríkjunum.

Voru þá allar deildir sovétvina út um lönd hvattar til að efla baráttuna fyrir heimsfriði.

Hópum friðarvina og nefnda var boðið í kynningarferðir til Sovétríkjanna svo þeir mættu með eigin augum líta friðelskandi þjóðir í daglegum önnum.

Kristinn E.Andrésson hafði á hendi að velja fólk í þessar boðsferðir sem höfðu að vísu tíðkast fyrir stríð en ekki hafist aftur vegna Kalda stríðsins fyrr en nú. Mér kom það alveg á óvart þegar Kristinn spurði mig hvort ég hefði hug á því að heimsækja Sovétríkin. Kom þá í ljós að hann hafði boðið sex öðrum friðsemdarmönnum í þessa ferð. Það voru ljóðskáldin Steinn Steinarr, Jón Óskar, Leifur Þórarinsson tónskáld, Hallgrímur Jónasson kennari og þeir Jón Bjarnason, fréttastjóri Þjóðviljans og Ísleifur Högnason, fyrrverandi alþingismaður.

Á leiðinni austur í Garðaríki í júlí 1956 dvöldum við nokkra daga í Stokkhólmi meðan við biðum eftir fari með skipi gegnum Skerjagarðinn áleiðis til Leníngrad. Vorum við ánægðir að fara með skipi frekar en með flugvél og fór ágætlega um okkur í útjaðri Stokkhólmsborgar.

Við fórum þrír saman inn í borgina og Steinn tók að sér leiðsögn um miðborgina, Sergelstorgið og Kóngsgötuna, en tók brátt stefnuna á gamlan stað sem hann hafði stundað mikið þegar hann rétt eftir stríð dvaldist vetrarlangt í Stokkhólmi, oft í félagi með þeim mætu mönnum Magnúsi Ásgeirssyni, Bergi Pálssyni og ýmsum fleirum. Var þessi staður kenndur við skáldið Tegnér og bjó yfir fornum þokka.

Steinn og Jón Óskar voru vel heima í sænskri ljóðlist, svo að ég lagði hlustirnar við, en minnti Stein á sumarkvöld í boði sem Halldór Laxness hélt á Gljúfrasteini til heiðurs vini sínum Arthuri Lundkvist og konu hans, danskri skáldkonu. Fólk stóð eftirvæntingarfullt með glas í hendi. Allt fór mjög settlega fram. Tóku skáldbræðurnir tal saman en allir nærstaddir voru hljóðir.

Þá heyrði ég Stein segja:

– Við hjónin lesum alltaf Sögur herlæknisins þegar við erum komin í bólið. Hvað lesið þið hjónin þá?

Grafarþögn.

Fáir þorðu að kíma og sænska skáldinu varð svarafátt, en skrifaði seinna grein um Stein þar sem hann líkti honum við eitthvert flökkuskáld í Svíþjóð.

Tíminn var fljótur að líða á Café Tegnér við ýmiss konar upprifjanir.

Um kvöldið fórum við í Bellmannskjallarann, fengum krabba (kräftor), hittum Einar Braga skáld og ýmsa aðra Íslendinga, sem sögðu okkur af miklum sigri sósíalista í þingkosningum, og að nú myndu amerísku dátarnir verða reknir af Miðnesheiði til síns heima.

Þegar við komum heim á hótelið um kvöldið voru þar fyrir Ísleifur og Jón Bjarnason sem höfðu gert góð innkaup, sérstaklega létu þeir vel yfir smókingfötum sem Jón hafði keypt fyrir spottprís. Vildi Steinn ólmur að hann færi í skrúðann, sagði að hann yrði að fá að sjá Dalamann og sveitunga sinn í sænskum smóking, og varð úr að Jón klæddi sig upp á, en heldur reyndist jakkinn þröngur um axlirnar ef Jón drægi djúpt inn andann en kannski væri hægt að komast hjá því, og svo var það með buxurnar, voru þær ekki ívið of stuttar? Það gat nú farið eftir tískunni.

Þá höfðu þeir félagar verið svo fyrirhyggjusamir að kaupa sér dunk af feiti til varnar mývargi ef leið okkar lægi um fen og flóa í

Sovétríkjunum. Steinn fullyrti aftur á móti að enginn mývargur þekktist lengur í Sovétríkjunum, honum hefði verið útrýmt um leið og bændunum.

FIMMTUGASTI OG FJÓRÐI KAFLI

Lenígrad

Á hafnarbakkanum í Leníngrad beið okkar friðarnefnd borgarinnar ásamt túlkum. Aðalfararstjóri okkar nefndist Galína, rauðbirkinn og kraftalegur kvenmaður, með sterklega kjálka og einbeitt. Hafði hún komið gagngert frá Moskvu til að taka okkur undir sinn verndarvæng, en á stríðsárunum hafði hún stjórnað samyrkjubúi. Steinn hvíslaði að okkur Jóni spurningu: Hvað skyldi hún hafa mörg mannslíf á samviskunni?

Í Leníngrad fylgdist hún nákvæmlega með hópnum eins og fóstra með barnahóp, en við Steinn læddumst smástund kippkorn frá hótelinu þar sem við áttum að snæða kvöldverð og vildum gjarna fá að líta venjulega bjórstofu fyrir óbreyttan almenning. Komst Galína í mikið uppnám þegar hún varð þess vísari og veitti okkur harða átölu þegar við komum aftur eftir örskotsstund. Þetta skyldum við ekki endurtaka.

Við fórum með næturlest til Moskvu og höfðum fyrsta flokks þjónustu.

Ég vaknaði við að spurt var á dönsku: „Er der nogen islandske venner her?“ Var þetta kvenmaður sem auðheyrilega vildi eiga í okkur hvert bein. Hún nefndist Nína Krymova, hafði þýtt bækur Halldórs Laxness og sagðist eiga marga góða vini á Íslandi þó að Kristinn og Halldór væru þar fremstir í flokki. Við bjuggum á Hótel Moskvu og þar var okkur haldin fyrsta móttökuveislan. Nína tjáði okkur að hún hefði elskað Íslendinga frá því hún heyrði fyrir stríð einn úr íslensku sendinefndinni við fyrsta maí-hátíðina við grafhýsi Leníns kalla hátt og snjallt úr mannhafinu:

– Lenge leve Sovetunionen.

– Det har været Kristinn Andrésson, sagði Steinn.

– Nej, det siger jeg aldrig, svaraði Nína Krymova.

Eitt aðalprógrammið sem beið okkar í Moskvu var að skoða mikla landbúnaðarsýningu sem mikið var gumað af, en Jón Óskar slapp við að fara vegna magakvilla. Við hinir urðum að þola langar göngur í steikjandi sólskini og miklar romsur hagfræðitalna til að sanna ágæti kerfisins. Þó kom þar að lokum að þessari síbylju linnti og var okkur ekið heim á hótelið.

Framan við herbergi Jóns Óskars sat hvítklædd kona sem reyndist vera líflæknir hans, áhyggjufull á svipinn. Mér datt í hug að botnlanginn hefði sprungið í sjúklingnum, en sem betur fer var því ekki þannig varið.

Við færðum Jóni heilmarga bæklinga sem við höfðum fengið á sýningunni og sögðum honum að hann hefði misst af miklu, en hann sagðist hafa dauðséð eftir því að hafa ekki farið með okkur, læknirinn hafði umsvifalaust drifið hann í rúmið og látið hann mæla sig, síðan fékk hann ekki leyfi til að setja annað inn fyrir varir sínar en tvíbökur og sykurlaust tevatn sem hann varð að dreypa á með stuttu millibili.

Næsta dag var prógrammið að skoða gasstöð og fylgdi fyrirlestur á eftir. Við sátum við langborð og kepptust þeir Jón Bjarnason og Steinn án afláts við að skrifa að því er virtist upp eftir ræðumanninum.

Þegar við komum út undir bert loft spurði Jón Bjarnason Stein:

– Hvað varst þú að skrifa allan tímann?

– Ég skrifaði hundrað sinnum Hallgrímur Jónasson, svaraði Steinn með glotti.

Einn daginn var farið með okkur í Lenínbókasafnið. Þar var mikil sýning á verkum Bernards Shaw í tilefni af hundrað ára afmæli hans. Þar tók ég eftir stóru olíumálverki af Romain Rolland sem yfirbókavörðurinn sagði okkur að hefði verið mikill málsvari Sovétríkjanna, þegar þau voru mest rægð á Vesturlöndum skömmu fyrir stríð.

Romain Rolland hafði komist í náin kynni við Maxím Gorkí og sjálfur Stalín hélt honum dýrlegar veislur með nánustu samstarfsmönnum sínum, þar sem Rolland voru haldnar hástemmdar lofræður og ekkert til sparað að gera dvöl hans sem ljúfasta. Þar kynntist hann meðal annarra bókmenntaaðdáenda sinna Jagoda, yfirmanni öryggislögreglunnar. Geðjaðist Rolland vel að prúðmannlegri framkomu hans og bókmenntaáhuga. Ekkert gat skyggt á þessa daga annað en það, að Gorkí var brjóstveikur og varð að hafa hægt um sig, þegar Rolland gisti hjá honum á sumarsetri hans, en Gorkí lést fáum árum síðar og var Jagoda þá kennt um vítaverða vanrækslu við heilsugæslu Gorkis, jafnvel að hann hefði verið á snærum trotskýsinna sem vildu Gorki feigan vegna vináttu hans við Stalín.

Þegar Rolland las seinna yfir það sem hann hafði skrifað hjá sér um heimsóknina hjá Gorkí rifjaðist það upp fyrir honum hvað honum hafði þótt furðulegt hvernig Gorkís var gætt, en Rolland lét ekki hugann dveljast við það þá stundina. En eftir að Jagoda hafði verið sakaður um að hafa valdið dauða Gorkís og verið tekinn af lífi ásamt öðrum svikurum við hugsjónir sósíalismans tók Jesov við embættinu, en féll sjálfur í sömu gryfju og Jagoda og var tekinn af lífi. Hann hafði áður verið gerður að yfirmanni öryggislögreglunnar þegar Bería ávann sér traust Stalíns en fylgdi svo á eftir húsbónda sínum í gryfjuna sem alltaf stóð opin.

Í minnisbókum sínum rekur Rolland að hann hafi eitt sinn setið á tali við Stalín í rúma tvo klukkutíma og farið vel á með þeim. Stalín sagði við það tækifæri:

– Það eru mér hamingjustundir að ræða við mesta skáld í heimi.

Rolland var sýndur skipaskurðurinn í Hvítahafi sem pólitískir fangar höfðu grafið og var sagt að þeir hefðu gert það af fúsum vilja.

Þegar Búkharín var ákærður fyrir rannsóknarréttinum í Moskvu sendi Romain Rolland Stalín bréf þar sem hann bað í nafni Maxíms Gorkí, að lífi Búkharíns yrði þyrmt, en Rolland með sitt stóra hjarta og ástríðuþrungna mannvit, eins og Stefan Zweig lýsir honum í Veröld sem var (í þýðingu Halldórs J. Jónssonar og Ingólfs Pálmasonar), fékk ekkert svar frá Stalín.

Rolland sagði einu sinni við Stefan Zweig:

– Listin getur verið okkur til huggunar, en gagnvart raunveruleikanum má hún sín einskis.

Við flugum til Stalíngrad. Borgin hafði að miklu leyti verið endurbyggð úr rústunum, en þó stóð ein húsarúst eftir til minja um grimmileg átök um borgina þar sem 7. her Þjóðverja var brotinn á bak aftur.

Ferðin upp á Mamayev Kurgan veitir víðastan sjónhring yfir orustusvæðið. Borgin teygir sig marga kílómetra upp eftir bökkum Volgu, það sögufræga fljót sem rússnesk skáld hafa lofsungið í kvæðum sínum og kallað hana móður Rússlands, þar urðu hamingjuskipti í sigurför þýska hersins yfir gresjur Úkraínu.

Þennan dag lék heitur vindur um sólsviðnar steppurnar, aðeins mótaði fyrir grónum skotgröfum, friður og kyrrð virtist hafa ríkt þar um eilífðartíma. Efst á hæðinni stendur stytta af tröllvöxnum kvenmanni sem sveiflar miklu sverði yfir höfði sér og berar brjóstin. Við stöldruðum við í tæpa klukkustund á þessum örlagaríka hól, ég fann sprengjubrot í grassverðinum sem ég gaf Hildigunni til minja um óþekkta hermanninn þegar heim kom.

Síðan var okkur sýnd kvikmynd af uppgjöf von Paulusar og loks farið í skoðunarferð um nýtt verkamannahverfi. Okkur var orðið ómótt af öllum þessum skoðunarferðum í steikjandi sólarhitanum svo það hýrnaði yfir Ísleifi þegar hann rak augun í ísskáp.

– Hérna er nú ísskápur, sagði hann glaður í bragði.

– Hann er úr timbri, svaraði Steinn. Og þá kom í ljós að hann var dálítið frumstæður.

Ísleifur sneri sér að krana yfir vaski og sagði:

– Og hérna er krani.

– Það kemur ekkert vatn úr honum, svaraði Steinn í sama tón.

– Við skulum nú sjá, svaraði Ísleifur og skrúfaði frá krananum.

En hvernig sem hann skrúfaði kom ekki vatnsdropi.

Þetta fékk mikið á fylgdarlið okkar og var kallað í húsvörðinn og hann látinn standa fyrir máli sínu. Var veslings maðurinn greinilega miður sín, en svo um síðir kom skýringin í ljós: Það hafði verið skrúfað fyrir vatnið vegna viðgerða.

Á eftir sagði Jón fréttastjóri:

– Þarna sjáið þið hvernig Morgunblaðslygarnar verða til.

Frá Stalíngrad héldum við á fljótaskipi niður Volgu. Við sigldum framhjá risastórri koparstyttu af Stalín sem Khrushchev hafði nefnt sem dæmi um sjálfsdýrkun og sóun fólkstjórans, í stað þess að koma upp húsnæði fyrir alla þá sem lifðu í hreysum eða ættu ekkert athvarf á árbökkum Volgu.

Eftir tveggja daga siglingu var okkur fagnað með blómum og rauðum hálsklútum á hafnarbakkanum í Rostov. Þar var sjálfur borgarstjórinn sem flutti okkur friðarávarp.

Okkur var boðið að skoða kampavínsverksmiðju og bragða á sýnishornum og varð úr þessu skemmtileg veisla. Íbúarnir á þessu svæði við ána Don eru afkomendur kósakka og miklir hestamenn, var ekki minnst á nein friðarmál né neins konar áróðri haldið að okkur, en ótal skálar drukknar fyrir mörgum kostum þarfasta þjónsins, síðan fylgdu á eftir skálar fyrir reiðtygjum, beisli og ístaði.

Við skildum við þessa fjörmiklu fáksmenn með kærleikum og þéttum faðmlögum. Má segja að við höfum komist í hann krappan í kampavínsveislu kósakkanna, en sloppið án skaða eins og Jón Indíafari þegar hann hleypti skoti af kanónu Danakonungs.

Eftir þessa góðu dagstund með kósökkunum var farið með okkur í bíltúr út fyrir borgina til að skoða samyrkjubú.

Á leiðinni varð bíllinn með okkur Stein, Jón Óskar og Leif fastur í djúpum moldarskorningum en við gátum með sameiginlegu átaki ýtt honum upp úr moldarflaginu, og róuðum fararstjórann með því að vegir yrðu iðulega ófærir á Íslandi.

Yfirverkstjóri á samyrkjubúi bauð okkur upp á glas heima hjá sér eftir að við höfðum skoðað fyrirmyndarsamyrkjubúið. Bjó hann í bjálkahúsi með svölum fyrir framan, sem var girt moskítóneti og einnig flugnanet fyrir gluggum. Á svölum hans var stórt baðker ryðgað í botninn og vatnsslanga til taks.

Stofan sem hann bauð okkur í var stór með miklum hekluðum dúkum á borðum og marglit þykk teppi á veggjum, en gólfið lagt breiðum fjölum. Stöldruðum við hjá honum smástund. Steinn var kominn út í skot þar sem móðir bústjórans hafðist við, gráhærð og tannlaus og var orðin mjög sjóndöpur. Var engu líkara en að honum gengi vel að skilja gömlu konuna, og benti hún honum á helgimynd, íkon fyrir ofan uppbúið rúm sitt.

Sonur hennar hristi framan í okkur höfuðið og Vadím, túlkur okkar útskýrði fyrir okkur orð bústjórans, að mamma hans væri orðin svo elliær að engu tauti væri við hana komandi, þetta væri hennar rórill.

Steinn sagði við Vadím á bakaleiðinni að sér hefði sýnst myndin af unga manninum fyrir ofan rúm gömlu konunnar vera nauðalík mynd af zarnum ungum.

– Mynd af því svíni, svaraði Vadím hneykslaður, það er útilokað.

Næst á prógramminu var Georgía, fjöllótt og fagurt land: Skrúða vafið, dökk gljúfur og þröngir dalir, eins og Hallgrímur Jónasson fararstjóri okkar kvað. Þar eru litskrúðug blóm og hvers konar tré og villigróður, þar var borinn og barnfæddur Joseph Vissarionovich Dzhugashvili, sem seinna varð Maðurinn með stálhnefana.

Við fórum með næturlest til Tiblisi, en Hallgrími varð ekki svefnsamt vegna skröltsins í lestarvögnunum og greip hann þá til þess ráðs, eins og Egill Skallagrímsson forðum, að kveða ásóknina frá sér, varð það mikill kvæðabálkur, en þar í er þessi vísa:

Áin Kúra upp hér sprettur,
undir Tyrklands háum gnúpi,
öslar síðar austur sléttur
út að Kaspíhafsins djúpi.

Tiblisi er ævaforn menningarborg. Gistum við á gömlu og virðulegu hóteli með dimmrauðum flauelsgluggatjöldum. Á herbergi okkar Steins hékk mynd af kunnuglegum manni, áletruð í gylltum ramma, það var enginn annar en Knut Hamsun og nokkur þakkarorð fyrir vetrardvöl fyrir aldamótin 1900.

Við Jón Óskar brunnum í skinninu að geta skoðað okkur eitthvað um í borginni, en því var ekki að heilsa vegna strangrar gæslu Galínu, sem bar ábyrgð á lífi okkar og limum.

En það var yfir 30 stiga hiti í skugga, þó að hitinn væri þurr og þolanlegri fyrir bragðið, og fyrirskipaði Galína hvíldartíma eftir hádegisverð því að henni var ómótt svo holdugri.

Notuðum við Jón Óskar þá tækifærið til að laumast út í frelsið. Héldum við niður með ánni Kúra sem rennur í gegnum miðja borgina. Fórum við um elsta borgarhlutann sem stendur á klettum við ána, er aldur þess hluta rakinn allt aftur til fimmtu aldar. Við lentum í húsasundi með yfirbyggðu glerþaki, þar voru fyrir krúnurakaðir gyðingar með kollhúfur sínar sem fögnuðu okkur vel, dúfnasalar og víxlarar eins og á dögum Krists, þetta voru hvítar dvergdúfur sem þeir voru með, eins og þær sem notaðar eru í sirkusum.

Þeir leiddu okkur í synagógu sína, þar sem þeir voru að halda upp á hvíldardag sinn, sabbat. Voru okkur færðir ýmsir munir til skoðunar, svo sem ritningin, Talmud og fleira, en ekki gekk okkur vel að skilja þá, en allt í einu rak einn þeirra Jóni Óskari rembingskoss, en honum brá við svo óvænt atlot.

Að skilnaði sýndu þeir okkur ýmsar kúnstir með þessar fannhvítu dvergdúfur, einn gyðinganna tók af sér kollhúfuna og setti dúfu á haus sér til að skemmta okkur, en dúfan tók þá til sinna ráða að skemmta okkur enn betur, svo hún spýtti aftur úr sér slímugri froðu sem vall í taumum niður höfuð mannsins, brjóst hans og bak en hann var í fleginni spariskyrtunni. Brá okkur við, en kallinn hló, hristi á sér kollinn og tók víst dritið sem lukkumerki.

Við Jón Óskar vorum þá búnir að fá nóg af skemmtiatriðum gyðinganna, þökkuðum þeim fyrir gestrisnina og snerum sömu leið til baka.

Nú var Bjarmalandsför okkar senn á enda. Nína Krymova tók á móti okkur í Moskvu.

Í skilnaðarhófinu sagði hún okkur ljótar sögur af stríðsæsingum Ameríkana. Nefndi hún sem dæmi sexstrenda marmarasúlu sem reist hefði verið til minningar um fimm styrjaldir sem Bandaríkjamenn hefðu háð, sjötti flötur súlunnar væri ætlaður til áletrunar fyrir næstu heimsstyrjöld. Finnst ykkur það ekki hræðileg tilhugsun? spurði hún af miklum siðferðisþunga.

Enginn sagði orð.

– Hvað finnst yður? spurði hún borðherra sinn sem var Steinn.

Steinn leit í gaupnir sér og svaraði meinleysislega:

– Það getur verið mjög praktískt.

Borðhaldið varð fremur stutt.

Hún fann að því við okkur að það geislaði ekki af okkur hrifningin eins og af friðarnefnd kvenna sem var á ferð um Sovét um svipað leyti og við og einhverjir úr okkar hópi höfðu hitt á hótelinu,

Að skilnaði bað Nína Krymova okkur fyrir kveðjur til Kristins og Halldórs Laxness og annarra vina sinna á Íslandi.

Árni Böðvarsson málfræðingur var fyrirliði íslenskrar menningarsendinefndar sem fór austur 1959. Aðrir voru Hallbjörn Halldórsson prentari, Hákon Guðmundsson hæstaréttarritari og Thor Vilhjálmsson rithöfundur. Um þá ferð skrifaði Thor ferðabókina *Undir gervitungli* (1959).

Þar komust þeir félagar að raun um að Gunnar Benediktsson höfundur bókarinnar *Saga þín er saga vor* (1952) naut mikils álits þar austan tjalds.

Þá orti Hallbjörn þessa vísu:

> Á Gunnari virtust þeir vita skil
> þótt verðlaun ei hlyti né mútur þægi' hann.
> Þeir vissu ekki að Thor væri til
> og trúðu því ekki þótt þeir sæju' hann.

FIMMTUGASTI OG FIMMTI KAFLI

Heimkoman úr Sovét

Eftir heimkomuna héldum við fararstjóra okkar samsæti í kjallara Þjóðleikhússins. Þar hélt Steinn aðalræðuna:

„Kæri Hallgrímur Jónasson.

Við höfum þann heiður að bjóða þig velkominn til þessarar fátæklegu hátíðar sem haldin er til minningar um okkar stóru reisu meðal gerskra – og þó fyrst og fremst í virðingar- og þakklætisskyni við þig persónulega fyrir þína frábæru fararstjórn og föðurlegan aga.

Öllum er okkur það ljóst að án þín hefði stundum illa farið – og sumir okkar hefðu jafnvel sofið í fötunum ef þín hefði ekki notið við. Fyrir þetta erum við að sjálfsögðu mjög þakklátir og kannski ekki síður eiginkonur okkar og aðrir nánustu.

Aftur á móti var skáldgyðjan okkur harla lítið eftirlát í þessu ferðalagi. En það er önnur saga – og það er ekki þín sök – og það skal vera útrætt mál.

Þessi ferð okkar um Sovétríkin er nú þegar orðin allfræg og hafa myndast um hana ýmsar sögur og sagnir manna á meðal sem lengi munu lifa. Þetta ásamt mörgu fleiru teljum við óræka sönnun fyrir hæfileikum þínum til stjórnlistar og mannaforráða. Hyggjum við, að undir öðrum og hagkvæmari kringumstæðum myndir þú hafa orðið mikill og víðfrægur hershöfðingi. Og í vissum skilningi má einnig líkja þessari reisu við nokkurs konar herferð, þótt hún væri gerð undir yfirskini sátta og samlyndis, – og hirði ég ekki að segja þá sögu nánar.

En hvernig svo sem því hefur verið varið, var þetta sigursæl ferð – og það var þér einum að þakka. En þótt við förum í sigursælt ferðalag eða heyjum sigursæla orrustu, getum við borið þess nokkur merki, þótt leynt fari. Við vissum það allir, að þegar yfir lauk varst þú lítt sár en ákaflega móður. Og vera má, að hið undurfagra kvenmannsheiti Galína haldi fyrir þér vöku enn um sinn

Einnig vitum við, að þegar frækinn foringi leiðir fólk til sigurs, gleymir hann gjarna áhugamálum og hagsmunum sín sjálfs.

Svo fór og fyrir þér. Er við að lokum sáum bera við himin þína æskuhugsjón og fjallamannsdraum, hinn óttalega fjallstind, sem þeir kalla Elbrús, svafst þú svefni hinna réttlátu og safnaðir kröftum til nýrra átaka okkur í hag.

Kæri Hallgrímur. Það er okkur mikið gleðiefni, að þú skulir dvelja með okkur þessa stund. Ég vil biðja alla viðstadda að rísa á fætur og drekka skál okkar ágæta fararstjóra og heiðursgests.“

FIMMTUGASTI OG SJÖTTI KAFLI

Móttökurnar heima

Skömmu eftir heimkomuna birtist grein eftir skáldkonu sem hafði verið í boðsferð til Sovétríkjanna og bar hún okkur illa söguna, við hefðum verið drukknir mestalla leiðina og orðið okkur þráfaldlega til skammar.

Okkur félögum þóttu þessar fullyrðingar í hæpnasta lagi, svo að Matthías Johannessen sem þá var ungur blaðamaður við Morgunblaðið, hafði viðtal við mig af því tilefni og sagði eitthvað á þá leið, að líklega væru þeir gistivinir Rússa miklu frekar ölvaðir af dýrð framtíðarlandsins og dæmdu þá alla fyllirafta og svín sem ekki létu blekkjast af Pótemkintjöldunum. Það væri eftir mati skáldkonunnar lágmarkskurteisi að falla í stafi af hrifningu við að sjá skipaskurð í Sovét sem pólitískir fangar höfðu gert (náttúrlega af frjálsum vilja).

Nokkrum dögum síðar hafði Helgi Sæmundsson viðtal við Stein um Rússlandsförina með þeim upphafsorðum Steins: Sovét-Rússland er vonandi ekki það sem koma skal.

Við fengum að heyra það tæpitungulaust hjá ýmsum dagfarsprúðum mönnum, að þarna hefðum við brugðist heilögum málstað sem ætti eftir að koma okkur sjálfum í koll. Ólafur Jóhann sagði mér að Kristinn Andrésson væri mjög sár. Nokkra gæti ég nafngreint sem létu mig heyra það á opinberum stöðum.

Jón Múli sagði við okkur Stein í Austurstræti: Því voruð þið að kjafta frá? Og glotti við.

Halldór Laxness sagði við okkur Stein, að þetta kæmi allt heim og saman við sín kynni. Allir leiðsögumenn ferðamanna væru njósnarar KGB og gæfu skýrslu um hvaðeina um mann. Halldór sagði að sér fyndist hann alltaf vera með blýhatt, þegar hann dveldist í Moskvu. Það væri aðkenning sem hann hefði ekki fundið til annars staðar.

Þjóðviljinn sendi okkur kaldar kveðjur. Og ýmsir kunningja minna létu í ljós við mig að ég væri kominn í slæman félagsskap eða að við hefðum ekki sýnt grundvallarkurteisi með því að þakka fyrir okkur

Eitt ágústkvöld 1956 sátum við Thor á Gildaskálanum við Aðalstræti og röbbuðum saman, sagði ég honum frá ýmsu sem ég hafði hugleitt um alræmda ferð okkar Steins og fleiri til Sovétríkjanna. Thor, einn af ritstjórum Birtings stakk upp á því að ég skrifaði grein um þær hugleiðingar fyrir tímaritið. Fékk ég strax áhuga á hugmyndinni og setti saman pistil til ritstjórnarinnar, en hana skipuðu auk Thors: Einar Bragi, Hörður Ágústsson og Jón Óskar. Nefndi ég greinina: Dauðinn afnuminn.

Þessi grein hefur sennilega komið ritstjórninni í opna skjöldu þegar það duldist ekki að hér var ekki á ferðinni hefðbundinn lofsöngur af dýrðarríki hins fátæka manns sem gistivinirnir sáu í hrifningu sinni, heldur einföld frásögn mín í fáum dráttum af því sem mér hafði þótt eftirminnilegast. Ég get látið mér detta í hug að nokkur orð um réttarfarið í Sovétríkjunum hafi ekki fallið í smekk sumra þeirra t.d. „að réttarmorð sé öllum glæpum svívirðilegra; það sé hátíðlegur skrípaleikur með tortúr á milli þátta og morð í leikslok er tjaldið fellur.

Sá sem afsakar slíka hluti vinnur markvisst að því að gera sjálfan sig svo siðferðilega sljóan að hann glatar með öllu hæfileikanum að greina sundur gott og illt, satt og logið. Maðurinn er þá orðinn að ófreskju – og er því hættulegri sem hún hefur meiri tækni á valdi sínu“.

Aldrei varð þó úr að þessi grein mín kæmi í Birtingi. Jón Óskar kom til mín að nokkrum vikum liðnum og tjáði mér að ritstjórnin væri ekki á einu máli um hana og vildi að ég breytti henni lítils háttar. Ég tók því víðs fjarri, sagði að þar sem ég skrifaði hana undir mínu nafni væri ekki við aðra að sakast, ef eitthvað væri í hæpnara lagi sem þar stæði, ég væri mótfallinn ritskoðun, og myndi þá heldur taka grein mína til baka en að beygja mig fyrir ritskoðun, þó að í smáu væri.

Ég vissi að Jón Óskar var mér ekki andsnúinn í þessu máli, en raunar kom mér þessi niðurstaða hinna í ritstjórninni ekki á óvart, ég hafði ekki gert mér háar hugmyndir um víðsýni þeirra. Ekki frekar en að þeir hefðu verið ritstjórar Réttar, tímarits Einars Olgeirssonar um þjóðfélagsmál.

Í fjórða árgangi Birtings, hálfu öðru ári eftir að Rauði herinn breytti Búdapest í sláturhús birtist nafnlaus grein um alþjóðamál í öðru hefti 1958 á blaðsíðu eitt. Þar segir í niðurlaginu:

„Við hljótum öll að hafa andstyggð á leynilegum réttarhöldum og svívirðilegum griðrofum eins og framin voru á Ungverjunum. En minnumst þess að þeir atburðir gerðust fyrir íhlutun erlends hers, sem var í landinu samkvæmt samningi, rétt eins og bandarískur her er hér á landi samkvæmt samningi. Menn ættu því að blygðast sín að leggja þannig út af hryllilegum afleiðingum hersetu í öðrum löndum, að þeir reyni að fá Íslendinga til að sætta sig betur við hersetu á Íslandi.“

Þessi grein hefði engu síður átt vel heima í Rétti en í Birtingi og hefði getað verið samin af Gunnari Benediktssyni rithöfundi.

Flest vandlætingarskrif úreldast á ótrúlega skömmum tíma og reiðiskrif enn fyrr, verka þá oftast sem aðhlátursefni.

FIMMTUGASTI OG SJÖUNDI KAFLI

Haustið 1956

Um haustið sá ég í Þjóðleikhúsinu Helgu Valtýsdóttur leika ógleymanlega konu í sálarangist, þar sem draumur um ástina og veruleikinn togast á um heill leitandi sálar. Höfundurinn, Terence Rattigan, lýsir slíkri konu í leikritinu af miklu sálfræðilegu innsæi og Helga Valtýsdóttir sýndi okkur þá óhamingju sem getur hlotist af því að búast við of miklu af lífinu.

Í örvæntingu sinni kýs hún sjálfsmorð sem mistekst, svo það verður engin lausn á þessari sálarbaráttu. Sjálfsmorð, raunveruleg eða einhver lausn sem jafngildir því, hefur oft verið notað af leikritaskáldum. Dauðinn er alltaf mjög dramatískur, en það verður að vara sig á svo auðveldri lausn í leikslok

Mikil kona hefur alltaf úrræði til að hefna sín á eiginmanni sem hefur brugðist trausti hennar, og hún uppgötvar að hann er ekki verður hennar. Þar eru konur miklu slóttugri en karlmenn, jafnvel þó það geti kostað þær sjálfar mikið.

Um margar leiðir getur verið að ræða fyrir höfund til að losna við aðalpersónu af leiksviði. Í einu nýlegu íslensku leikriti dóu samtals fimm persónur á mismunandi hátt á leiksviðinu til að halda áhorfendum í stöðugri spennu. Hjá Eyjólfi leikritaskáldi frá Herru dóu allar persónurnar í lokin til að gefa Shakespeare ekkert eftir.

Flestir eru þó hófsamari í mannfallinu. Stundum jafngildir það sjálfsmorði að fara í hundana, verða fallítt, gerast kennari í einhverju krummaskuði, ganga í klaustur, gerast vitavörður á skeri langt úti í hafi, verða misskilið sjení, smitast af eyðni, missa sjónina og ganga fram af hömrum eða sjálfsmorðið mistekst eins og hjá Rattigan sem þá er engin lausn.

Lýsingar á andlega brengluðu fólki og geðsjúku finnst mér vera frekar viðfangsefni sálfræðinga og geðlækna en verkefni rithöfunda nema mjög nærgætnislega sé á haldið.

Haustið '56 hafði slaknað mikið á spennunni við Sovétríkin undir forystu Khrushchevs.

Róttækni í pólitík var í tísku víða á Vesturlöndum, kommúnistar höfðu styrkt stöðu sína á Frakklandi og víðar í Evrópu við austanþíðuna.

Vinstri stjórn var mynduð á Íslandi undir forystu Hermanns Jónassonar en Lúðvík Jósepsson var útvegsmálaráðherra.

Keflavíkurgöngur andstæðinga Nató virtust loksins hafa borið árangur og yfirlýst stefna ríkisstjórnarinnar var að segja upp Varnarsamningnum við Bandaríkin og reka herinn úr landi.

Ég hafði vanrækt að lesa ýmislegt sem ég hafði ætlað mér og bætti mér það nú upp, þar á meðal bækur eftir Erich Fromm um félagsmál og sálarfræði og eins rit eftir Krishnamurti sem ég dáði fyrir mannúð hans og visku.

Ég var farinn að halda að það færu rólegir tímar í hönd og sár stríðsins færu nú óðum að gróa með vopnuðum friði í Evrópu.

En þetta var aðeins svikalogn.

Ungverjar höfðu tekið bókstaflega fagurgala Khrushchevs um sjálfsákvörðunarrétt smáþjóða. Þeir ætluðu að fara að haga sér eins og lýðræðisþjóð, en það leiddi fljótt til átaka milli andstæðra hópa uns upp úr sauð og Rauði herinn hertók Búdapest. Þessu fylgdi nokkurra daga borgarastyrjöld sem skjótt var barin niður í blóðbaði. Mikill fjöldi flóttamanna streymdi yfir landamærin til Austurríkis, þar sem settar voru upp fjölmennar flóttamannabúðir. Fjöldi flóttamanna fékk griðland í öðrum löndum, þar á meðal kom hópur flóttamanna til Íslands, sem Gunnlaugur bróðir minn, þáverandi framkvæmdastjóri Rauða krossins, lét sækja til Austurríkis.

Með þessum hörðu viðbrögðum Rússa hafði á ný sortnað í lofti. Pólitísk áhrif Rússa höfðu líka afdrifamikil áhrif á stuðning erlendra kommúnista við Sovétríkin.

Ég hitti Þórberg á förnum vegi, og hann fór að tala við mig um þá sem hann kallaði að hefðu bilað í Ungó, þar átti hann við þá sem tóku ekki afstöðu með Rússum gegn gagnbyltingarmönnum í Ungverjalandi og stappaði hann stafnum í gangstéttina yfir slíkum aumingjaskap.

En mér datt í hug orð hins aldna spekings Lao-Tze sem Þórbergur mat mikils, þar sem vitringurinn segir: Stjórn sem virðist duglaus reynist oft affarasælust fyrir þjóðina. Ströng stjórn sem skiptir sér af öllu, veldur þjóðinni ófarnaði.

Sá taoismi sem mest var áberandi á þessum árum í íslenskum bókmenntum eins og t.d. í Fegurð himinsins er í eðli sínu íslensk nægjusemi.

Um vorið 1957 kom út Brekkukotsannáll Halldórs Laxness eftir lengra hlé en venjulega milli bóka hans. Liðin voru rúm þrjú ár síðan að Silfurtúnglið var frumsýnt í Þjóðleikhúsinu.

Á þessum tíma gerðist margt í Sovétríkjunum sem áður hefur verið vikið að, en það sauð fyrst upp úr þegar Rauði herinn barði niður frelsiskröfur Ungverja og hugsandi menn sem lengi höfðu verið málsvarar Sovétríkjanna urðu fyrir andlegu áfalli.

Í Brekkukotsannáli kemur greinilega í ljós að það hafa orðið vatnaskil í lífsviðhorfi Halldórs Laxness, það kemur meira að segja fram í stíl hans, sem hefur farið úr dúr yfir í moll.

Heimsfrægð Garðars Hólm er aðeins endurtekning á gömlu stefi alla leið úr Íslendingasögunum til vorra daga, tiltölulega meinhæg blekking og á kannski nokkurn rétt á sér fyrir litla þjóð í vanda.

Nú var skáldið aftur komið til þeirra björtu bernskudaga minninganna:

„Það koma oft til mín ríðandi menn og fara af baki fyrir utan hjá mér; þeir eru kanski að leggja uppí lángferð, kanski tíu dagleiðir eða meira. Það sem ég get gert fyrir þá er að halda í ístaðið hjá þeim meðan þeir eru að fara á bak. Ég álít að upphaf vellíðunar sé fólgið í því að vera ekki að skifta sér af hvurt aðrir menn ætla. Mér líður vel að því leyti sem ég tel sjálfsagt að hjálpa hvurjum og einum að komast þángað sem hann vill.“

Þarna kemur greinilega í ljós hið breytta lífsviðhorf Halldórs Laxness. Nú er hann ekki lengur að boða hvert menn eigi að stefna eða hvað þeir eigi að hugsa. Það er risinn nýr dagur í lífi Kiljans, hann er sloppinn úr klóm kennisetninga.

Enn má bæta við orðum „Eftirlitsmannsins“:

„Það á að minstakosti að leyfa hvurjum einum að lifa einsog hann sjálfur vill . . .“

Í Paradísarheimt (1960) tekur Eiríkur á Brúnum mormónatrú og fer til Utah en uppgötvar að kenningin er blekking og snýr aftur heim þar sem hann endurheimtir Paradís sína. Þetta samsvarar trúarreynslu Laxness sjálfs af goðunum tveim sem hann hefur steypt af stalli: Kaþólskunni og kommúnismanum.

FIMMTUGASTI OG ÁTTUNDI KAFLI

Hressingarskálinn

Á Hressingarskálann kom ég oft í kaffihléi og hitti Stein Steinarr og fleiri menn, sem söfnuðust að honum, svo sem Karl Ísfeld, Helga Sæm., Berg Pálsson og fleiri góða menn, sem kunnu að rabba um skáldskap, pólitík og hvaðeina úr mannlífinu án þess að verða hátíðlegir eða alvöruþrungnir og sáu frá kátlegu hliðinni fáránleikann í flokkapólitíkinni. Sérstaklega var Steinn fundvís á margt skringilegt, en aldrei bar neitt á öfund hjá honum í garð skálda eða rithöfunda þótt honum þætti hvimleitt fjálglegt og merkingarlaust hjal um Listina og brosleg Köllun þeirra sem lifa í ástalífi við sjálfsmynd sína.

Þá hafði um árabil ríkt mikil óbilgirni í garð ýmissa rithöfunda sem teknir voru fyrir í sumum klíkum, en Steinn tók aldrei þátt í slíkri iðju þó að hann gæti sagt skoplega sögu af hverjum sem var ef tilefni gafst.

Eitt sinn sat Ásmundur Sveinsson á tali við Stein sem hafði verið í París 1946–47 og var myndhöggvarinn að lýsa kynnum sínum af miðdepli listarinnar þegar hann dvaldist í París fyrir stríð og hvað þá hefði verið að gerast í listum.

– Þessir ungu menn eru dálítið glúrnir, sagði Ásmundur, þeir glíma af alvöru við viðfangsefnin, og þeim tekst að leysa þau – já þeim tekst að leysa þau.

Steini fór að leiðast þetta mikla lof og sagði að lokum: Þú þarft nú ekkert að segja mér um það Ásmundur Sveinsson, því mér er nú loksins orðið ljóst að öll þessi svokallaða nútímalist er ekki annað en einn allsherjar hórukassi, en það er ekki svo gott að menn fari þar inn og fái sér hóru, heldur fara þeir þangað til að fróa sér sjálfir.

Svavar Guðnason listmálari settist hjá okkur og talið barst að baráttunni gegn her í landi. Steinn spurði hversvegna hann væri svo mikið á móti hernum. Svavar svaraði að það væri aðallega vegna þeirrar spillingar sem hann hefði í för með sér hérlendis. Steinn glotti við: – Það er tóm vıtleysa. Herinn hefur ekki haft nein spillandi áhrif á Íslendinga, aftur á móti hafa Íslendingar spillt svo hermönnunum að það verður alltaf að senda þá heim eftir dvölina hérna í spillingunni.

Þá sögu heyrði ég eftir Bergi Pálssyni að eitt sinn hafi þeir Steinn Steinarr og Bergur verið samskipa prófessor Jóni Helgasyni á ferjunni frá Malmö yfir til Kaupmannahafnar. Sat Jón Helgason lengi uppi á þiljum og ræddi við gamla konu, en Steinn var á vakki í kringum þau, fór Jóni að leiðast þetta ráp í manninum og spurði önugur hversvegna hann væri að hlera samtal þeirra.

– Vegna þess, svaraði Steinn, að mér þykir alltaf svo gaman að heyra kerlingar tala saman.

Steinn talaði oft um að hann yrði fimmtugur næsta haust og þá myndi verða mikil veisla. Mér þótti af rótgróinni hjátrú óvarlegt að tala mikið um ókomna hamingjudaga, en ég hlakkaði til veislunnar því ég var viss um að hún myndi verða eftirminnileg og sérstæð.

Ég varð fertugur þá um haustið og Steinn sem hafði ákveðið að hætta rekstri á sínu litla kapítalíska hænsnabúi gaf mér pútur sínar til veisluhalds á afmæli mínu. Þangað kom Steinn því miður ekki af því hann var ekki vel fyrir kallaður.

Ég heimsótti hann suður í Fossvog á Þorláksmessu 1957 þar sem hann var rúmliggjandi, Við ræddum um nýútkomnar bækur, þar á meðal um Andlit í spegli dropans eftir Thor. Steinn sagði að Thor væri í einhverri spennitreyju og þegar hann setti sig í þær stellingar að skrifa skáldskap yrði hann stífur og ósveigjanlegur. Ef hann gæti komið fram á svipaðan hátt og hann gerði þegar hann skrifaði ferðasögur og pistla í blöð myndi skáldskapur hans komast úr slæmri kreppu. Um þriðju bók Jónasar Árnasonar, Veturnóttakyrrur, sagði Steinn að snobberí Jónasar fyrir alþýðunni stafaði af sektartilfinningu út af því að vera betriborgarabarn.

Heilsu Steins fór hrakandi, hann var orðinn alvarlega veikur og lá um tíma á sjúkrahúsinu Hvítabandi. Þar kom ég í heimsóknir til hans, hann hélt lengi í þá trú að þó að þetta væri erfiður sjúkdómur að fást við, þá væri það samt ekki sá sjúkdómur sem enginn vildi nefna.

Eitt sinn á heimsóknartíma var þar staddur Sigurbjörn Einarsson sem varð biskup Íslands á sama ári og Steinn hefði orðið fimmtugur og þegar hann gekk út af sjúkrastofunni sneri hann sér við í dyrunum og spurði sjúklingana

– Er það nokkuð sem ég get fyrir ykkur gert?

Steinn leit upp af koddanum og svaraði: – Nei ekki strax séra Sigurbjörn, ekki strax.

FIMMTUGASTI OG NÍUNDI KAFLI

Úr einu í annað

Ég las nýútkomna skáldsögu eftir Boris Pasternak sem mætti segja að smyglað hefði verið út úr Sovétríkjunum og var þegar komin út á ensku.

Sagan um dr. Zívagó byggist að miklu leyti á endurminningum skáldsins. Þar eru áhrifamiklar lýsingar á hörmungum byltingarinnar og hvernig söguhetjan, Zívagó læknir, velkist um í þeim boðaföllum.

Deilur hér heima út af listamannastyrkjum ríkisins höfðu lengi verið út af klíkuskap við úthlutunina. Í fyrstu urðu vinstrisinnuð skáld einkum fyrir þessum ójöfnuði en eftir að þeir sjálfir urðu ráðandi í menningarmálum snérist dæmið við og hinir urðu úti í kuldanum.

Miðstýring á styrkjum og fyrirgreiðslu við rithöfunda hér heima sver sig í ætt við þá í Sovét.

Ráðstjórnarmenn voru æfir yfir því að skáldsögu Pasternaks skyldi hafa verið smyglað úr landi og ekki bætti úr skák þegar ýmsir málsmetandi bókmenntamenn á Vesturlöndum fóru að nefna Pasternak sem álitlegan Nóbelshöfund.

Var þá hafin mikil herferð í Sovétríkjunum gegn Pasternak og honum úthúðað fyrir slaður um þjóð sína og söknuð eftir afturhaldsstjórn fyrri tíðar.

Þetta Pasternakmál varð stórpólitískt hitamál sem Sovétstjórnin tók sem fjandskap í sinn garð og dulbúið vopn í árásum Kalda stríðsins, en þessi hamagangur út af tregablandinni skáldsögu varð aðeins til að vekja eftirtekt á henni hjá lesendum um víða veröld, og varð að enn einu þrepi niður á leið í menningarsögu Sovétríkjanna.

Þetta sama haust 1959 kynntist ég prófessor í skandinavískum bókmenntum, Einari Haugen sem var af norskum uppruna, mikils metinn sérfræðingur á sínu sviði í Bandaríkjunum og talaði ágætlega íslensku. Hann hafði séð Kjarnorkuna í Iðnó og spurði mig hvort hann mætti ekki þýða hana á ensku og fá hana útgefna í Bandaríkjunum. Varð ég glaður við álit hans á leikritinu og kom það út nokkrum árum síðar hjá The University of Wisconsin Press og seldist í um þrjú þúsund eintökum, en þýðingin þótti of bókleg til að nota hana óendurbætta á sviði.

Annar amerískur prófessor, Paul Schach, dvaldist hér heima í marga mánuði og kynntist ýmsu fólki. Ótilkvaddur tók hann upp á því að þýða Sverðið sem kom út nokkrum árum síðar í bókaflokki sem nefndist The Library of Scandinavian Literature undir stjórn Erik I. Friis.

Svo var dr. Helge Toldberg að þýða Kjarnorkuna á dönsku þegar hann lést langt um aldur fram, en hann hafði góð sambönd við leikhús í Kaupmannahöfn.

Marxistar lögðu alltaf mikla áherslu á að bylting bolsévika væri skilgetið afkvæmi frönsku byltingarinnar 1789, en sú fullyrðing hefur á síðari árum verið dregin mjög í efa af frönskum sagnfræðingum og raunar afsönnuð með öllu, eins og til dæmis af prófessor François Furet.

Nútíma lýðræði byggist á þeim hugmyndum sem Upplýsingaröldin boðaði og var tekin upp í stjórnarskrá Frakklands, þar sem nokkrar grundvallarkröfur eru settar fram um mannréttindi, ritfrelsi, skoðanafrelsi, eignarrétt, verslunarfrelsi og frjálsar kosningar til stjórnlagaþings. En Upplýsingaröldin barst aldrei til Rússlands og íbúar þess hafa aldrei notið mannréttinda og þess persónufrelsis sem löng hefð er fyrir á Vesturlöndum.

Sovétstjórnin kom á laggirnar leppstjórnum í Austur-Evrópu sem hún nefndi alþýðulýðveldi, til að reyna að telja umheiminum trú um að Sovétríkin færu þar langt fram úr Vesturlöndum í lýðréttindum með alþýðuna í fararbroddi.

Meira að segja menntamenn hér heima vörðu þá fullyrðingu

Kremlarstjórnar, að Eystrasaltsþjóðirnar hefðu samþykkt í frjálsum og leynilegum kosningum að verða hluti af Sovétríkjunum, með yfir 90 prósent atkvæðum kjósendanna.

Ernest Bevin ráðherra í stjórn Churchills minnti Molotov einu sinni á það, þegar einhver snurða hafði hlaupið á samvinnuna við Vesturlönd, að það hefðu verið breskir námumenn undir hans forystu sem hefðu átt sinn þátt í sigri bolsévika með því að lýsa yfir verkfalli á allar siglingar til Rússlands eða nágrannaríkja til að koma í veg fyrir að Hvítliðum bærust vopnasendingar.

Í Frakklandi var verkalýðshreyfingin í heild mjög hlynnt októberbyltingunni og því var almennt trúað að franska byltingin væri hin mikla fyrirmynd sem Sovétríkin reistu grundvöll sinn á.

Furet kemur fram með mörg önnur dæmi sem öll hníga í sömu átt.

Lenín sem kallaði rússneska keisaradæmið fangelsi þjóða, hét því að opna þau og gefa kúguðum þjóðum frelsi, en það fór á allt annan veg, sökum sögulegrar nauðsynjar eins og það hefur lengi hljóðað í skrifum marx-lenínískra sagnfræðinga, enda hefur það oft komið sér vel að hafa jafn-teygjanlegt hugtak á hraðbergi eins og „sögulega nauðsyn“.

SEXTUGASTI KAFLI

Víxlar með afföllum

Vilhjálmur Þ. Gíslason ræddi eitt sinn við mig uppi á safni hvort ég væri ekki tilleiðanlegur að semja framhaldsleikrit fyrir útvarp, en aldrei áður hafði verið ráðist í að flytja íslenskt framhaldsleikrit í Ríkisútvarpinu.

Fannst mér hugmyndin freistandi og sagði Steini Steinari frá því hvað mér stæði til boða. Fannst honum það dálítið bíræfið að ráðast í slíkt þar sem ég hafði ekkert hjá mér til að byggja á. Þó varð það úr að ég féllst á að reyna þetta.

Víxlar með afföllum, framhaldsleikrit í níu þáttum fyrir útvarp voru fluttir í Ríkisútvarpinu síðvetrar 1958. Hlutu þeir fádæma hlustun og mátti segja að öll þjóðin fylgdist með þeim, enda var þá enn ekki komið neitt íslenskt sjónvarp til að keppa um vinsældir við. Sérstaklega var Flosi Ólafsson vinsæll í hlutverki Danna sem hálfgerður vandræðapési og fyrsta slík týpa sem komið hafði fram í íslensku verki, enda hafði Flosi gefið honum bæði líf og blóð.

Margoft síðan hef ég verið spurður hvort Víxlarnir yrðu ekki endurteknir í útvarpinu, síðast kannaði Flosi málið hjá leikritadeild útvarpsins en þeir komu ekki í leitirnar. Hafði ég raunar fyrir löngu frétt að annað efni hefði verið tekið ofan í Víxlana til að spara spólur.

Auðvitað þótti mér hneykslanlegt að Ríkisútvarpið skyldi ekki hirða betur um verk íslenskra höfunda, sem þar hafa verið frumflutt, því að viðbúið er að það séu fleiri frumsamin verk sem þannig hafa tapast vegna hirðuleysis. Væri ekki hægt að varðveita kopíur af slíkum verkum á öruggari stað en hjá Ríkisútvarpinu?

Það var einn nepjulegan haustmorgun að við sátum nokkrir kunningjar við glugga á Hressingarskálanum og bílar runnu framhjá í Austurstræti með blautt lauffall á rúðunum að Steinn kom þar inn og settist hjá okkur. Hann pantaði einn pilsner, eins og svo ótal oft áður, en í þetta sinn stóð bjórglasið fullt fyrir framan hann drykklanga stund án þess að hann hreyfði við því og horfði til okkar þar sem við sátum og létum tímann líða við frásagnir og skraf, en hann brosti dauflega, næstum afsakandi og lagði aldrei þessu vant ekkert til málanna. Eftir stundar dvöl stóð hann á fætur, kinkaði til okkar kolli og var síðan horfinn út í vindinn, en glasið stóð eftir á borðinu fullt og ósnert. Ég horfði á autt sætið, sígarettan lá hálfbrunnin í öskubakkanum, og allt í einu fann ég að Steinn hafði kvatt, að langri kaupstaðarferð var lokið og þessi skrítni, sérstæði maður var á heimleið úr sendiferð en hann hafði gleymt hvert erindið var.

SEXTUGASTI OG FYRSTI KAFLI

Útúrdúr

Það var eitt fagurt sumarkvöld að við Egill klarinettuleikari vorum að koma af Borginni ögn hýrir og dásömuðum fegurð himinsins og dimman bláma Esjunnar, krían var þögnuð í hólmanum í miðri Tjörninni og húsin við tjarnarbakkann spegluðu sig í sléttum vatnsfletinum. Við vorum komnir að syðri tjörninni þegar við heyrðum kvak í tveim gæsaungum nýskriðnum úr eggjum sem höfðu atað sig í olíu og báru sig aumlega svo að hjörtu okkar bifuðust af hluttekningu. Varð það úr að við bárum gæsaungana í einhverju blaðadrasli úr sorptunnu heim í Suðurgötu og böðuðum þá vandlega í baðkerinu. Að baðinu loknu bar ég ungana fram í eldhús, en hafði þó stofuhurðina opna til að koma fram ef Hildigunni yrði hverft við að sjá þessi nýju fósturbörn. Sofnaði ég fljótt en svaf hálfilla við sælukvakið í ungunum. Gáði ég ekki að því að þeim hefur fundist stofan notalegri en eldhúsið með kalt gólfið. Glaðvaknaði ég við mikil undrunarhljóð í Hildigunni og kom hún gustmikil inn til mín og krafðist skýringa. Verst var þó þegar í ljós kom að greyin höfðu ekki farið fram á bað til að drita, svo að nýja teppið hafði fengið á sig nokkrar rósir í náttúrulegum litum. Það var mikil hamingja fyrir syni okkar, Ugga og Úlf að tengjast vináttuböndum við þessa gulu hnoðra með mjúk nefin, sem strax var úthýst úr stofunni og fenginn staður í bakgarðinum.

Sissi var sendur í Völund til timburkaupa og að kvöldi var hann búinn að klambra saman kofa í einu horninu á bakgarðinum, þar sem þeim var búinn næturstaður.

Einn af þvottabölunum úr kjallaranum var færður út í garð og grafinn í jörð, og þar busluðu nú ungarnir sælir og ánægðir, eins og aðrir ungar æfa sundtökin á Tjörninni. Þeir döfnuðu vel á möðkum, flugum og öðru góðgæti sem við tíndum í þá og urðu svo hændir að okkur að þegar við fórum með þá niður að tjörn til að innleiða þá í gæsasamfélagið, vildu þeir ekkert hafa með þessar ódönnuðu villigæsir að gera, sem aldrei höfðu sofið á gólfteppi.

Þegar fjölskyldan bjó sig í sunnudagsgönguferðirnar suður á Háskólalóð var ungunum hleypt út úr bakgarðinum og þeir trítluðu á eftir, eins og varðmenn, sinn til hvorrar handar, og ætluðu augun út úr vegfarendum, sem sneru sér í marga hringi af forvitni.

En haustið nálgaðist og þessi yndislega sumarsambúð hlaut að taka enda.

Gæsirnar voru farnar að æfa flug í bakgarðinum og þegar þær sáu Sissa, í erindagerðum móður minnar, skunda niður Suðurgötu til að kaupa kaffi hjá Silla og Valda, sem voru til húsa í gömlu biskupsstofunni, hófu þær sig til flugs og flugu í lágflugi á eftir, tóku krappa beygju við Herkastalann og lentu á gangstéttinni framan við búðina, þar sem þær biðu rólegar meðan Sissi lauk erindinu og fékk í nefið í kaupbæti.

En nú skarst umferðarlögreglan í leikinn. Voru gæsirnar ekki að brjóta umferðarlögin og skapa hættuástand í miðbænum?

Áður en úr þessu vandamáli fékkst skorið leystum við málið sjálf með því að vista gæsirnar á Úlfarsfelli, þar sem forstjórinn bauð þeim dvöl innan um hænsn sín.

Það var auðvitað þrep niður á við að lenda með hænsnum, og þar að auki á drykkjumannahæli, en á móti kom að þarna var engin lögregla að hefta ferðir þeirra í lofti.

Við heimsóttum þær nokkrum sinnum og þær fögnuðu okkur með gleðilátum. Úr heimsóknunum snerum við heim döpur í hjarta.

En eitt sinn þegar forstjórinn leit við í hænsnahúsinu hafði vágestur verið þar á ferð, nokkur hænsn og önnur gæsin höfðu orðið fórnarlömb minks.

Sorgin hafði kvatt dyra, gæsin sem eftir lifði undi ekki hag sínum.

Hún sást fljúga til fjalla og hverfa í dimman haustblámann.

Þannig lauk þessari sælu gæsatíð okkar á svolítið harmrænan hátt og við höfum oft minnst hennar með söknuði síðan.

Á þessum misserum kynntist ég fyrst Eiríki Jónssyni stærðfræðikennara og bókmenntaskýranda. Meðal kunningja var hann vel kunnur fyrir stálminni sitt og aðdáun á stíl Halldórs Kiljans. Gat Eiríkur rakið bein áhrif á Kiljan úr verkum annarra höfunda. Summum fannst þetta sem óþarfa hnýsni um aðföng Halldórs.

Nýtt leikrit mitt fékk nafnið Gaukskukkan vegna stórrar stofuklukku sem var á heimili bankaritarans, söguhetjunnar í leikritinu.

Átökin í leikritinu eru um það hvort að listamaður geti verið sannur þó að hann eigi aðeins einn aðdáanda í veröldinni. Eða hvar mörkin séu milli mislukkaðrar listaspíru og sanns listamanns.

Það var ákveðið síðvetrar að sýna leikritið í Þjóðleikhúsinu eftir að sýning á einhverju öðru leikriti hafði brugðist.

Tíminn var því naumur til að setja nýtt og varla fullfrágengið leikverk á svið, en ég stóðst ekki freistinguna, sérstaklega þar sem ákveðið var að Lárus Pálsson, sá ágæti leikhúsmaður, yrði leikstjóri.

Ýmsir lausir endar komu því í ljós við æfingarnar eins og oftast gerist að meira eða minna leyti þegar í saumana er farið á leikriti í sköpun. Það er alkunna með marga leikritahöfunda að verk þeirra eru enn í mótun þegar leikstjórar fá þau til meðferðar og leiðbeina þá höfundum í veigamiklum atriðum. Fræg er samvinna þeirra Tennessee Williams og leikstjórans Elia Kazan sem átti mikinn þátt í því hve vel tókst til með Streetcar named Desire, Sweet Bird of Youth og fleiri verk Williams. Fleiri dæmi mætti nefna fyrr og síðar, t.d. hafa höfundar oft fleiri en einn endi á verki sínu sem leikstjórinn sker svo úr um á lokastigi.

Nauðsynlegrar aðstoðar naut ég aldrei vegna tímaskorts.

Endirinn á Gaukskukkunni var vafamál sem ég fann ekki nógu góða lausn á.

SEXTUGASTI OG ANNAR KAFLI

Á flakki um Mið-Evrópu

Gísli Halldórsson leikstjóri, sá ágæti leikhúsmaður kom að máli við mig þetta sama vor og fékk mig til að breyta útvarpsleikriti mínu Spretthlauparanum í þriggja þátta leikrit fyrir svið, sem síðan var sýnt í Sumarleikhúsinu er hann rak í Iðnó.

Þetta var gamanleikur sem Gísli lék sjálfur í af sinni rómuðu snilld og var sæmilega góð aðsókn að því. Voru því þrjú leikrit eftir mig í gangi í einu og þótti ýmsum nóg um.

Ég brá mér til Lundúna í apríl og sá nokkur leikrit, þar á meðal leikrit eftir ungt leikskáld, John Osborne, sem hafði vakið athygli með nýstárlegum tóni, Look back in anger (Horfðu reiður um öxl). Í ofboðslegum orðaflaumi söguhetjunnar í leikritinu ruddist fram eins og úr brostinni stíflu reiðilestur yfir bresku samfélagi og skapaðist um tíma ný stefna í leikritagerð í Lundúnum sem var kennd við Hina ungu reiðu menn, því að slíkt orðbragð hafði ekki heyrst fyrr á sviði í West End og þótti frumlegt í ruddaskap sínum.

Leikritið fékk mikið lof í lófa hjá góðborgurunum sem voru á þessari síðdegissýningu, og ég heyrði konur hlaðnar skartgripum segja í aðdáunartóni í hléinu: Þvílík mælska, þvílík ósvífni.

Magister Björn Bjarnason spurði einu sinni vin sinn Sverri Kristjánsson: – Hversvegna í ósköpunum eru menn svona mikið á móti þjóðfélaginu sem vill allt fyrir þá gera og ber þá á örmum sér?

Ég hélt áfram til Parísar þar sem ég hitti Emil Eyjólfsson en hann hafði um árabil dvalist þar í borg og var manna fróðastur um menningarlífið og pólitíkina. Á prenti hafði mikið verið fjallað um Camus eftir að hann hlaut Nóbelsverðlaunin, en í ræðu sem hann hélt við afhendingu þeirra hafði hann sagst elska réttlætið en gegn því myndi hann þó berjast fyrir lífi móður sinnar. Þessi orð féllu í grýtta jörð kommúnista.

Camus bar mjög fyrir brjósti að tryggja varanlegan frið í Evrópu með mjög náinni samvinnu Frakka, Þjóðverja og fleiri þjóða, þar sem mannréttindi væru í fullu gildi, og sambandinu væri ekki stýrt af klíku fjármálamanna, bankastjóra og baktjaldamanna eða siðlausra fanta.

En Camus átti ekki mörg ólifuð ár eftir þetta, hann fórst í bílslysi ásamt útgefanda sínum á leið til Parísar 1960, aðeins 47 ára gamall. Seinni kynslóðin í Frakklandi hefur sýnt verkum hans meiri áhuga en flestra höfunda annarra sem voru honum samtíða.

Ég tók járnbrautina frá París til Strasbourg þar sem ég átti heimboð hjá vinafólki mínu, Stellu og Pétri Guðfinnssyni, sem starfaði þar við Evrópuráðið og loks nokkrum dögum síðar hélt ég til móts við fornvin minn, Eyþór Dalberg, herlækni í Stuttgart sem kom að sækja mig á bíl sínum til Bonn á fögrum útiskemmtistað. Ókum við síðan um fjöll og dali, ár og vötn þar sem friðsældin ríkti í heillandi landslagi eins og aldrei hefðu verið framdar þar ægilegar mannfórnir, og blóðugar styrjaldir væru aðeins sjúklegir órar. Var ég hjá Eyþóri og fjölskyldu hans í góðu yfirlæti. Hann var þá á hraðri uppleið sem herlæknir í ameríska hernum. Á útborgunardegi hersins tók hann mig með sér til gamans í spilavíti, því að í blóði hans ólgaði frá fornu fari viss ögrun við umhverfi sitt og áhættu sem hann glotti að á sinn sérstaka hátt, því hann leit á lífið sem spennandi áhættu. Samræður okkar stóðu oft langt fram eftir kvöldi þegar allir voru gengnir til náða í þessu friðsæla úthverfi, þar sem íbúarnir læstu oft ekki húsum sínum og við rifjuðum upp bækur sem við höfðum drukkið í okkur eins og töfradrykk. Í spilamennskunni gætti hann þess alltaf að smakka ekki áfengi þó að flestir hefðu vín eða bjór um hönd. Þetta kvöld sem ég fór með honum stóð spilamennskan allt fram undir morgun, og þegar ég ók með honum og amerískum majór upp hæðirnar þar sem spítalabyggingarnar stóðu á víð og dreif í brekkunum mikilúðlegar og ábyrgar, var majórinn sem Eyþór hafði tekið í bíl sinn farinn að berja lóminn og kveið þess að standa staurblankur fyrir framan konu sína í morgunsárið og eiga ekki einu sinni peninga fyrir mjólk handa börnunum. Eyþór vék að honum hundrað dollara seðli þegar hann kvaddi okkur brotinn og vesæll og sagði honum að vera gætnari næst. Eyþór var sjálfur með úttroðna vasa af dollaraseðlum, og kom spilaheppni hans mér ekki á óvart.

Þegar við lásum Bræðurna Karamazov eftir Dostojevskí, hinn mikla risa rússneskra bókmennta, var athyglisverð sú vitneskja að Dostojevskí var svo fíkinn í fjárhættuspil að hann kom stundum skríðandi til konu sinnar yfirkominn af iðrun og sárbað hana um peninga, svo hann gæti í síðasta skipti freistað gæfunnar en stóra vinninginn vann hann aldrei í fjárhættuspili heldur í lýsingum sínum á fólki í sálarháska.

Þetta voru skemmtilegir dagar, sem ég átti hjá Eyþóri. Þegar hann kvaddi mig á járnbrautarstöðinni í Stuttgart gaf hann mér bókina Interpretation of Schizophrenia eftir ameríska geðlækninn Silvano Arieti sem hafði komið út fáum árum áður og síðan í mörgum útgáfum, en geðveiki var eitt af sameiginlegum áhugamálum okkar. Margt hefur gerst í geðlækningum síðan, en það er hægt að lesa bókina sem bókmenntir og vafalaust er margt í henni enn í fullu gildi, að minnsta kosti sem kenning, enda hefur enn ekki fundist nein lausn á geðveiki, þó að geðlyf geti haldið þungbærum sálarkvölum í skefjum.

Á brautarstöðinni í Stuttgart var lítill hópur stúdenta kominn til að kveðja mig og þakka mér fyrir Víxla með afföllum, sem þeir höfðu haft gaman af, og þótti mér þeir sýna mér óvæntan heiður sem ég var þakklátur fyrir.

Skömmu áður hafði mér borist bréf frá Hildigunni með andlátsfregn Steins Steinarrs og úrklippu með líkræðu Sigurbjörns Einarssonar biskups sem var mjög áhrifamikil. Hann varar við þeirri trú að dauðinn sé slokknun alls sálarlífs, að hann sé allt annað en endir tilverunnar og lífið ekki ein feilnóta upp úr dauðu gapi eilífs tóms.

SEXTUGASTI OG ÞRIÐJI KAFLI

Enn á faralds fæti

Þegar ég kom aftur til Parísar frá Stuttgart sá ég Nashyrningana eftir Ionesco, upphafsmann Anti-leikhússins. Menn voru ekki á einu máli hvernig bæri að skilja slíkt fyrirbrigði þegar menn breytast í nashyrninga.

Það býr nashyrningur í okkur í allegorískum skilningi. Meira að segja hjá menntaðri og fámennri þjóð eins og Íslendingum eru pólitískar múgæsingar og margskonar hystería áberandi fyrirbrigði. Við getum ekki státað af því að vera víðsýnni eða umburðarlyndari en aðrar þjóðir þegar nashyrningurinn í okkur öllum fær tækifæri til að svala heift sinni, sem Freud myndi sennilega skýra sem nokkurs konar sjálfstortímingarhvöt, hatur út í getuleysi sitt gagnvart sjálfum sér

Í ævintýrum og þjóðsögum koma fyrir hamskipti af ýmsum toga, en mér kom helst í hug saga eftir Kafka um mann sem vaknar við að hann er orðinn að svartri pöddu.

Ýmsir héldu því fram að veruleiki absúrdistanna væri dýpri en raunsæi í bókmenntum, sem væri búið að ganga sér til húðar með grunnfærinni eftirlíkingu á lífinu sem blindar fólk fyrir sjálfu sér og hvað í því býr.

Einn gagnrýnanda Nashyrninganna kvað Ionesco hafa sýnt okkur að hann geti staðið á höfðinu sem leikritaskáld, en eftir væri að sjá hvort hann kynni að ganga á tveimur fótum.

Leikrit fáránleikans, eða Theatre of the Absurd, eins og Martin Esslin nefndi fyrirbæri af þessum toga í leikbókmenntum, var þá í mikilli uppsveiflu, þó að mikið væri á það deilt af öðrum. Martin Esslin segir að absúrd tjáning lýsi oft hlutveruleikanum af miklu meiri skerpu en almennt gerist, næstum eins og í spéspegli, og veki frekar áhorfandann til umhugsunar heldur en hefðbundið raunsæisverk og afhjúpi margt yfirskilvitlegt, sem þekkist frá gamalli tíð í ýmsum þekktum verkum, eins og til dæmis Hamlet og Macbeth.

En vitanlega eru höfundar ekki að hugsa um hvaða bókmenntastefnu þeir fylgi þegar þeir eru að semja verk sín, heldur eingöngu um það hvernig þeir geti skapað þann heim sem þeir sjá fyrir sér í huga og tjáir kjarna verksins, en oft hafa þeir ósjálfrátt veður af einhverjum nýjum viðhorfum sem umbylta þeim gömlu, þó að sú bylting skilji oft lítið eftir sig og falli að mestu í gleymsku þegar frá líður, þó að áhrifin hafi haft sitt gildi og samlagist hefðinni að meira eða minna leyti. Koma þessi stílfærðu einkenni fáránleikans fram t.d. í Silfurtúnglinu og seinustu leikritum Kiljans, einnig í Atómstöðinni og fleiri skáldsögum Laxness.

Ég var svo heppinn áður en ég hélt heim frá London í þetta sinn að sjá tvær leiksýningar sem ég vissi ekkert um fyrir fram og sína hvort kvöldið. Það voru leikritin A Streetcar named Desire eftir Tennessee Williams og Death of a Salesman eftir Arthur Miller, bæði leikritin fjalla um manneskjur sem hafa gefist upp í hörðum heimi og lifa einangraðar í sjálfsblekkingum sínum, þau taka út þjáningar sínar eins og píslarvottar aldarfarsins og yfirleitt virðast mörg helstu leikrit sem sýnd voru á þessum tímum lýsa einmanakennd einstaklingsins, og lífsfirringu sem hafa rúið hann öllu sjálfstrausti. Persónuleiki þeirra stendur á völtum grunni og riðar til falls.

Vivian Leigh lék aðalhlutverkið í leikriti Williams og lýsti á átakanlegan hátt úrræðaleysi glæsikonu sem er of veikgeðja til að geta horfst í augu við þau skakkaföll sem lífið hefur lagt á herðar henni og leitar athvarfs í sjálfsvorkunn og lífslygi.

Sölumaður Arthurs Millers á það sameiginlegt með reiða unga manni Osbornes að báðir eru einmanar sem hafa orðið viðskila við samfélagið og tekst ekki einu sinni að ná sambandi við sína nánustu. Lokaorð lögfræðingsins í leikriti Millers þjóna eins og kór í grískum harmleik.

Haustrigningar, blaut laufblöð klístruðust á gangstéttirnar í Suðurgötu.

Heimssöngvarinn Eggert Stefánsson er á fornum slóðum. Hann

kemur við í Suðurgötu 13 þar sem hann hefur heyrt að tvær stofur með húsgögnum séu til leigu. Móðir mín tekur á móti honum. Hún þekkir hinn fræga mann í sjón þó að þau hafi ekki kynnst fyrr. Hann heillar hana með glæsileik sínum og hoffmannlegri háttvísi, hann er kominn þangað til að falast eftir leigu á stofunum. Hann segist hafa fæðst í torfbænum þar sem nú er Suðurgata 13. Engin gata í Reykjavík er honum jafnkær, þar hafði hann slitið barnsskónum. Hver morgunn við Tjörnina hafði verið honum einn ævintýraheimur og aldrei liðið honum úr minni á löngum ferðum í framandi löndum, en nú er kominn tími til að hætta að skoða heiminn, hann er orðinn ferðalúinn og heimþráin heldur fyrir honum vöku. Hann hefur rakið spor sín til baka, hingað hafa þau leitt hann á ný, hér finnur hann best fósturjörðina undir fótum sínum, hún kallar á hann og breiðir út faðminn, hann þekkir aftur blíða rödd hennar og hlýðir kalli hennar. Hann er kominn á leiðarenda, Guði sé lof, nú getur hann horfið aftur til upphafs síns, hér í móðurmoldinni vill hann bera beinin, hann er kominn heim til að deyja, já kæra frú ég mun kveðja lífið með söknuði, þetta voru dásamlegar stundir, en gestir mega ekki staldra of lengi við ...

Móðir mín kippist við, orð hans höfðu verkað seiðmagnandi á hana, nei, hún gat ekki hugsað sér að hinn langþreytti farandsöngvari dæi í hennar stofum, að hún myndi vakna eina nótt við dauðahryglur og seinustu andvörp þessa aldurhnigna glæsimennis ...

– Nei, því miður, því miður það var ekki hægt, nei ...

Ég kom til hennar skömmu eftir að heimssöngvarinn hafði kvatt af sömu háttvísi og hann heilsaði.

Hún var miður sín yfir því að hafa ekki getað orðið við bón hans.

SEXTUGASTI OG FJÓRÐI KAFLI

Hugleiðingar um anarkisma

Í skáldsögu sinni Djöflunum varar Dostojevskí við þeirri siðferðilegu hnignun að umbera hryðjuverk með því að réttlæta verknaðinn með alls konar skýringum. Það getur verið skiljanlegur verknaður að losa sig við harðstjóra með morði, en þar sem lýðræði og mannréttindi eru virt getur slík afstaða leitt til allsherjar upplausnar og enn meiri harðstjórnar. Mannrán, sprengjuhótanir í farþegaflugvélum og fjöldamorð á óbreyttum borgurum voru orðin algeng á sjötta áratugnum. Fámennir þrýstihópar gátu fengið vilja sínum framgengt með því að ógna efnahagsgrundvelli lýðræðisríkja með fjárkúgun og láta sig engu varða þjóðarheill, jafnvel fagnað hruni samfélagsins.

Þá væri lýðræðinu enn ógnað, enda stendur það víðast hvar völtum fótum nema helst í þeim þjóðlöndum sem hafa notið hinnar grísk-rómversku hefðar, Upplýsingarinnar og lýðræðis allt frá lokum átjándu aldar.

Liðin eru meira en hundrað ár síðan að Dostojevskí benti á háskann af illræðismönnum og morðvörgum.

Taugaspennan krefst stöðugt nýjunga og meiri hraða, trúarþörfin leitar sér nýs farvegs í blekkingum falsspámanna og fanta sem þykjast vera lausnarar mannkynsins og boða komandi dómsdag, svo að söfnuðir þeirra ærast og vinna voðaverk á sjálfum sér og öðrum.

Menn lifa alltaf á hættutímum.

Sumir hafa haldið því fram að sú kyrrð og ró sem er yfir leikritum Tsékoffs sé vegna þess að hann hafi lifað á tiltölulega friðsamlegum tímum í sögu rússnesku þjóðarinnar. Það er þó hæpin fullyrðing.

Tsékoff fæddist 1860, en Turgenev, hinn frábæri rithöfundur og mikli heimsmaður, kom fyrstur fram með hugtakið anarkisti, sem er byltingarmaður sem berst gegn hverskonar valdi, sérstaklega því sem ríkisvaldið felur í sér, og hvers konar mannasetningum, svo sem valdi föður, kennara, lögfræðinga eða klerka. Anarkistar sögðust hafna hvers konar valdbeitingu svo að allir mættu uppgötva hvað býr í þeim sjálfum.

Þrátt fyrir þessi fögru áheit anarkista varð ferill þeirra í Rússlandi og víðar blóði ataður. Þeir beittu miskunnarlaust hermdarverkum í baráttu sinni fyrir hugsjónum sínum, og unnu ódæðisverk með því fororði að tilgangurinn helgi meðalið. Gamalkunnug yfirhylming.

Þegar tilganginum virðist náð þá hefst valdið sem öllum spillir.

Í skáldsögunni Feður og synir eftir Turgenev er anarkista lýst í fyrsta skipti í bókmenntunum. Hann er aðalhetja skáldsögunnar sem ávann sér frægð á skömmum tíma. Vilmundur Jónsson landlæknir þýddi hana á íslensku fyrir allmörgum árum og er mikill bókmenntalegur fengur að slíkri þýðingu.

Þetta sýnir að terroristar voru farnir að láta til sín taka í Rússlandi fyrir fæðingu Tsékoffs. Turgenev varar við ofstæki þeirra sem afneiti siðferðislögmálinu og bitni það oftar á saklausum en sekum.

Þannig kom hefndarhugur þeirra í garð alræði keisaranna í Rússlandi niður á þeim sem síst skyldi.

Alexander annar Rússakeisari tók við að föður sínum Nikulási fyrsta látnum, sem alla sína tíð hafði haldið þjóð sinni í heljargreipum.

Alexander annar var af allt annarri manngerð en faðir hans, og hefur af sagnfræðingum verið talinn einn mildasti keisari Rússlands. Tókst honum smám saman að koma ýmsum stjórnarbótum í kring í ríki sínu. Hann kom dúmunni, rússneska þinginu, á fót og afnam aldagamla átthagafjötra á bændastéttinni. Og sem sigursæll keisari bældi hann niður uppreisn Pólverja, hélt Tyrkjum í skefjum, lagði alla Síberíu undir Rússland, auk þess Tachkent, Samarkand og Turkestan.

Jafnframt reyndi Alexander að aðlaga ríki sitt samtíðinni og nýjum lífsstíl, en morð og hermdarverk héldu áfram að aukast í ríki hans engu að síður, og að lokum varð sprengja úr hendi anarkista í St. Pétursborg, skammt frá Vetrarhöllinni til þess að rífa hann á hol sextugan að aldri.

Hann hafði látið sig dreyma um að segja af sér keisaratign og eyða ævidögum sínum með ástkonu sinni á sólarströnd Miðjarðarhafsins, því hann var draumlyndur maður, sem ekkert þráði frekar en friðsæld og fagurt umhverfi, en örlög hans urðu önnur og boðuðu ekki neina sældardaga fyrir Romanoff-ættina, sem var á fallanda fæti né heldur fyrir rússnesku þjóðina.

Hann var syrgður af þjóð sinni, en miklar ofsóknir hófust gegn anarkistum, sem voru illa þokkaðir af flestum landsmönnum, en þeim tókst samt að eflast og bjóða stjórnvöldum byrginn uns yfir lauk og annars konar harðstjórn fylgdi brátt í kjölfarið sem kunni á þeim takið og afmáði þá.

Það ríkti því allt annað en friður og ró í Rússlandi á ævidögum Tsékoffs. Samt virtist lífið líða hjá eins og lygnt stórfljót sem býr yfir einhverri dul og getur orðið hamslaust í vatnavöxtum.

Eftir að Atlantshafsbandalagið hafði hlotið sína eldskírn í pólitískum deilum og flokkadráttum á Vesturlöndum virtist fólk í Evrópu hugsa meira um eigin afkomu en að hafa áhyggjur af því þó að hamslaust stríðsástand ríkti víða í öðrum heimsálfum.

SEXTUGASTI OG FIMMTI KAFLI

Graham Greene

Einn höfundur var þó á sjötta áratugnum, sem alltaf var í brennipunkti stórátaka og samdi sögur sínar með þau átök í baksýn eins og Hemingway hafði gert með skáldsögunum Vopnin kvödd og Hverjum klukkan glymur.

Það var Graham Greene. Hann var höfundur sem var mér mikil fyrirmynd um frásagnarhátt, þar sem hugann grunar meira en nemur taugin. Sögur hans lúta lögmálum skáldsögunnar og persónurnar stíga fram í huga lesandans skýrar og oft átakanlegar í varnarleysi sínu gagnvart miskunnarlausum aðstæðum sem þær hafa ekkert vald yfir og verða að sætta sig við. Um leið er umhverfið mjög nærgöngult og sannfærandi hvar sem sagan gerist, í Víetnam, Suður-Afríku, í indíánabyggðum Bolivíu eða í einhverjum afkima veraldarinnar. Skáldsögur hans byggjast að verulegu leyti á lífsferli hans sjálfs og lýsa oft þeim sálarháska sem hann hefur staðið andspænis.

Graham Greene var mjög samsettur maður og sálarlíf hans flókið. Hann gerðist ungur kaþólskur en var þó aldrei fullkomlega í sátt við kaþólska trú. Hann var aldrei heill og óskiptur í neinu lífsviðhorfi. Að þessu leyti var hann andhverfa við Camus.

Sem sonur skólastjóra var Graham tortryggður af skólabræðrum sínum, og faðir hans áleit hann taka afstöðu gegn sér í skólanum. Þannig varð hann ótrúr báðum aðilum.

Sjálfur sagðist hann álíta að hollusta við ákveðinn málstað væri frelsisskerðing. Frjáls maður mætti ekki vera bundinn af neinum hleypidómum. Með því að gerast málsvari geðþótta síns brygðist hann sjálfsvirðingu sinni, takmark mannlegrar fullkomnunar væri að vera réttsýnn og vega kosti og bresti hvers manns án sakfellingar, það eina sem skipti máli væri sjálfsþekking og æðri meðvitund um hinstu rök tilverunnar.

Hann var haldinn efasýki, þar sem mörk sektar eða sýknu misstu gildi sitt, aðeins ef kafað var nógu djúpt í harmrænum örlögum mannsins, hnignun hans og uppgjöf gagnvart dauðanum gæti sönn samúð vaknað.

Þverstæðan í lyndiseinkunn Grahams Greene er að í honum fullkomnast veikleikinn í styrkleika. Hann var þunglyndur frá því á gelgjuskeiði en tókst að hefja hugarangur sitt í æðra veldi í heimi skáldsagna og skapa úr því mikilvægar bókmenntir.

„Í sjúkdómum getur líka búið máttur til sköpunar og innsæis," skrifaði hann fráskilinni konu sinni.

Greene var frábitinn öllum fjandskap, jafnvel í garð þeirra sem lögðu stein í götu hans. Honum varð ómögulegt að hata neinn mann þegar honum varð hugsað til þess að sá veslings maður ætti eftir að ganga í gegnum dauðastríð sitt. Hatur ætti fyrst og fremst rót sína að rekja til skorts á ímyndunarafli.

Hann reyndi alltaf að sjá tvær hliðar máls í senn, sem oft gat leitt til þess að hann var misskilinn og fékk menn upp á móti sér.

Hann var allt í senn trúleysingi og heittrúa kaþólikki, kommúnisti og andkommúnisti og þannig andhverfur sjálfum sér á öðrum sviðum og í sannfæringuna skorti alltaf herslumuninn.

Með því að afsaka landráð Kim Philbys var hann kannski að afsaka eitthvað enn veigameira í sjálfum sér. Enginn afsalar sér siðferðislögmálinu sér að meinalausu, en sú barátta getur skapað miklar bókmenntir eins og Dostojevskí sannaði.

Í ýmsum verkum Grahams Greene kemur fram einhverskonar hetjuleg barátta aðalpersóna hans að ganga ekki á bak orða sinna, að standa við það heit sem hann hefur unnið en er honum nætum um megn að standa við.

Vinátta var sá heilagi málstaður sem stúdentar af yfirstétt í Oxford og Cambridge settu öllu ofar, jafnvel ættjörðinni eins og kom greinilega fram hjá njósnurunum alræmdu, en Graham Greene lýsir þessari innri baráttu milli tryggðar og svika með mörgum tilbrigðum í verkum sínum. Og þetta er spurning sem hver og einn verður að gera upp við eigin samvisku. Graham Greene áleit að ofbeldi fylgdi því að taka afstöðu.

Noel Coward leikari, sem var vinur Grahams frá fornu fari, sagði um hann, að hann gæti verið mjög ósanngjarn í garð þeirra sem hann kallaði kerfiskalla og einnig var hann sérlega tillitslaus í ástamálum sínum, og hann játaði sjálfur að hafa gert rétt á röngum forsendum. Í skáldsögunni Hægláti Ameríkaninn þar sem hann getur ekki dulið andúð á Könum yfirleitt, harmar hann dauða keppinautar síns í ástum og andstæðings í pólitík þegar sá lætur lífið í Víetnam.

Graham Greene var iðulega nefndur til Nóbelsverðlaunanna en sagt var að Arthur Lundkist, sem var mjög vinstri sinnaður og skrifaði bók þar sem hann lofsöng kínverska menningarbyltingu Maós, hafi jafnan lagst gegn því í sænsku akademíunni að Greene hreppti þau.

Það er alltaf vandamál fyrir rithöfund að dylja samúð sína með ákveðinni persónu í sögum sínum til að gæta sanngirni gagnvart þeim öllum, en það getur jafnframt leitt til þess að lesandanum finnist höfundurinn kaldur og tilfinningadofinn, jafnvel fráhrindandi. Þá verður að hafa í huga að tilfinningasemi og ofnotkun lýsingarorða getur spillt góðri skáldsögu.

Ofskýringum hættir líka til að draga úr spennu frásagnar, en sé frásögnin hinsvegar of knöpp nær hún kannski ekki að vekja grun um það sem að baki liggur.

Það er þessi spenna milli tveggja póla í sköpunarverki höfundar sem ræður úrslitum um hvort orð hans skili þeirri glóð sem til var ætlast.

Eftir góða kvöldmáltíð heima hjá sér í London bauð Graham Greene oft upp á pípu af ópíum. Þannig fylgir einhver seiðandi keimur frásögninni í sögum hans.

SEXTUGASTI OG SJÖTTI KAFLI

New York

Vorið 1960 fékk ég bréf frá Sendiráði Bandaríkjanna í Reykjavík að mér hefði verið veittur ársstyrkur til náms við Yale-háskólann sem er einn af þrem þekktustu háskólum Bandaríkjanna, en þar nýtur leiklistarskólinn, The School of Drama, sérstaks álits. Það þykir mikið happ í Bandaríkjunum fyrir þann sem hlýtur Fulbright-styrkinn, en ég hafði ekki hugmynd um hvað Yale-háskólinn er auðug og mikil stofnun. Þá var ekki annað að gera en að búa sig sem best undir dvölina á þessu mikla fróðskaparsetri.

Í gjá milli skýjakljúfa stóð ég með töskur mínar fyrir utan Aðaljárnbrautarstöðina á Manhattan og reyndi að átta mig á því að ég væri staddur í miðri New York borg. Hátt uppi glampaði sólskinið á stáli og spegilgleri risabygginga en fékk lítið svigrúm til að skína í djúpum glúfrunum þar sem manngrúinn var á sífelldu iði eins og maurar kringum þúfur sínar.

Ég rogaðist með töskur mínar niður í hvelfingar stöðvarinnar þar sem loftkælingin blés á móti í olíumenguðum gustum. Önnur taskan var að vísu létt af því að í henni var lítið annað en nærföt og dúnsæng sem ég hafði oft með mér á ferðalögum, en hin talsvert þyngri með fatnað og annað fyrir vetursetuna. Ég þurfti ekki á burðarþjóni að halda svo lítt klyfjaður.

En ég sá það seinna að aðrir stúdentar höfðu með sér farangur að heiman þannig að þeir gátu búið heimilislega um sig ólíkt því sem var hjá mér, í skonsu sem líktist munkaklefa.

Af sparnaðarástæðum hafði ég valið mér herbergi í ódýrasta flokki, það hafði þann ókost að gengið var í gegnum það í herbergi fyrir innan. Hafði ég hugsað mér að það gæti gefið mér tilefni að kynnast öðrum.

Aðkoman á herbergi mitt var ekki beint uppörvandi, sérstaklega kom það sér illa að í því voru engin rúmföt, hvorki lak né koddi, svo að ég var feginn að hafa dúnsængina með mér. Herbergisbúnaður ekki annað en stórt járnrúm með dýnu, ekkert teppi á gólfinu, dálítill bókaskápur, fatahengi, lítið skrifborð, einn stóll með háu baki og stólkollur og tveir naglar í vegg.

Félagi minn í næsta herbergi kom ekki fyrr en næsta dag og hafði með sér bílfarm af alls kyns farangri, sem mamma hans hafði sýnilega gengið kirfilega frá. Hann var nýstúdent, en ég kominn yfir fertugt, var hann innritaður í stjórnmálafræði, en það kom fljótt í ljós að hann var sérlega illa heima í landafræði, en aðaláhugamál hans var andaskyttirí, hafði hann nokkrar gervi-endur á hillum hjá sér, og heilt vopnabúr af veiðibyssum, sem hann var mjög hróðugur yfir. Hann var ekki styrkþegi háskólans, heldur sonur auðmanns og hafði mikla aðsjálni í blóði sínu úr erfðabanka landnemanna. Eitt það fyrsta sem hann spurði mig um var hvað líterinn af bensíni kostaði mikið á Íslandi, og þar sem ég hafði ekki einu sinni bílpróf var ég alls fávís og spurði hann þá einskis frekar af þvílíkri þjóð. Hann var ekki frímerkjasafnari svo að ég var laus við svoleiðis kvabb. Ég beitti mér harla lítið fyrir landkynningu og sagði stundum, þegar ég var spurður hvaðan ég væri, að ég kæmi frá Búlgaríu og létu menn það gott heita, því hver gat vitað hvar Búlgaría var á veraldarkortinu?

Af kennurum Drama-skólans hafði ég mestar mætur á prófessor John Gassner sem ræddi við okkur um leikbókmenntir og uppfærslur á leikritum sem færð voru upp í borginni, auk þess settum við nemendurnir leikrit á svið í leikhúsi háskólans sem voru eftir nemendur Dramaskólans og þótti mér þau flest heldur óburðug, en gátu tekið stakkaskiptum við nánari yfirferðir. Þekktir leikhúsmenn komu í heimsókn til háskólans og fluttu fyrirlestra með umræðum á eftir, en New Haven er ekki nema tveggja stunda lestarferð frá New York og í Borgarleikhúsinu var venja að kanna hvernig leiksýningar tókust áður en frumsýningin átti sér stað í stórborginni. Þar sá ég mikið af leikritum sem ekki voru fullunnin og nemendur fengu stundum tækifæri að spreyta sig við verk sem þóttu standa tæpt og vera hálfgerður vonarpeningur. Ekki held ég að sú björgunarstarfsemi hafi alltaf borið árangur, en þó var oft ýmsu bjargað við, sérstaklega hvernig leikritið skyldi enda, var fróðlegt að fylgjast með því. Ég sýndi Gassner þýðingu Einars Haugen á Kjarnorkunni og skemmti hann sér vel yfir. Skandinavískt leikrit eftir lifandi Norðurlandaskáld hafði þá aldrei verið leikið á Broadwayleikhúsi á Manhattan, en aftur á móti þeir Ibsen og Strindberg löngu eftir sína daga.

En mestur fengur var mér að hinum frábæru bókasöfnum sem ég naut að kanna, því að gestir höfðu ekki aðeins aðgang að bókahillunum heldur voru sæti þar mjög þægileg, sum með bólstruðum stólum svo maður gat látið líða úr sér andartak.

Um helgar skrapp ég stundum til New York og gisti þá oftast hjá Halldóru Rútsdóttur sem vann á íslenska konsúlatinu en átti hús yfir á New Jersey og varð maður að fara gangandi síðasta spölinn í gegnum negrahverfi sem alltaf var að þenjast út upp brekkuna þar sem Halldóra bjó og fasteignir hvítra að falla þar í verði. Hún var hispurslaus og hress í tali og heimilishald hjá henni mjög frjálslegt. Hún átti sér þann draum að eyða síðustu ævidögunun á Íslandi með Tom vini sínum, hæglátu snyrtimenni og keypti sér hús á Hellu, en festi þar ekki yndi og dó í New York.

Guðrún Á. Símonar, söngkona, leigði íbúð í kjallaranum hjá Halldóru ásamt ungum manni sínum. Hún var með fans af angóraköttum hjá sér og þegar einni læðunni gekk illa að gjóta var hringt í dr. White sem var sérfræðingur í fæðingarnauð gæludýra. Ég opnaði fyrir lækninum þegar hann kom í vitjunina og átti náttúrlega von á hvítum, næpulegum manni eftir nafninu að dæma en læknirinn reyndist þá vera mósvartur í framan. En hann gekk fljótt til verks og greiddi vel hag læðunnar og óperusöngkonan sem sjálf var langt gengin með kyssti lækninn fyrir lausnina.

Þá bjuggu Leifur Þórarinsson tónskáld og Inga Huld, kona hans, í hliðargötu við Morningside Park, en það er steinsnar frá Columbíu-háskólanum í jaðri svertingjahverfisins Harlem. Fyrirferðarmesta mublan á heimilinu var náttúrlega flygill, en Leifur starfaði að hluta við fréttaflutning frá Sameinuðu þjóðunum. Sunnudagsmorgun einn þegar ég gisti hjá Leifi fékk ég mér morgungöngu upp í Harlem, sem var næsta hverfi fyrir ofan, áleit ég það óhætt á svo björtum vordegi og var að virða fyrir mér allt ruslið og draslið sem hent hafði verið á víð og dreif um götuna. Vissi ég þá ekki fyrr en ég fann þyt við eyra mér og leirbrúsa mölbrotinn á gangstéttinni við fætur mér, átti ég ekki von á svona sendingu og leit upp eftir húsaröðinni og sá svartan mann úti á svölum á hvítri nærskyrtu halda um feitan maga sinn eins og hann væri að springa af hlátri. Beið ég þá ekki eftir öðrum brúsa og forðaði mér. Eftir þetta fór ég ekki fleiri könnunarferðir um Harlem að því undanteknu að þegar ég kom frá Vesturströndinni fór ég eitt vorkvöld með Leifi á jazzbúlu, urðum við ekki fyrir neinni áreitni, en urðum að borga aðgangseyri tvisvar eða þrisvar sinnum en sluppum án skaða.

Þá gisti ég stundum hjá frú Ingibjörgu Halldórsson, móður Hjartar rithöfundar og menntaskólakennara, fékk ég einu sinni hjá henni saltkjöt og baunir, og naut ég þar föður míns sem hún hafði þekkt á æskudögum sínum, en ekki hagnaðist hún mikið á þessu smáhóteli sínu, því að allt fór til trúboðs í Afríku sem afgangs var sem ekki hefur verið mikið, var hún mjög sparneytin fyrir sig sjálfa. Hjá henni leigði helst fólk frá Puerto Rico, frítt fólk og viðfelldið en bláfátækt. Söngleikurinn West Side Story eftir Bernstein fjallar að nokkru leyti um ofsóknir gegn þessum nýbúum og skemmti ég mér vel þegar ég sá verkið.

Og svo var Baldur frændi minn Benediktsson fastagestur þar til húsa þegar hann var í New York. Hann hafði unnið áratugum saman á olíuskipum í Karabíska hafinu en var nú kominn á eftirlaun vel fjáður, þó að hann lifði mjög spart hafði hann alltaf sælgæti í vösum börnum til glaðnings. Fór ég í gönguferðir með honum um Central Park en þar er ekki ráðlegt að vera á ferli eftir að fer að skyggja.

Baldur var í heimsókn í Los Angeles hjá Regínu, frænku sinni að viðra hund hennar þegar hann varð fyrir bíl og stórslasaðist, en lífi var haldið í honum meðan peningarnir entust fyrir sjúkrakostnaði, en hann komst aldrei til vitundar aftur nema andartak þegar frænka hans leit yfir hann í mókinu að hún heyrði að hann hvíslaði: Mundu að gefa hundinum.

SEXTUGASTI OG SJÖUNDI KAFLI

Beckett

Mér fannst félagar mínir í leiklistarskólanum vera næsta fáfróðir um evrópska leiklist, og það sem ég sá af slíkum verkum var á smáleikhúsum í listamannahverfi New York borgar, Greenwich Village neðarlega á Manhattan.

Þar sá ég nokkrar eftirminnilegar sýningar eins og t.d. Waiting for Godot (Beðið eftir Godot, sem ég sá seinna hjá Leikfélagi Reykjavíkur í ágætri uppfærslu). Því hafði verið hafnað af mörgum leikhúsum bæði í Frakklandi og Englandi áður en það vakti heimsathygli á sýningu fyrir fanga í hinu alræmda San Quentin fangelsi. Fangarnir sáu að flækingarnir voru að bíða eftir Herra Godot sem myndi leysa þá úr fangavistinni, en biðin dróst á langinn og þeir fengu aðeins skilaboð um að Godot væri á leiðinni og kveikti það í hvert sinn nýjar vonir í brjósti þeirra, þannig túlkuðu fangarnir hina löngu bið flækinganna Pozzo og Lucky sem dæmisögu um bið þeirra sjálfra eftir frelsi. Á sama hátt fékk leikritið glymjandi viðtökur í Varsjá þar sem áhorfendur túlkuðu biðina þannig að það kæmi einhver Godot og bjargaði þeim undan oki Rússa.

Við nánari kynni reynist leikritið margslungnara en efnisþráðurinn virðist við fyrstu sín, og því hægt að skilja það á fleiri en einn veg.

Beckett var einfari í París þegar hann sló í gegn með Beðið eftir Godot í Theatre de Babylone 5. janúar 1953.

Oft hefur mér fundist það vænleg leið til skilnings á skáldverki að kynna sér kringumstæður höfundar á því tímabili sem gerjun verksins á sér stað þar til verkið er fullmótað.

Það sýnir best úthald Samuels Becketts að hann lét ekki hugfallast þó að öndvegisverki hans Murphy væri hafnað af hverju forlaginu af öðru, uns hann hafði lánið loks með sér í fertugustu atrennu.

Fá dæmi munu vera í bókmenntasögunni um slíka þrautseigju og biðlund án þess að gefa upp alla von.

Þarna kemur strax fram sláandi hliðstæða úr reynslu skáldsins við uppistöðuna í leikritinu Beðið eftir Godot. Sú bitra reynsla úr lífi skáldsins er sá efnisforði sem hann vinnur úr með enduróm frá klassískum ritum heimsbókmenntanna, svo sem Dante, Milton, Shakespeare og fleirum. Rúnirnar í svipmiklu og meitluðu andliti Becketts bera þögult vitni um þrotlausa elju við verk sem fengu oftast harða dóma og útskúfun þar til Godot kom á fund hans að lokum.

Á útlegðarárum sínum flæktist Beckett víða um heim, um tíma var hann einn af elskhugum Peggy Guggenheim sem hún valdi sér úr hópi listamanna, en hún var listhneigð og lét reisa hið heimsfræga myndlistasafn, Guggenheimsafnið í New York, allt á eigin reikning. Haft er eftir henni að henni hafi þótt Beckett latur þar sem hann lét fara vel um sig undir verndarvæng hinnar vellauðugu ekkju. Hún skildi ekki aðgerðarleysi hans og kallaði hann Oblomov, í höfuðið á frægasta letingja rússneskra bókmennta sem rithöfundurinn Ivan Goncharov skapaði seint á nítjándu öld.

Í Godot er margt af snjöllum tilsvörum þeirra flækinganna Estragon og Vladimirs. Oft býr meira að baki en í fljótu bragði virðist:

> Flækingarnir eru að úthúða hvor öðrum.
> Vladimir: Auli.
> Estragon: Skolpdýr.
> Vladimir: Hlandkanna.
> Estragon: Skíthæll.
> Vladimir: Pungrotta.
> Estragon: Kakalakki.
> Vladimir: Afstyrmi.
> Estragon: (eftir langa leit að nógu illmúruðu orði) Krrrítíker.

Andstyggilegra skammaryrði hefur Estragon ekki haft á takteinum en krítíker í þessarri orðasennu þeirra félaga. Ekki býst ég þó við að

Beckett myndi skilyrðislaust taka undir svo niðrandi flokkun á gagnrýnendum.

Annar flækinganna, Vladimir, hefur þó að lokum komist að þeirri niðurstöðu að það skipti engu máli hvort Godot komi, því sjálf biðin geti gefið lífinu gildi, hvað sé manni lífið án vonar?

Í New York kom ég einnig við í The Actors Studio, víðfrægum leiklistarskóla um allan hinn enskumælandi heim, en páfinn óskeikuli sem ríkti þar var Lee Strasberg, maður yfir miðjan aldur með há kollvik og farinn að grána. Lee tók mér ekki illa þegar ég sýndi honum skilríki mín frá Fulbright-stofnuninni og benti mér að fá mér sæti.

Á sviðinu sat ung leikkona sem átti að sýna tilburði við veiðar á stöng. Var hún látin endurtaka sama atriðið æ ofan í æ, en Lee Strasberg sýndi engin svipbrigði þangað til veslings leikkonan brast í grát og sagðist hata hann og kveinaði yfir meðferðinni á sér, en Lee sagði að það væri ágætt að hún tæmdi sig af einkahugmyndum sínum, hún skyldi halda áfram að formæla honum. Veslings stúlkan var orðin eins og hrúgald á sviðinu, reyndi síðan að þurrka af sér tárin með handarbakinu. Þá sagði Lee Strasberg að nú væri stíflan brostin og hún skyldi sýna okkur hvers hún væri megnug. Það gerði hún og fékk lófatak fyrir, munnvikin strengdust ögn á Strasberg.

Þannig virtist hann brjóta niður efniviðinn sem hann fékk í hendur en endurskapaði hann síðan eftir sínu höfði.

Fyrir framan mig sat mjög glæsileg ljóshærð stúlka sem allir í salnum voru að gjóa til augunum. Mér fannst hún ósköp áþekk mörgum fallegum ljóskum af forsíðum tískublaða eða á mannamótum, en hún var svo vel til höfð og geislandi að hún hlaut að vera einhver sérstök. Heyrði ég hana segja að hún hefði skroppið vestan af strönd til að hitta Lee vin sinn því nú ætti hún frí í nokkra daga.

Og brátt heyrði ég hvíslað nafn hennar, Marilyn Monroe. Hún var í sérstöku vinfengi við Lee Strasberg og leit á hann sem skapara sinn í leiklistinni.

En í rauninni var Marilyn ekki leikkona á borð við margar þær þekktustu, en kvenleiki hennar gerði hana að erótísku tákni hvar sem mynd hennar blasti við á hverri einustu bensínstöð eða sjoppu og vakti fiðring hjá mönnum eins og í draumi hjarðsveinsins.

Samt verkaði hún svolítið umkomulaus og á varðbergi fyrir aðdáendum sínum. Hún átti við geðræn vandamál að stríða allt frá því að hún var uppalin á stofnun fyrir munaðarlaus börn og svo öryggislaus að það gengu margar sögur af istöðuleysi hennar gagnvart karlmönnum sem hún leitaði skjóls hjá og hélt að gætu bjargað sér.

Hún var alltaf með minnimáttarkennd gagnvart miklum listakonum á leiksviði, og vissi að hún myndi aldrei komast í fótspor þeirra.

Veslings dáða heimsstjarnan var í sífelldri leit að sjálfri sér með sárar minningar um geðveila móður og ljóshærðan föður á veraldarflakki um heiminn sem skildi hana eftir í kviði móður hennar. Svo þar var aðeins tóm í stað föður þegar hún kom óvelkomin í heiminn.

SEXTUGASTI OG ÁTTUNDI KAFLI

Grunaður um morð

Það var skemmtun í skólanum sem ég fór á eitt kvöldið að áliðnum jólum, en þótti hún heldur innantóm þegar á leið, svo að ég ákvað að fara heldur á bar í nágrenninu sem kallaður var sænski barinn. Var ég þar drykklanga stund og hélt síðan heim. Oft var ég vanur að sjá sjónvarpsmynd fyrir svefninn, sérstaklega framhaldsþátt um glæpahyski Al Capone, þar sem aðalhetja lögreglunnar var Elliot Ness, mikil hetja, en í þetta sinn var ég of seint á ferðinni og fór því beint í rúmið.

Daginn eftir fór ég seinna á fætur en venjulega, en þegar ég kom niður stigann sagði húsvörðurinn við mig, að tveir menn biðu mín í anddyrinu. Kom það mér á óvart, hélt kannski að einhverjir Íslendingar væru þar á ferð. Mennirnir voru dökklæddir eins og bankastarfsmenn, en þegar þeir sýndu mér skilríki sín kom í ljós að þeir voru frá rannsóknarlögreglunni FBI. Sögðu þeir mér umbúðalaust að ég væri grunaður um morð nóttina áður.

Ég rak upp hlátur af undrun og spurði hvernig þeim gæti dottið annað eins í hug.

Þeir sögðu að þeir hefðu gengið í hvert hús í hverfinu og húsmæður hefðu tekið eftir grunsamlegum manni sem ætti við lýsingu á mér. Ég gengi með svarta baskahúfu, sæist alltaf aleinn á ferli, án nokkurs félagsskapar og gengi alltaf sömu leiðina, oft með viðkomu í kirkjugarðinum þar á aðra hönd við götuna. Hvað væri ég að gera í kirkjugarðinum?

Ég sagði þeim að ég hefði gaman af að virða fyrir mér íkornana sem stykkju fimlega á milli greinanna og kæmu niður á jörðina til mín þegar ég væri með hnetur handa þeim.

Það fannst lögreglumönnunum sýnilega furðulegt uppátæki. Þeir báðu um að fá að koma inn í herbergi mitt í leit að einhverju grunsamlegu.

Ég var ekki mótfallinn því, þó að þeir hefðu átt að vera með húsrannsóknarheimild.

Þeir lituðust um í herbergi mínu og spurðu hvort ég hefði nokkurt eggjárn í fórum mínum. Framið hefði verið kynferðislegt ódæðisverk á þeim myrta.

Þá kom í ljós nýlegur blóðblettur á handklæði og var ég beðinn skýringa á honum.

Ég sagði að ég hefði skorið mig við rakstur.

– Þú hefur þá verið skjálfhentur, spurði annar þeirra.

Ég játti því.

– Hversvegna varstu skjálfhentur?

– Kannski vegna þess að ég fékk mér aldrei þessu vant nokkra viskýsjússa í gærkveldi. Ég var á skemmtun leiklistarskólans.

Þar var ég kominn í dálitla klemmu, því á þessari skemmtun höfðu ekki verið veittir áfengir drykkir.

Ég sagði þeim að ég hefði komið við á bar á leiðinni heim.

Ég sá að þeir voru hróðugir yfir að hafa stillt mér upp við vegg.

– Á hvaða bar?

– Á sænska barnum, varð ég að viðurkenna.

– Nú á þeim alræmda bar, þú hefur verið orðinn drukkinn?

Ég bar á móti því.

– Því varstu að reyna að hylma yfir það að þú hefðir verið á sænska barnum?

– Ég var ekki að hylma yfir neitt, ég sagði að ég hefði komið þar við, það var allt og sumt.

– Jú, þú ert orðinn tvísaga.

Ég reyndi að leiðrétta þessa ónákvæmni mína, en þeir báðu mig að koma með sér á stöðina til frekari yfirheyrslu.

Mennirnir í móttökunni ráku upp stór augu þegar þeir leiddu mig út í bílinn.

Á stöðinni var ég settur á fremur óþægilegan stól og ljóskastarar lýstu hvor á sinn vanga til að fylgjast með svipbrigðum mínum við spurningum þeirra.

Þeir spurðu mig hversvegna ég gengi með húfu í stæl við terrorista.

Ég sagði að þetta væri baskahúfa sem ég hefði keypt á Spáni.

–Hér um slóðir gengur enginn með terroristahúfu.

Næst fóru þeir að spyrja mig um einkalíf mitt, hversvegna ég væri alltaf einn á ferð, hefði ég haft einhver geðræn vandamál, tæki ég einhver deyfilyf, en róandi pillur höfðu þeir fundið í skúffu skrifborðs míns. Ég sagði að þetta væru engin deyfilyf heldur aðeins svolítið róandi sem ég hefði stundum á ferðalögum með mér til að láta ekki skrölt í járnbrautarlestum og annan næturhávaða halda fyrir mér vöku.

Ætti ég enga kunningja?

Ég hugsaði mig um.

Hvernig væri kynlíf mitt, hversvegna var konan ekki með mér. Ég sagði þeim að hún gætti sona okkar heima.

Og ég væri að heiman mánuðum saman, væri það ekki nokkurs konar skilnaður?

Ég fór að verða dálítið dasaður, sérstaklega af sterku ljósinu á andlit mér og hitanum af því.

Þeir spurðu mig hvort ég hefði verið í meðferð hjá sálfræðingi.

Ég hristi höfuðið. Þeir héldu áfram að spyrja mig í þaula og báðu um leyfi, til að setja á mig lygamæli.

Ég spurði hvort að hann væri hundrað prósent öruggur, en þeir svöruðu að hann gæti gefið vissar vísbendingar þegar ég væri spurður um eitthvað sem vekti hjá mér óróa viðbrögð.

Ég sagði þeim að ég væri sérlega næmur og margt gæti komið mér úr jafnvægi.

Þeir sögðu að það væri engin hætta á því ef að ég væri saklaus.

–Það er ljóst að þið vitið ekki hvað næmi er ...

Ég var allt í einu orðinn öskureiður, spurði þá hvort að þeir héldu að Fulbright-styrkurinn frægi væri veittur vangefnum vesalingum og morðingjum, ég myndi kæra þá fyrir State Department í Washington, ambassador Íslands í Washington myndi sömuleiðis skerast í málið, auk þess væri ég kunnur rithöfundur í heimalandi mínu og myndi skrifa greinar um gáfnastig amerískra lögreglumanna og heimskra húsmæðra sem hata útlendinga og gruna mann um mannsmorð af því að hann gengi með baskahúfu. Ég hefði alltaf haldið að Ameríkanar væru bestu skinn, en svona framkoma opnaði augu mín fyrir því, að þeir væru heimskir hræsnarar. Ég var orðinn svo æstur að orð komust ekki til skila.

Þá sáu þeir sitt óvænna, reyndu að róa mig, ég væri alls ekki ákærður um neitt, en þeir yrðu að ganga úr skugga um að ég væri alsaklaus. Skildum við með það sáttir að kalla.

Ég spurði annan yfirheyrslumanninn hvort hann héldi virkilega að ég væri morðingi og hann svaraði dálítið kankvís á svipinn: Who knows.

En næstu vikurnar á eftir fann ég að það var haft auga með mér og fór það óneitanlega dálítið í taugarnar á mér.

Morðgátan var áfram óleyst.

SEXTUGASTI OG NÍUNDI KAFLI

Fyrirlestrarferð

Vinur minn, prófessor Paul Schach við háskólann í Nebraska, hafði komið því í kring að ég flytti fyrirlestur um eitthvert efni úr fornsögunum við ýmsa háskóla í Bandaríkjunum. Vann ég að því í hjáverkum að semja erindi á ensku um Gretti Ásmundarson sem ég nefndi: Grettir the Strong, A Rebel Without a Cause.

Fyrst flutti ég fyrirlesturinn um Gretti við Columbia-háskólann í New York, síðan í Philadelphia. Þar voru aðeins fáir hlustendur og óverulegar spurningar á eftir. Deildarstjórinn í Philadelphia var ungur ljóshærður Svíi, prófessor í sænskum bókmenntum, lítt lesinn í norrænum fræðum, og næsta fáfróður um íslenskar fornbókmenntir. Drukkum við saman bjór og töluðum um Ingrid Bergman en ég hafði þá nýlega séð kvikmyndirnar Sjöunda innsiglið og Villt jarðarber þar sem hinn frábæri sænski leikari og kvikmyndaleikstjóri Victor Sjöström lék sitt síðasta hlutverk. Var ég við fyrstu kynni af bíómyndum hans orðinn mikill aðdáandi þessa mikla snillings og glímu hans við angistina.

Eyþór Dalberg var þá búsettur í St. Louis, yfirlæknir á stórum herspítala og átti ég hjá honum heimboð. Dvaldist ég hjá þeim hjónum og tveim dætrum í nokkra daga. Þá var enn kalt í veðri, en þau bjuggu í litlu raðhúsi í nýju hverfi skammt utan við borgina.

Ég fór í gönguferðir um nágrennið þar sem bændur voru að vorverkum og bauð þeim góðan dag. Þetta voru dugnaðarlegir menn með siggbarðar hendur.

Í gamla daga á Haðarstígnum hafði Eyþór vakið áhuga okkar Hallgríms á skáldsögunni Myrkur hlátur (Dark Laughter) eftir Sherwood Anderson sem við fengum í danskri þýðingu á Alþýðubókasafninu. Höfundurinn var starfandi við fyrirtæki á bökkum Missisippi í St. Louis með útsýni yfir fljótið þar sem stórir prammar siluðust upp og niður ána hlaðnir korni, timbri og alls kyns varningi og sterkt sólskinið gljáði á dökku hörundi blökkumannanna við vinnu sína. Sherwood heillaðist af þessari sýn, svo að einn daginn ákvað hann að snúa baki við hlutskipti sínu sem launaþræls. Móða lífsins hafði náð slíkum tökum á honum að hann hljóp niður á árbakkann svo að köll skyldunnar næðu ekki til hans og tók sér far með pramma niður fljótið á vit ævintýra og frelsis.

Slík dáð sló strengi í brjósti manns.

Eyþór minntist þessarar bókar þegar hann ók mér eina síðdegisstund að Missisippi og nam staðar við mikla stálbrú yfir skolugt ólgandi fljótið.

Hann stöðvaði bílinn, leit kankvís til mín og sagði:

– Nú sitjum við hér á skógarbakkanum þars „Missisippis megindjúp fram brunar“ eins og Kristján Fjallaskáld kvað.

Eyþór fór með hendingar úr Veiðimanninum, löngu kvæði sem amma hans geymdi í minni sínu frá æskudögum til elliára:

> þar sem að úlfar þjóta' um skógargeima
> og þreyttur hjörtur veiðimanninn flýr,
> þar voðaleg með varúð áfram streyma
> í vígahug in skæðu panþerdýr.

Ég horfði niður að hinum stríða straumi í gljúfrunum, en nú var öll rómantík sópuð burt á þessum árbökkum af vélum nútímans og aðrar hættur komnar í stað hinna skæðu parþursdýra í vígahug. Það fengum við hugboð um á leiðinni til baka í myrkri þegar Eyþór renndi upp að bensínstöð til að fylla tankinn, en afgreiðslumennirnir sátu sem fastast fyrir innan og biðu átekta þangað til við stigum út úr bílnum og þeir sáu að við vorum ekki í vígahug og óvopnaðir.

Frá Eyþóri hélt ég í lest til Nebraska-fylkis. Páll Schach tók á móti mér á brautarstöðinni í Lincoln. Ég dvaldist á heimili þeirra hjóna nokkra daga, Páll las yfir handrit mitt að fyrirlestrinum um Gretti, leiðrétti villur og lét vélrita allt erindið á ný. Það var ekki vanþörf á því.

Páll Schach kynnti mig fyrir ýmsum samkennurum sínum og

snæddum við saman hádegisverð. Á einum staðnum voru gengilbeinur svo stuttklæddar að það verkaði næstum ósiðlega svo snemma dags, en kannski hefur það örvað kirtlastarfsemi prófessoranna í kennslutímum næst á eftir.

Páll fór með mig í bíltúr heilan sunnudag, en þó að við færum vítt yfir var landslagið tilbreytingarlítið, næstum eins og við værum alltaf að fara framhjá sömu stórbýlunum á sléttunni og sömu smábæjunum. Við námum staðar smástund við hlið á trégirðingu þar sem nokkrir vísundar hímdu hálf vesældarlegir á friðuðu svæði, voru þeir með klepra á lærunum. Nú var tíðin önnur en þegar drundi í jörðinni undan hjörðum buffalanna þegar þær geystust um slétturnar og hvaðeina var troðið í hel.

Eftir fyrirlesturinn kynnti Schach mig fyrir prófessor í efnafræði sem var af íslenskum ættum og kenndi sig við Vatnsdal. Sagði ég honum að hann myndi vera að nokkru leyti Húnvetningur eins og ég.

Í San Francisco hitti ég ýmislegt af fólki sem ég þekkti að heiman. Erna Gunnarsdóttir, fyrrrum kona Ólafs Björnssonar vinar míns bauð mér að gista á heimili sínu í Oakland fyrstu dagana, fór ég með henni á gamlan bar sem er orðinn nokkurs konar minjabar en þar háði Jack London, einn frægasti skáldsagnahöfundur Bandaríkjanna á síðustu öld vonlausa baráttu sína við Bakkus konung.

Erna ók mér yfir San Francisco-flóann um hina víðfrægu Golden gate-brú en þar í miðjum flóanum er alræmdasta fangelsi Bandaríkjanna byggt á klettaeyju. Þaðan hefur engum glæpamanni tekist að flýja enda ekki árennilegt að steypa sér í sjóinn þar sem gráðugir hákarlar rifu hvaðeina í sig á svipstundu.

Við ókum yfir brúna og fórum um Sausolito, listamannaþorp sem er byggt smáhúsum í alls konar litum og sumir búa í prömmum á bátalegunni fyrir framan eða í indíánatjöldum.

Síðan dvaldi ég í vikutíma hjá Vigfúsi Jakobssyni og Pálu konu hans. Vigfús var skógræktarfræðingur að mennt en fékk ekki starf við sitt hæfi, en settist síðan að í San Francisco og gerðist umsvifamikill verktaki, bjó hann í einbýlishúsi í fjallshlíð utan við stórborgina og gat ég gengið þar upp á hól með háum furum og séð vítt yfir.

Fyrirlestur minn við háskólann í Berkeley tók nokkurn undirbúning, þar sem ég var jafnframt með tuttugu mínútna kvikmynd um Ísland, náttúru þess og þjóðlíf.

Fyrirlesturinn: Grettir the Strong: A Rebel Without a Cause in the Icelandic Sagas var auglýstur á stóru spjaldi í anddyri skólans. Fyirlesturinn sótti hátt í hundrað manns og mér var boðið til ýmissa Íslendinga næstu daga, þar á meðal til Guðnýjar Mortensen sem ég hafði oft hitt í laugunum á unglingsárum, glæsilegrar konu sem rak fasteignasölu á eigin spýtur en hún hafði misst mann sinn, flugstjóra í Kóreu-styrjöldinni. Sömuleiðis hitti ég Stonebrothers (Steinsbræður frá Vestmannaeyjum) en nafn þeirra blasti víða við á óbyggðum lóðum í úthverfum San Francisco þar sem stórhýsi áttu að rísa af grunni.

Næsti staður var háskólinn í Oregon en þar hélt ég óformlegt erindi um íslenska leikritagerð og sýndi kvikmyndina frá Íslandi. Oregon er næsta fylki fyrir norðan Kaliforníu, en höfuðborgin Eugene, friðsæl og heillandi eins og allt umhverfið, á hásléttu með bröttum fjöllum sem risu upp af Kyrrahafinu. Þar naut ég gestrisni mágkonu Ármanns Kr. Einarssonar rithöfundar og eiginmanns hennar, prófessors við háskólann í Eugene. Var mjög gott að dvelja hjá þeim í björtu húsi þeirra og stórum garði en mild vorsólin opnaði krónur alla vega ávaxtatrjáa og fyllti loftið ilmi blómanna. Eftir tveggja daga dvöl í þessu hrífandi umhverfi tók ég flugvél til ríkisháskólans í Pulman í Washingtonríki. Í flugvélinni sem tók aðeins fáa farþega kynntist ég nokkrum hljóðfæraleikurum sem buðu mér á hljómleika sína um kvöldið og þáði ég það ágæta boð. Daginn eftir fór prófessor A. J. Lindgren deildarforseti með mig í ökuferð um hæðir og ása umhverfisins áður en prógramið hófst í háskólanum, með því að ég flutti stutt erindi sem ég nefndi Drama in Modern Iceland, eftir „informal lunch“ með háskólakennurum. Flutti ég síðan fyrirlestur minn um Gretti og svaraði spurningum, og kvikmyndin frá Íslandi var sýnd að því loknu.

Í Seattle tók á móti mér prófessor Sverre Arrested af norskum ættum, sem minnti mig einna helst á Ragnar í Smára, snaggaralegur maður og gamansamur. Washington-ríki er heillandi land og kostajörð, fjöll, hásléttur, skógar, eyjar og flóar. Náttúrufegurð mikil, landrými nóg, loftslagið milt árið um kring, oft smáúði í lofti.

Íbúarnir eru margir ættaðir af Norðurlöndum, þar á meðal Íslendingar og heimsótti ég íslenskt elliheimili þar sem íslenska var enn töluð. Það var draumur margra íslenskra landnema sem sest höfðu að í Dakota og víðar að komast vestur að strönd Kyrrahafsins.

Ég gaf Arrested kópíu af mynd frá Þingvöllum. Ragnar í Smára hafði gefið mér nokkrar slíkar eftir íslenska listmálara og gaf ég þær prófessorum sem greiddu götu mína.

Í San Francisco kynntist ég Halldóri Helgasyni, frænda Vigfúsar Jakobssonar, en Halldór hafði frá mörgu að segja, bæði Alaska og eyjunni Kodíak, en þar hafði hann dvalið í rúmt ár, komist í kast við svartan skógarbjörn og kynnst ágætu fólki, sumu af rússneskum uppruna frá keisaratíð Rússlands þegar Bandaríkjastjórn keypti alla Alaska og eyjarnar fyrir nokkrar tunnur af gulli og enn voru til rússneskar kirkjur með lauklaga turna. Jón Ólafsson ritstjóri sem var landflótta frá Íslandi fyrir Danahatur vildi að Bandaríkjastjórn gæfi íslenskum landnemum Kodíak-eyju svo þeir gætu sameinast þar eftir flakk um sléttur Norður-Ameríku og varðveitt tungu sína og þjóðerni en ekki hverfa eins og sandkorn í þjóðahaf ættlausra manna.

Halldór ók mér til prófessors Lofts Bjarnasonar í Monterey sem er borg byggð í klettóttu umhverfi líkt og Hafnarfjörður plús mildur andvari af hafi og allar fjörur þaktar blómstrandi bleikum ísrósum.

Loftur sem er mormóni, annar afi hans ættaður úr Mýrdalnum og settist að í mormónaborginni kenndri við salt vatn í Utah, kom sem stúdent á Alþingishátíðina 1930, talar ágætlega íslensku og var um tíma flotaforingi í Varnarliðinu á Íslandi. Við urðum strax mestu mátar og ráðlagði hann mér að gerast mormóni ef ég hefði hug á því að setjast að í Bandaríkjunum, þeir hefðu mjög sterk sambönd sín á milli, ég þakkaði honum gott boð og sagði að ég hefði ábyggilega þegið það ráð hér áður fyrr við breyttar aðstæður, hvergi litist mér betur á að vera en í Monterey þar sem þýðir vindar blása af hafi árið um kring.

Loks átti ég heimboð hjá Braga Freymóðssyni verkfræðingi og Sigríði konu hans í Los Angeles.

Þangað fór ég í langferðabíl til að sjá sem mest af þessu heillandi

landi, kom við á söguslóðum Steinbecks þar sem mýs og menn lifa enn og Tortilla Flat er skýjahöll.

Hjá Braga og Sigríði dvaldi ég í tæpa viku og voru það mjög ánægjulegir dagar, heimboð, veislur og meira að segja boðið í klúbb íslenskra kvenna. Ég þekkti lauslega föður Braga, Freymóð listmálara og tónskáld en þangað hefur Bragi sótt einurð sína og kappsemi. Dvölin heima hjá þeim hjónum voru mér sælustundir, en of langt mál yrði að telja upp nöfn alls þess ágæta fólks sem ég hitti á ferð minni og ég stend í þakkarskuld við. Í Los Angeles flutti ég ekki nein erindi né hafði tök á því að sýna Íslandskvikmynd mína, enda hafði það ekki staðið til í áætlun minni.

Saga Grettis Ásmundarsonar er sérlega merkileg fyrir lýsingu höfundar á uppvexti og mótun vandræðapilts og algjörlega einstök í sögu bókmennta frá miðöldum, enda tóku ýmsir af þátttakendum í umræðunum, eftir flutninginn á erindi mínu, undir þann skilning að mótunarferill Grettis væri í takt við hugmyndir nútíma sálarfræði, enda kalla ég Gretti í niðurlagi erindis míns „a juvenile delinquent“ af svipaðri gerð og Caryl Chessmann sem ég bar hann saman við í niðurstöðum mínum.

Chessmann þessi var dæmdur til dauða árið 1948 fyrir að nauðga tveim konum en fékk fullnægingu dómsins frestað 8 sinnum með því að benda á formgalla í meðferð málsins. Meðan hann sat í fangelsi ritaði hann bókina Dauðaklefi nr. 2455 og þrjár aðrar bækur. Mál hans var mikið hitamál í Bandaríkjunum en fjölmargar áskoranir um náðun björguðu honum ekki frá rafmagnsstólnum og var hann líflátinn 2. maí 1960.

SJÖTUGASTI KAFLI

Amilda Kyoko

En sú heimsókn sem mér er minnisstæðust og bjó kannski á bak við fyrirætlanir mínar að komast á vesturströndina var að efna gamalt loforð við Amildu Kyoko að við myndum einhvern tímann hittast í Kaliforníu, þetta loforð var gefið skömmu eftir að hún fór frá Japan til náms í amerískum háskóla og enn hafði ekki komið til árásar Japana á Pearl Harbour.

Hún átti heima í Hollywood en þangað var óraleið frá því hverfi sem Bragi bjó. Samt bauðst Bragi til að aka mér þangað þó hann væri störfum hlaðinn og færi eldsnemma af stað til fyrirtækisins sem hann var framkvændastjóri fyrir.

Við ókum á hraðbraut þangað til að við vorum komnir í Hollywood, Bragi hægði ferðina svo að ég gæti litast betur um, þar var hinn frægi Sunset Strip, Bragi stöðvaði bílinn við hæð og smáhús í brekkunni fyrir ofan.

Snyrtilegir stígar með háum kaktusum lágu upp að húsunum og efst við einn stíginn stóð svarthærð kona á hvítum kjól með gyllt belti um sig miðja. Það var engin önnur en Amilda Kyoko, draumadís æsku minnar sem þar birtist í raunveruleikanum, hún var berfætt í leðursandölum með glimmersteinum. Henni fylgdi niður tréþrepin stór hvítur hundur með langt og mjótt trýni. Hún nam staðar nokkrum þrepum fyrir ofan mig og við horfðum á hvort annað. Hún stóð þarna eins og stytta með húm kvöldsins að baki. Svona vorum við þá. Mér fannst hún lík sjálfri sér af myndum með sitt innhverfa bros.

Allt frá því að hún var átján ára skólastúlka í Japan og skrifaði huldusögur í skólablaðið og ástarbréf hálfa leið kringum hnöttinn, lifði hún í huga ungs manns sem gekk fjörur við hið ysta haf eins og í leit að flöskupósti. Þarna var enn angurværi svipurinn sem hafði fest svo í minni hans.

Þarna stóðu þau loks yfir langan veg og misjöfn ár hvort andspænis öðru.

Hún leit niður fyrir sig eins og drúpandi terós með bljúgu viðmóti sem einkennir svo myndir af japönskum hefðarfrúm frá liðnum öldum. Kvenleg hlédrægni siðfáguð um aldaraðir snart mig, en kankvís glampi speglaðist í augnakrókunum. Þann lífsljóma hafði erfið reynsla í fangabúðum ekki getað afmáð.

Ég man ekki lengur hvort við sögðum nokkuð sérstakt hvort við annað þarna á stígnum, en ég skynjaði súg tímans og allt lauffall af greinum trjánna á hverju hausti eins og skilaboð á milli okkar sem vindarnir einir lásu.

Hún hafði útbúið handa mér ýmsa japanska smárétti í litlum postulínsskálum með japönsku útflúri.

Ég sagði henni þá fyrst frá brjóstveiki minni sem eytt hafði öllum vonum mínum um þá framtíð sem ég hafði trúað henni fyrir, svo að líf mitt tók allt aðra stefnu en draumar mínir stóðu til, og hún sagði mér frá krabbameini sem fannst í öðru brjóstinu svo að það var numið brott. Hún lýsti fyrir mér fangavist sinni í Arkansas þar sem öllum Japönum hafði verið smalað saman eins og kvikfénaði eftir árásina á Pearl Harbour.

Og hún lýsti fyrir mér sálarangistinni sem hafði næstum því yfirbugað hana og hvernig hún fór að spila á gítar og syngja angurvær japönsk ljóð sér til hugarhægðar og til að vinna sér inn dálitla peninga.

Hún sagði mér frá eiginmanninum frá Boston sem yfirgaf hana vegna þrábeiðni fjölskyldu hans og skildi hana eftir eina. Og hún sagði mér frá móður sinni sem var enn á lífi, löngu orðin ekkja.

Með ráðdeild hafði henni tekist að eignast þetta litla hús og hún drýgði tekjur sínar með lófalestri og með því að spá í spil með austurlenskum táknum.

Hugleiðingar okkar um hinstu rök tilverunnar sameinuðust í vísdómsorðum Lao-Tse, að á neti himinsins væru víðir möskvar, samt slyppi enginn úr því.

Húmið var orðið að næturhimni, Amilda Kyoko kveikti á háum hvítum kertum á skríni slegnu koparþynnum í alls konar útflúri og drekamyndum, erfðagrip sem móðir hennar hafði fært henni frá Japan.

Sterkur austurlenskur ilmur barst að vitum mér úr þykku hári hennar sem flæddi niður axlirnar.

Mjó kertaljósin geisluðu frá sér birtu.

Við sátum hljóð og fundum tímann fylla tómið, kannski ef vel væri hlustað mætti greina áratog ferjumannsins á leið yfir djúpið.